രാജേഷ് എം.ആർ

എറണാകുളം ജില്ലയിലെ കുറുമശ്ശേരിയിൽ ജനനം.

ചലച്ചിത്ര ലേഖനങ്ങളും സാഹിത്യനിരൂപണങ്ങളും എഴുതാറുണ്ട്. ഒൻപത് പുസ്തകങ്ങൾ മൂന്ന് എഡിറ്റഡ് ഉൾപ്പെടെ പ്രസിദ്ധീകരിച്ചിട്ടുണ്ട്.

ഇപ്പോൾ തൃശൂർ, ശ്രീ കേരളവർമ്മ കോളേജിലെ മലയാള വിഭാഗത്തിൽ അദ്ധ്യാപകൻ.

കേരള ഭാഷാ ഇൻസ്റ്റിറ്റ്യൂട്ട്, കേരള സംസ്ഥാന ചലച്ചിത്ര അക്കാദമി, കേരള കൗൺസിൽ ഫോർ ഹിസ്റ്റോറിക്കൽ റിസേർച്ച്, കേരള ലളിതകലാ അക്കാദമി എന്നീ സ്ഥാപനങ്ങളിൽ നിന്ന് അവാർഡ്, ഫെല്ലോഷിപ്പ് എന്നിവ ലഭിച്ചിട്ടുണ്ട്. ജ്ഞാനദീപം വായനശാല ആദ്യ നോവലാണ്.

ഭാര്യ : ദിവ്യ ധർമ്മദത്തൻ

മകൾ : നീലാംബരി

ഇ മെയിൽ : rajeshmr6@gmail.com

മൊബൈൽ : 9605733752

Malayalam Language
Jnhanadeepam Vayanasala
(Novel)
by
Rajesh M R
♦
Published in March 2022
by Kairali Books Private Limited
Thalikkavu Road, Kannur.
Ph : 0497-2761200
E-Mail : kairalibooksknr@gmail.com
♦
Cover Design
Prasanth Mangad
♦
Printed at
Manipal Technologies Ltd.

112/21-22/Sl.No.1303/200/NS 18.6
ISBN 978-93-49727-52-6

ജ്ഞാനദീപം
വായനശാല

രാജേഷ് എം.ആർ.

കൈരളി ബുക്സ്

സമർപ്പണം

കേരളത്തിലെ വായനശാലകൾക്ക്

ആമുഖം

നാടിനെ കുറിച്ചൊരു പ്രാദേശിക ചരിത്രം എഴുതണമെന്ന മോഹമാണ് ഈ നോവൽ രചനയിലേക്കെത്താൻ കാരണമായത്. പന്ത്രണ്ടു വർഷങ്ങൾക്കു മുമ്പ് പ്രാദേശിക ചരിത്രമെഴുതണമെന്ന ചിന്ത കുറേനാൾ കൂടെയുണ്ടായിരുന്നു. പിന്നീടാണ് നാട്ടിൽ സ്ഥിരവാസമില്ലാത്തതിനാൽ ഡാറ്റ ശേഖരണത്തിന്റെയും മറ്റു പ്രശ്നങ്ങളും മനസ്സിലായത്. അതിനാൽ പ്രാദേശിക ചരിത്രം വേണ്ടാന്നു വെച്ച് ഒരു നോവലെഴുതിയാലോ എന്നാലോചിച്ചു. പള്ളിക്കൽക്കുന്ന് പുരാണം എന്നാണ് ആ നോവലിനിട്ടിരുന്ന പേര്. 2016 ൽ ആ നോവൽ ഇരുപതോളം പേജ് എഴുതി. പിന്നീട് മുന്നോട്ടു പോകാനാവാതെ നിന്നു. കോവിഡ് മഹാമാരിയെ പ്രതിരോധിക്കുന്നതിനായി, ജനജീവിതത്തെ നിശ്ചലമാക്കിയ കോവിഡ് ലോക് ഡൗൺ തുടങ്ങിയപ്പോഴാണ്, 2020 ഏപ്രിലിൽ വീണ്ടും നോവലെഴുതാൻ തുടങ്ങിയത്. അതു പക്ഷേ പുതിയൊരു പ്രമേയമായിരുന്നു. ഒരു വർഷം മുമ്പേ മനസ്സിൽ കടന്നു കൂടിയ ഒരു വിഷയം. ഏതായാലും ലോക് ഡൗൺ എന്നെ എഴുതിച്ചു. നോവൽ ഡിസംബറോടെ പൂർത്തിയായി.

ജ്ഞാനദീപം വായനശാലയെ പശ്ചാത്തലമാക്കി സമകാലിക ഇന്ത്യൻ രാഷ്ട്രീയത്തോടുള്ള ഒരു സംവാദമാണ് ഈ നോവൽ. ഒരു പൊളിറ്റിക്കൽ ഫാന്റസി നോവൽ എന്നു വേണമെങ്കിൽ പറയാം. ഇതൊരു സാങ്കല്പിക കഥയാണ്. കുറുമശ്ശേരി, ആലപ്പടി ദേശത്തെ ജ്ഞാനദീപം എന്ന വായനശാലയെ കേന്ദ്രമാക്കി മുന്നോട്ടു പോകുന്ന ഒരു ദിവസത്തെ സാങ്കല്പിക കഥയാണിത്. ദേശത്തിന്റെ ഭാവനാപരമായ ഒരു ആഖ്യാനമാണെന്നു പറയാം.

സ്വാതന്ത്ര്യദിനം ആഘോഷിക്കുന്ന വർത്തമാന ഇന്ത്യയിൽ ആ ദിവസം പുലരാതിരുന്നാൽ എന്താണ് സംഭവിക്കുന്നത്?. സ്വാതന്ത്ര്യദിനാഘോഷ വേളയിലെ ഈ അന്ധകാരത്തെ വായനശാലയിലെ സംവാദങ്ങളിലൂടെ ആഖ്യാനം ചെയ്യാനാണ് ഇവിടെ ശ്രമിച്ചിരിക്കുന്നത്. നോവൽ ആദ്യം വായിച്ച് അഭിപ്രായങ്ങൾ പറഞ്ഞ ദിവ്യയ്ക്ക് എന്റെ സ്നേഹം. ഈ നോവൽ പ്രസിദ്ധീകരിച്ച കൈരളി ബുക്സിനും ഹൃദയം നിറഞ്ഞ നന്ദി.

ഏവരേയും സ്നേഹത്തോടെ 'ജ്ഞാനദീപം വായനശാല' എന്ന ഈ നോവലിലേക്ക് ഞാൻ ക്ഷണിക്കുന്നു.

1
ജ്ഞാനദീപം വായനശാല

വിദ്യ നന്ന്, വിദ്യ നന്ന്
പിച്ചയെടുത്തായാലും വിദ്യ നന്ന്
– തിരുവള്ളുവർ

നാളെ സ്വാതന്ത്ര്യദിനമാണ്. ഈ വർഷത്തെ സ്വാതന്ത്ര്യദിനാഘോഷങ്ങൾ ഉഷാറാക്കണമെന്ന് ഞങ്ങൾ മുമ്പേ തീരുമാനിച്ചതാണ്. സ്വാതന്ത്ര്യദിനാഘോഷം എന്നതോടൊപ്പം ആലപ്പടിയിലെ ജ്ഞാനദീപം വായനശാലയുടെ പിറന്നാളുകൂടിയല്ലേ. പരിപാടികളൊക്കെ ചാർട്ട് ചെയ്ത് കഴിഞ്ഞിരിക്കുന്നു. പതാക ഉയർത്തലും ദേശീയഗാനാലാപനവും ആദ്യമുണ്ടാകും. അതിനുശേഷം ഓട്ടം, ചാട്ടം, മിഠായി പെറുക്കൽ, കവിതാപാരായണം, നാടൻപാട്ട് ചൊല്ലൽ എന്നിങ്ങനെ നിരവധി പരിപാടികളും. വൈകീട്ട് ഒരു നാടകവുമുണ്ട്. വായനശാല സെക്രട്ടറി ശിവൻ ഇതൊക്കെ ആലോചിച്ചു കൊണ്ടിരിക്കുമ്പോഴാണ് പ്ലാവിങ്കൽ വർഗീസ് അങ്ങോട്ടു കടന്നു വന്നത് . കൈയ്യിലിരുന്ന ടോർച്ച് അയാൾ കെടുത്തി.

“അല്ലാ, ശിവാ മീറ്റിംങ്ങിന് കമ്മറ്റി അംഗങ്ങളൊന്നും വന്നിട്ടില്ലല്ലോ, സമയം ഏഴുമണി കഴിഞ്ഞിരിക്കുന്നു.” വർഗ്ഗീസ് പറഞ്ഞു.

“അവരിവിടെയൊക്കെയുണ്ട്. നമ്മുടെ കൃഷിവകുപ്പിലുണ്ടായിരുന്ന നാരായണേട്ടന്റെ മകൻ അമലിനെ കാണാനില്ലാന്ന്. മൊബൈലിൽ വിളിച്ചപ്പോൾ സ്വിച്ചോഫ്, അവരൊക്കെ നാരായണേട്ടന്റെ വീട് വരെ പോയേക്കാണ്. വർഗീസ് ഇരിക്ക്.” ശിവൻ സംഭവം ചുരുക്കി അവതരിപ്പിച്ചു.

“ഇപ്പൊഴെത്തെ പിള്ളരെല്ലേന്ന്. അവരേതെങ്കിലും കൂട്ടുകാരുടെ വീട്ടിൽ കൂടുന്നുണ്ടാകും. മൊബൈയിലിന്റെയൊക്കെ ചാർജ് തീർന്നിട്ടുണ്ടാകും.”

വർഗീസിന് ഇപ്പോഴത്തെ പിള്ളേരുടെ സ്വഭാവമൊക്കെ ശരിയായി

അറിയാമെന്ന ഭാവമാണ്. അയാൾ പോളിടെക്നിക്കിലെ അദ്ധ്യാപകനാണല്ലോ. ശിവൻ ഓർത്തു.

ശിവൻ മേശ തുറന്ന് മിനിട്ട്സ് ബുക്ക് എടുത്തു. ജില്ലാ ലൈബ്രറി സെക്രട്ടറിക്ക് കത്തെഴുതുന്ന കാര്യം അപ്പൊഴാണ് ശിവൻ ഓർമ്മിച്ചത്. ആ, ഇനി നാളെത്തെ തെരക്ക് കഴിഞ്ഞാവാം. മേശപ്പുറത്ത് ചിതറിക്കിടക്കുന്ന പത്രമെടുത്ത് അയാൾ അലമാരയിൽ വെച്ചു.

ഈ സമയത്താണ് അമലിന്റെ വീട്ടിൽ പോയ ശ്രീജിത്തും സുധാകരൻ ചേട്ടനും മറ്റുള്ളവരുമെല്ലാം അവിടെയെത്തിച്ചേർന്നത്.

"എന്തായി, നിങ്ങൾ പോയിട്ട് " ശിവൻ ചോദിച്ചു

"എന്ത് പറയാനാ ചേട്ടാ, ആ പഹയൻ എവിടേന്ന് ഒരു പിടുത്തോംമില്ല. അവന്റെ കൂട്ടുകാരനായ സുധിഷിന്റെ മൊബൈലും സ്വിച്ച് ഓഫ്." ശ്രീജിത്ത് വളരെ വിഷമിച്ചാ ഇതു പറഞ്ഞത്. സുധീഷ് നാളെത്തെ വൈകുന്നേരത്തെ നാടകത്തിലെ ഒരു പ്രധാന കഥാപാത്രമാണ്. ഒരു നാടകം ചെയ്യാനൊക്കെ എന്തുബുദ്ധിമുട്ടാണെന്ന് ശ്രീജിത്തിന് നന്നായി അറിയാം. താനായിട്ടാണ് സുധീഷിനെ നാടകത്തിലേക്ക് എടുക്കാൻ സംവിധായകൻ തീരുമാനിച്ചത്. ഇനി സംവിധായകന്റെ അടുത്ത് എന്തു പറയുമെന്നാണ് ശ്രീജിത്ത് ഓർത്തത്.

"നമുക്ക് മീറ്റിംങ്ങ് തുടങ്ങാം. എല്ലാ വർഷവും നമ്മൾ സ്വാതന്ത്ര്യദിനം വളരെ കേമമായിട്ടാണ് നടത്തികൊണ്ടുപോകുന്നത്. ഈ വർഷത്തെ ദിനാഘോഷത്തിന് വളരെ പ്രസക്തിയുണ്ട്. ബ്രിട്ടീഷുകാരിൽ നിന്നും സ്വാതന്ത്ര്യം ലഭിച്ചിട്ട് വർഷങ്ങൾ കഴിഞ്ഞെങ്കിലും നമ്മൾ ഇപ്പോഴും മത ജാതി വ്യവസ്ഥയിലും മുതലാളിത്തത്തിന്റെ ചൂഷണത്തിലുമാണ്. പുതിയ കേന്ദ്രഗവൺമെന്റിന്റെ നയങ്ങളാകട്ടെ ഇതിനൊക്കെ വളം വച്ചുകൊടുക്കുന്നതുമാണ്. അതിനാൽ കേവലം കലാപരിപാടികൾ മാത്രം നടത്താതെ ആശയപ്രചരണത്തിനുള്ള ഒരു ദിനമായിട്ടും കൂടിയാണ് നമ്മളിതിനെ കാണുന്നത്.1948 ആഗസ്ത് 15 നാണ് ഈ ജ്ഞാനദീപം വായനശാല തുടങ്ങിയത് . സ്വാതന്ത്ര്യത്തിന്റെ നാളുങ്ങൾ കാത്തുസൂക്ഷിക്കുക എന്ന ലക്ഷ്യത്തോടെയാണ് നമ്മുടെ നാട്ടിലെ മുൻഗാമികൾ ഇതു തുടങ്ങിയത്. ഈ ചരിത്രമൊക്കെ നിങ്ങൾക്കറിയാവുന്നതായിരിക്കും. ഞാനൊന്നു ഓർമ്മിപ്പിച്ചെന്നേയുള്ളൂ.ഏതായാലും പരമാവധി ജനങ്ങളെ പങ്കെടുപ്പിക്കുവാൻ നമ്മൾ ശ്രമിക്കേണ്ടതാണ്. നിങ്ങളുടെ അഭിപ്രായങ്ങൾ ഇനി പറയൂ". ശിവൻ പറഞ്ഞു നിർത്തി .

സ്പോർട്ട്സിന്റെ ചുമതലയുള്ള സുധാകരൻ പറഞ്ഞു തുടങ്ങി.

"നാളെ രാവിലെ തന്നെ നമ്മുടെ റിലേ നടക്കും. തൃക്കല്ലൂർ കുന്ന് ഗ്രൗണ്ടിൽ നിന്നും ഊഴം ജംഗ്ഷൻ വരെയാണ് ഓട്ടം. ഈ റിലേ മത്സരം രാവിലെ 7 മണിക്ക് തന്നെ ആരംഭിക്കും. ഓട്ടക്കാരുടെ പിന്നാലെ നമ്മുടെ പ്രചരണ വാഹനം ഉണ്ടായിരിക്കും. പിന്നീട് വായനാശാലയ്ക്കു മുമ്പിൽ, ഏകദേശം 10 മണിക്ക് ശേഷം മറ്റു കായിക പരിപാടികൾ നടക്കും

ശിവന് ഈ അഭിപ്രായം നല്ലതാണെന്നു തോന്നി. അടുത്തുള്ള പ്രദേശങ്ങളിൽ നിന്ന് ആലപ്പടിയിലേക്ക് ആളുകൾ പരിപാടി കാണാൻ വരും. ഇത്തരത്തിലുള്ള ഒരു പ്രചരണ വണ്ടി റിലേ ഓട്ടക്കാരുടെ പിന്നാലെ പോയാൽ നല്ലതാണ്. വൈകിട്ടെത്തെ നാടകത്തിന് ആളുകൾ കൂടും.

"ഉച്ച കഴിഞ്ഞുള്ള കലാപരിപാടികളൊക്കെ സെറ്റായിട്ടുണ്ട്. അതൊന്നും പേടിക്കേണ്ടാ. തടസ്സമില്ലാതെ പോയിക്കൊണ്ടിരിക്കും." ശ്രീജിത്ത് പറഞ്ഞാൽ പിന്നെ സംശയം വേണ്ടായെന്ന് അവിടെയുള്ളവർക്ക് തോന്നി.

"എന്നാ, ഇനി പ്രത്യേകിച്ചൊന്നുമില്ലെങ്കീ, നമുക്കു പിരിയാലേ!" ശിവന്റെ ഈ പറച്ചിലിനു മുമ്പേ ആളുകൾ എണീറ്റു തുടങ്ങി. "ഏതായാലും നാളത്ത പരിപാടി ഉഷാറാകുമെന്ന് വർഗീസ്മാഷ് ശിവനോട് പറഞ്ഞു."

വായനശാലയിൽ നിന്ന് എല്ലാവരും പോയിട്ടും ശിവൻ അവിടെ തന്നെ ഇരുന്നു. പുതിയതായിട്ട് വന്ന ഒരു പാട് പുസ്തകങ്ങൾ മൂലയ്ക്ക് ഒരു വശത്ത് അട്ടിയായിട്ട് വച്ചിട്ടുണ്ട്. കഴിഞ്ഞ ദിവസങ്ങളിലായിട്ട് നാട്ടിൽ ഒരുപാട് തിരക്കുണ്ടായിരുന്നു. വാർഡ് മെമ്പർ കൂടിയായ ശിവൻ നാട്ടിൽ അറിയപ്പെടുന്ന ഒരു സഖാവാണ്. പഞ്ചായത്തിൽ കുടിവെള്ള പദ്ധതിക്കുവേണ്ടിയുള്ള ഒരു പ്രോജക്റ്റിന്റെ വർക്ക് നടക്കുന്നുണ്ട്. തുടക്കമായതിനാൽ അതിന്റെയൊപ്പമാണ് കഴിഞ്ഞ കുറച്ചു ദിവസങ്ങളായി ശിവൻ. ഫാത്തിമയാണ് പുസ്തകങ്ങൾ വായനശാലയിൽ വരുന്നവർക്ക് എടുത്ത് കൊടുക്കുന്നത്. ബി.എ. ചരിത്രം പാസായി കഴിഞ്ഞ ഫാത്തിമ പുസ്തകങ്ങളെ വളരെയധികം സ്നേഹിക്കുന്നുണ്ട്. വായനശാലയിലെ ഈ സേവനത്തിന് ഫാത്തിമയ്ക്ക് ചെറിയൊരു തുക കിട്ടുന്നുണ്ട്.

പുസ്തകങ്ങളിൽ ആദ്യം വന്നതൊക്കെ ലിസ്റ്റിൽ കയറ്റി, ശിവൻ, മറ്റു കണക്കുകളൊക്കെ ശരിയാക്കി തുടങ്ങി. കണക്കുകളൊക്കെ കൃത്യമായി ശരിയാക്കി കൊടുത്താൽ മാത്രമേ ലൈബ്രറി ഫണ്ട് കിട്ടു

കയുള്ളൂ. ഫാത്തിമ കണക്കിന്റെ കാര്യത്തിൽ പുറകിലാണ്. അതെന്റെ ജോലി തന്നെയാണ്. ബുക്ക് ഇഷ്യു ചെയ്യുണ റജിസ്ട്രർ എടുത്ത് ശിവൻ പരിശോധന തുടങ്ങി. ദിവസേന ഇരുപതോളം പേർ മാത്രമാണ് ഇപ്പോൾ വായനശാലയിൽ വന്ന് ബുക്കെടുത്തോ ണ്ടിരിക്കുന്നത്. ബുക്കെടുത്തിട്ടും മാസങ്ങളായി റിട്ടേൺ ചെയ്യാത്തവർ ആരൊക്കെയുണ്ടെന്ന് ശിവൻ പരിശോധിച്ചു. വടക്കേയില്ലത്തെ ഹരികൃഷ്ണൻ, സുധാമണി ടീച്ചർ, സുനിൽകുമാർ എന്നിങ്ങനെ മൂന്നുപേർ ഒരു മാസത്തിൽ അധികമായി പുസ്തകം കൊണ്ടുപോയിട്ട്. നാളെ കാണുകയാണെങ്കിൽ ചോദിക്കാമെന്ന് ശിവൻ മനസ്സിൽ കരുതി. ഇല്ലെങ്കിൽ മൊബൈലിൽ വിളിക്കാം.

സമയം പത്തുമണിയായിരിക്കും ആലപ്പടി ജംഗ്ഷനിലെ അവസാനത്തെ കടയും അടച്ചിരിക്കുന്നു. മോഹനൻ ചേട്ടൻ ഫ്രൂട്ട്സ് കട അടച്ചു പോകുന്നു.

“എന്തായി, ശിവാ പോകാറായില്ലേ? നാളെത്തെ പരിപാടി നമുക്കങ്ങ് തകർക്കണോട്ടോ.”

മോഹനേട്ടൻ സ്വതേ എപ്പോഴും പുഞ്ചിരിച്ചുകൊണ്ടേ സംസാരിക്കാറുള്ളൂ. രാത്രിയൊക്കെ മോഹനേട്ടനു എപ്പോഴും ഒരു കൂട്ടാ. ഒറ്റയ്ക്ക് ഏതാണ്ട് ഒരു കിലോ മീറ്റർ നടന്നാലേ മോഹനേട്ടന്റെ വീട്ടിലെത്തു. കക്ഷി ഒരു ടോർച്ചുപോലുമില്ലാതെ ഇങ്ങനെ ഇരുട്ടിലൂടെ ഒറ്റയ്ക്ക് നടന്നു പോകും. ഒരു പേടിയുമില്ലാ. അല്ലാ, ഇപ്പോ എന്തിനാ പേടിക്കുന്നേയെന്ന് ശിവൻ ഓർത്തു.

പണ്ട് മോഹനേട്ടനും നാരായണേട്ടനും വർഗ്ഗീസും ഞാനുമെല്ലാം രാത്രിയിൽ പള്ളിപെരുന്നാളിനും ഉത്സവത്തിനുമെല്ലാം പോയിരുന്നു. രാത്രിയുടെ സൗന്ദര്യം അന്നാണ് ഞങ്ങൾ അനുഭവിച്ചത്. വൈകിട്ടത്തെ ഭക്ഷണം കഴിഞ്ഞ് ചെങ്ങനാട്ടമ്പലത്തിലേക്ക് നടന്നത് ഓർമ്മ വരുന്നു. ഉത്സവം കഴിഞ്ഞു വരുമ്പോൾ വഴിയിൽ കാണുന്ന സിനിമാപോസ്റ്ററിന്റെ കുറച്ചു ഭാഗം കീറുമ്പോൾ അതിനു താഴെ ഒട്ടിച്ചിരുന്ന പല പോസ്റ്ററിന്റെയും കീറിയ ഭാഗത്തെ പോസ്റ്റർ തെളിഞ്ഞു വരും. ഇങ്ങനെ പോസ്റ്ററിന്റെ പലഭാഗങ്ങൾ കീറുമ്പോൾ അതിനു താഴെ ഒട്ടിച്ചിരുന്ന പല പോസ്റ്ററിന്റെയും കീറിയ ഭാഗത്തെ പോസ്റ്റർ പ്രത്യക്ഷപ്പെടും. ഇങ്ങനെ ഒരു പോസ്റ്റർ കൊള്ള നടത്തിയാണ് ഞങ്ങൾ വരാറുള്ളത്. രാത്രിയിൽ ആകാശം നോക്കിയുള്ള യാത്ര, നക്ഷത്രങ്ങളുടെ യാത്രകളെ പിന്തുടരുക, നെൽപാടങ്ങളിലെ രാത്രിശബ്ദങ്ങളെ കാതോർക്കുക, ഇങ്ങനെ എന്തെല്ലാം. വായനശാല പൂട്ടി വീട്ടി

ലേക്കു നടക്കുമ്പോൾ ശിവൻ ഇതെല്ലാമാണ് ഓർത്തത്. നാരായണേട്ടനാണ് ബീഡി വലിക്കാൻ ആദ്യമായി പഠിപ്പിച്ചത്. ഒരു കെട്ട് കാജാ ബീഡി വാങ്ങിക്കും. തിരിച്ചു നടക്കുമ്പോൾ അതും വലിച്ചുള്ള യാത്രയാണ്. നാരായണേട്ടൻ വലിച്ചു വിട്ട പുക ചുരുളുകൾ ഇപ്പോഴും ആകാശത്തിൽ തങ്ങി നിൽക്കുന്നുണ്ടാകും. നാരായണേട്ടന്റെ മകൻ അമലിനെയല്ലേ കാണാനില്ലായെന്ന് പിള്ളേർ പറഞ്ഞത്? എന്നാലും ആരോടും ഒന്നും പറയാതെ അവൻ എവിടെ പോകാനാണ്?

2
ഒരു പഴയപ്രണയകഥ

നിന്റെ കരളിൻ തെളിച്ചം - തന്നെ
എന്റെ പകലിൻ വെളിച്ചം

- വൈലോപ്പിള്ളി

ശിവൻ വീട്ടിലേക്ക് കയറിചെന്നപ്പോൾ തന്നെ മീനാക്ഷി കലഹിച്ചുതുടങ്ങി. "നേരാം കാലത്തൊന്നുമൊന്നും ഭക്ഷണം കഴിക്കാണ്ടിങ്ങനെ നടന്നോ. ഞാനെത്രയായി പറയുന്നു സമയത്ത് ഭക്ഷണം കഴിക്കണോന്ന്. ഷുഗറിന്റെ മരുന്നും കഴിക്കണോണ്ടാവോ. ആർക്കറിയാം".

അവളുടെ കലഹം ദിവസത്തിൽ ഒരു തവണയെങ്കിലുമുണ്ടാകും. അതിപ്പോളെനിക്കൊരു ശീലമായി. ഈ രാഷ്ട്രീയപ്രവർത്തനത്തിനിറങ്ങിയാൽ സ്വന്തം ശരീരം നോക്കാനൊന്നും സമയം കാണില്ലാന്നു അവൾക്കറിയാം. ആരെങ്കിലും ഒക്കെ പറഞ്ഞില്ലെങ്കിൽ, അന്വേഷിച്ചില്ലെങ്കിൽ നമ്മൾടെ അവസ്ഥ എന്താവും?

"വന്ന് ഭക്ഷണം കഴിക്ക്."

മീനാക്ഷി ഭക്ഷണം കൊണ്ടുവന്ന് മേശപ്പുറത്തുവച്ചു. ഞാൻ കൈകഴുകിചെന്ന് കസേരയിലിരുന്നു. ഭക്ഷണമെടുത്ത് കഴിക്കാൻ തുടങ്ങി.

"സ്വാതന്ത്ര്യദിനപരിപാടികളൊക്കെ അറേഞ്ച് ചെയ്തോ"? മീനാക്ഷി ചോദിച്ചു.

"ആ, ചെയ്തു. രാവിലെ റിലേ ഓട്ടമത്സരം ആരംഭിക്കും."

"ഞാൻ, രാവിലെ സ്കൂളിൽ പോകും കേട്ടോ. അടുത്തുള്ള അദ്ധ്യാപകരും കുട്ടികളും വരും".

പതിവുപോലെ പതാക ഉയർത്തലും മിഠായി വിതരണവും നടത്തണം.

"ആകട്ടെ. ഉച്ച കഴിഞ്ഞ് നീ വായനശാലയിലേക്ക് വാ."

ഊണു കഴിഞ്ഞ് ഞാൻ വരാന്തയിലെ കസേരയിലിരുന്നു.

"മഹേഷ് വിളിച്ചിരുന്നു. അവന് ഫെല്ലോഷിപ്പ് ലഭിച്ചെന്ന്, പഠനത്തിനുള്ള പണം ഇനി അതിലൂടെ കിട്ടുമെന്നാണ് അവൻ പറയുന്നത്".

ഞാൻ കേൾക്കെ ഉച്ചത്തിൽ അടുക്കളയിൽ നിന്ന് മീനാക്ഷി വിളിച്ചു പറഞ്ഞു.

മഹേഷിന്റെ കാര്യത്തിൽ എനിക്കു പേടിയൊന്നും തോന്നിയിട്ടില്ല. പക്ഷേ പ്രകാശിന്റെ കാര്യമോർക്കുമ്പോഴാ. എം.എ പഠനമൊക്കെയെടുത്ത് ജേർണലിസം കഴിഞ്ഞ് ഇരിക്കാണ്. ഓരോ ഇന്റർവ്യൂവിനും അവൻ പോകുന്നുണ്ട്. എല്ലാം ശരിയാകും. ഓരോന്നോർത്ത് എണീറ്റ് ഉറങ്ങാനായി ബെഡ്റൂമിലേക്ക് കടന്നു.

അടുക്കളയിൽ നിന്ന് പാത്രങ്ങളുടെ ശബ്ദം കേൾക്കുന്നുണ്ട്. സഹായിക്കാമെന്ന് പറഞ്ഞാലും അവളെന്നെക്കൊണ്ട് ഒന്നും ചെയ്യിക്കില്ല. ഞാൻ പാത്രം കഴുകിയെന്നുവെച്ച് ലോകമങ്ങ് നശിച്ചുപോകുമോ?

അവൾ ഗുളികയും ഒരു ഗ്ലാസ് വെള്ളവും എടുത്ത് മേശമേൽ വെച്ച് വീണ്ടും അടുക്കളയിലേക്ക് പോയി. ശിവൻ ഗുളിക കഴിച്ച് ഉറങ്ങാൻ കിടന്നു. അടുക്കളയിൽ നിന്നുള്ള പാത്രത്തിന്റെ കലമ്പൽ കൂടികൂടി വന്നു.

സ്കൂളിൽ കുട്ടികൾ ഹാളിലിരുന്ന് പാത്രങ്ങളിട്ട് കൊട്ടിക്കൊണ്ടിരിക്കുകയാണ്. ഉച്ചകഞ്ഞി ഇതുവരെ എത്താത്തതിന്റെ പ്രതിഷേധമാണ്. പ്രതിഷേധമെന്നു പറയണമെന്നില്ല. ഇതു കുട്ടികളുടെ ഒരു കലാപരിപാടിയല്ലേ. വിളമ്പുന്ന ടീമിൽ ഞാനുണ്ട്. എല്ലാവർക്കും വിളമ്പികൊടുത്തതിനുശേഷം മാത്രമേ ഞാൻ കഞ്ഞി എടുക്കുകയുള്ളൂ.

കഞ്ഞിവെളമ്പുന്നതിനിടയിലാണ് മീനാക്ഷിയെ ഞാൻ കാണുന്നത്. ഇവളെന്താ ഈ പെമ്പിള്ളാരുടെയൊപ്പം ഇവിടെ ഇരിക്കുന്നത്. കടമ്പനാട്ടുതറവാട്ടിലെ പെണ്ണായിവൾ എന്ന് ഇന്നലെയും മോഹനേട്ടൻ എന്നോട് പറഞ്ഞിരുന്നല്ലോ. മോഹനേട്ടൻ തോറ്റുതോറ്റ് ഇപ്പോഴും പത്താം ക്ലാസിൽ എന്റെ ബാച്ചിൽ തന്നെയാണ്.

താനവളുടെ മുഖത്തു നോക്കിക്കൊണ്ട് കഞ്ഞിപാത്രം പിടിച്ച് നില്പാണ്.

"കഞ്ഞി ഇങ്ങട് ഒഴിക്കെടാ ചെക്കാ" അവൾ പറഞ്ഞു. ഇവളെന്താ പട്ടിണി കിടക്കുവാണോയെന്ന മട്ടിൽ ഞാൻ കഞ്ഞി ഒഴിച്ചുകൊടുത്തു. അവളത് വളരെ സ്വാദോടെ, ചൂടുമൊന്നുമറിയാതെ കഴിക്ക്യാണ്.

അവളുടെ കൂട്ടുകാരിയാണ്, പിന്നെ പറഞ്ഞത്, "കുറച്ചു നാളായി

ട്ടുള്ള അവൾടെ, ഒരാശയാണ് സ്കൂളിലെ ഉച്ചകഞ്ഞി കഴിക്കണമെന്ന്".

അവൾടെ തറവാട്ടിൽ അറിഞ്ഞാൽ പുകിലാകുമെന്ന് ഞാൻ ഊഹിച്ചു. മീനാക്ഷി സ്കൂൾ വിട്ടു പോകുമ്പോൾ അവളെ ഞാൻ ഭീക്ഷണിപ്പെടുത്തി.

"ഉച്ചകഞ്ഞി കഴിച്ചത് ഞാൻ നിന്റെ വീട്ടിൽ പറയും."

"അതിന് നിനക്കെന്റെ വീട്ടിൽ വരാൻ പറ്റില്ലല്ലോ. അവടെ ഗെയ്റ്റും പട്ടിയുമൊക്കെയുണ്ട്."

"നിന്റെ ഒരമ്മാവനുണ്ടല്ലോ. മാധവനുണ്ണി. അയാൾ എപ്പോഴും എന്റെ വീടിനടുത്തുള്ള മലഞ്ചരക്ക് കടയിൽ വരാറുണ്ടല്ലോ. നിന്റെ വീട്ടിൽ ഒരുപാട് ജാതിക്കായില്ലേ? ഞാൻ അങ്ങേര് വരുമ്പോൾ പറയും."

ഈ തവണ അവൾ ഒന്നു കിടുങ്ങി. അവൾ ചുറ്റുപാടും ഒന്നു നോക്കിയിട്ട് പറഞ്ഞു.

"ചേട്ടാ, അമ്മാവനോട് പറയല്ലേ. അമ്മാവൻ എന്നെ വഴക്കുപറയും. വീട്ടിൽ പറയും. അമ്മ എന്നെ തല്ലും."

"അങ്ങനെ വഴിക്കുവാ, നിനക്ക് ചെറിയൊരു ഹുങ്കുണ്ടല്ലോ. അതങ്ങട് കളയ്. കടമ്പനാട്ടു തറവാടെന്നും പറഞ്ഞ് ഞെളിയണ്ടാ."

പത്താം ക്ലാസു ജയിച്ച് ഡിഗ്രിവരെ പോയി. സമരങ്ങളിൽപെട്ട് ഞാൻ പഠിപ്പുനിർത്തി. വിദ്യാർത്ഥി രാഷ്ട്രീയത്തിലുള്ള എന്റെ കഴിവ് മനസ്സിലാക്കി പാർട്ടി കൂടെ കൂട്ടി നാട്ടിലെ സാമൂഹ്യപ്രവർത്തനങ്ങളിലൊക്കെ ഇടപെട്ടു ജീവിച്ചു. പിന്നീട് കുറച്ചു വർഷങ്ങൾ കഴിഞ്ഞാണ് മീനാക്ഷിയെ കാണുന്നത്. അവൾ നാട്ടിലെ ഒരു എയ്ഡഡ് സ്കൂളിൽ ടീച്ചറായി. ടി.ടി.സി. പഠിച്ച് ജയിച്ചപ്പോൾ തറവാട്ടുകാര് ജോലി വാങ്ങികൊടുത്തു. സ്കൂളിൽ ഒരു കണ്ണുപരിശോധന ക്യാമ്പ് നടത്തുവാൻ അനുവാദം ചോദിക്കാൻ ചെന്നപ്പോഴാണ് കണ്ടത്.

"ശിവൻചേട്ടാ, എന്നെ മനസ്സിലായില്ലേ. കഞ്ഞി കുടിക്കാൻ വന്ന...."

ഒരു ചിരിയോടെ തലയാട്ടിക്കൊണ്ട് ഞാൻ പരിചയം കാട്ടി. തുടർന്ന് പല സ്ഥലങ്ങളിലും വെച്ച് കണ്ടു സംസാരിച്ചു. അതിനിടയിൽ ഞാൻ പഞ്ചായത്ത് തെരഞ്ഞെടുപ്പിൽ മത്സരിച്ചു. വാർഡ് മെമ്പറായി.

തൃക്കല്ലൂർ കുന്നിലെ ആളുകൾ പൊതുവെ കൃഷിക്കാരായിരുന്നു. അവർക്ക് പ്രധാനമായും വേണ്ടിയിരുന്നത് വെള്ളമായിരുന്നു. വെള്ളമെത്തിക്കുവാനുള്ള കനാലുകളും തോടുകളുമെല്ലാം നന്നാക്കുക, അതെല്ലാം നോക്കാൻ സ്ഥിരം ആളെ ഏർപ്പാട് ചെയ്യുക, വെള്ളം പമ്പ് ചെയ്യാനാവശ്യമായ മറ്റു സാമഗ്രികൾ വാങ്ങുക എന്നിങ്ങനെ തെരക്ക് പിടിച്ച് പണികൾ നടന്നുകൊണ്ടിരിക്കുന്ന സമയത്ത് മോഹനേട്ടനാ

ണ് പറഞ്ഞത്, മീനാക്ഷി എന്നെകാണാൻ വേണ്ടി വായനശാലയിൽ വന്നിട്ടുണ്ടെന്ന്.

വായനശാലയുടെ അടുത്ത് വെച്ച് മീനാക്ഷിയെ ഞാൻ കണ്ടു. മീനാക്ഷി എന്നെ കണ്ടു. ഞാൻ മീനാക്ഷിയെ കണ്ടു. ഞങ്ങൾ കണ്ടറിഞ്ഞു. മീനാക്ഷി പറഞ്ഞു.

“വീട്ടുകാർ എന്റെ കല്ല്യാണാലോചന നടത്തിക്കൊണ്ടിരിക്കുന്നു. ഞാനെന്താ ചെയ്യേണ്ടത്”?

ചോദ്യത്തിന്റെ അർത്ഥം ആദ്യം എനിക്കു പിടികിട്ടിയില്ല. ചോദ്യത്തിന്റെ അർത്ഥം ഇപ്പോൾ എനിക്കു മനസ്സിലായി.

അടുക്കളയിൽ നിന്നുള്ള പാത്രത്തിന്റെ ശബ്ദം കുറഞ്ഞുകുറഞ്ഞു വരുന്നു. എവിടെ നിന്നോ ഒരു തണുത്ത കാറ്റ് കടന്നു വരുന്നുണ്ട്. അയാൾ ഉറങ്ങാനായി കണ്ണടച്ചു.

നാളെ സ്വാതന്ത്ര്യദിനമാണ്

രാവിലെ എണീക്കണം.

ഒരു പാട് കാര്യങ്ങൾ ചെയ്യാനുണ്ട്.

3
സ്വാതന്ത്ര്യദിനം

സ്വാതന്ത്ര്യലബ്ധിയെക്കാളും സുഖദമാ-
യേതുള്ളൂ ലോകത്തിലെന്ന സത്യം
-വെണ്ണിക്കുളം ഗോപാലക്കുറുപ്പ്

രാവിലെ അഞ്ചുമണിക്കു മുമ്പേ ഞാൻ എണീറ്റു. അതങ്ങനെയാണ് ഒരു കാര്യം ആലോച്ചിച്ചു കിടന്നാൽ വെളുപ്പിന് നമ്മൾ സെറ്റ് ചെയ്ത സമയത്ത് തന്നെ ഉണരും. തണുത്ത കാറ്റ് ഇപ്പോഴും കടന്നുവരുന്നുണ്ട്. ജനാലയിലൂടെ പുറത്തേക്ക് നോക്കി. എന്തൊരു ഇരുട്ട്. കട്ടപിടിച്ച ഇരുട്ട്. ആറുമണിയോടെയാണല്ലോ വെളിച്ചം വന്നു തുടങ്ങുന്നത്. വെളിച്ചം വരട്ടെ.

ഞാൻ മുറിയിലെ പുസ്തക അലമാരയിൽ നിന്ന് കുറച്ചു പുസ്തകങ്ങളെടുത്തു. വായന കൈയ്യിൽ നിന്ന് വിട്ടുപോയിരിക്കുന്നു. ഒട്ടും സമയം കിട്ടുന്നില്ല. വായനശാലയിൽ എല്ലാ ദിവസവും പോകുന്നുണ്ടെങ്കിലും പത്രങ്ങളും ആനുകാലികങ്ങളും മാത്രമേ വായിക്കാറുള്ളൂ. നോവലുകളും കഥകളും മറ്റു പഠനങ്ങളുമെല്ലാം വാങ്ങിക്കൂട്ടുന്നുണ്ട്. പുസ്തകങ്ങൾ കാണുമ്പോൾ വാങ്ങും. വായിക്കാമെന്നു വിച്ചാരിക്കും. പ്രകാശ് എം.എ മലയാളത്തിന് പഠിച്ചപ്പോൾ ഇവിടെത്തെ പുസ്തകങ്ങൾക്ക് ഒരു അനക്കമുണ്ടായിരുന്നു. ഇപ്പോൾ വീണ്ടും പുസ്തകങ്ങൾ വായനക്കാരനെ കാത്ത് ഇങ്ങനെ ഇരിക്കുന്നു. പുസ്തകങ്ങൾ അവരുടെ വായനക്കാരനെ കാത്ത് ഇങ്ങനെ ഇരിക്കുന്നതുപോലെ ആരുമീ ലോകത്ത് ഇരിക്കാറില്ല. ഇന്നല്ലെങ്കിൽ നാളെ ആരെങ്കിലും വരുമെന്ന പ്രതീക്ഷയിൽ പുസ്തകങ്ങളും.

ഓരോ പുസ്തകങ്ങളെടുത്ത് കണ്ണോടിച്ചുകൊണ്ടിരുന്നു. സമയം ആറ് മണി കഴിഞ്ഞല്ലോ. ഞാൻ ജനലിന്റെ കർട്ടൻ മാറ്റിയിട്ടു. ഇരുട്ട് തന്നെ. അതേ കൂരിരുട്ട്. രാത്രിയുടെ നീളം ഇന്നു കൂടി കാണുമായിരിക്കും . മഴക്കാറുള്ള ദിവസം വെളുക്കാൻ കുടുതൽ സമയമെടുക്കുമ

ല്ലോ,

മീനാക്ഷി ചായയുമായി വന്നു. പത്രം വന്നിട്ടുണ്ടാകും. വാതിൽ തുറന്നു. വരാന്തയിൽ പത്രമൊന്നു കാണുന്നില്ലല്ലോ. സാധാരണ ആറുമണിക്കു മുമ്പു തന്നെ പത്രം വരാറുണ്ടല്ലോ. പത്രക്കാരൻ പയ്യൻ അവന്റെ ജോലിയിൽ വളരെ ആത്മാർത്ഥത കാണിക്കുന്നവനാണ്. അവനെന്താണിന്നു പറ്റിയത്. വരാന്തയിലിരുന്നു ഞാൻ ചായ കുടിച്ചു. ഇരുട്ട് കൂടിക്കൊണ്ടിരിക്കുകയാണോ? ഞാൻ മുറ്റത്തേക്കിറങ്ങി ആകാശത്തിലേക്ക് നോക്കി. ആകാശത്ത് ഒറ്റ നക്ഷത്രങ്ങളുമില്ല. അനന്തമായ ആകാശം, അനന്തമായ ഇരുട്ട്. വെളിച്ചത്തിന് കടന്നു വരാനാകാതെ ഇരുട്ട് വെളിച്ചത്തെ മറച്ചുപിടിച്ചുകൊണ്ട് നിൽക്കുന്നു. ഇരുട്ട് ഇന്ന് കൂരിരുട്ടാവുകയാണോ.

“ശിവൻ ചേട്ടാ, എന്തായിങ്ങനെ? എന്തായിത്ര ഇരുട്ട്. നേരം പുലരേണ്ട സമയം കഴിഞ്ഞല്ലോ” മീനാക്ഷിയുടെ ഈ ചോദ്യം കേട്ടപ്പോഴാണ് ഞാൻ ആകാശത്തു നിന്നെന്റെ കണ്ണെടുത്തത്.

“സമയമെന്തായി” ഞാൻ ചേദിച്ചു.

“ഏഴുമണി കഴിഞ്ഞു.”

ഇനി എന്താണ് പറയേണ്ടതെന്നറിയാതെ ഞാൻ കുഴങ്ങി. സൂര്യൻ ഉദിക്കാത്ത രാജ്യമോ? എന്താണിപ്പാൾ സംഭവിച്ചുകൊണ്ടിരിക്കുന്നത്. ആരോട് ചോദിക്കും പ്രകാശ് എണീറ്റില്ലേ ഇതുവരെ?

വർഗ്ഗീസിന്റെ വീട്ടിലേക്ക് നടന്നു. റോഡിലുള്ള ലൈറ്റുകൾ കത്തികൊണ്ടിരിക്കുന്നു. ഭാഗ്യം കെ.എസ്.ഇ. ബി ലൈററുകളെങ്കിലുമുണ്ടല്ലോ. വർഗീസ്, വീടിന്റെ മുറ്റത്ത് തന്നെ നിൽക്കുന്നു. ഞാൻ ഗെയ്റ്റ് തുറന്നപ്പേൾ വർഗ്ഗീസ് എന്റെ നേരെ ടോർച്ചടിച്ചു.

“വർഗ്ഗീസേ, ഞാനാ”

“ശിവാ, ഇതെന്ത് അത്ദുതമാണ്

ഇതുവരെ നേരം പുലർന്നിട്ടില്ലല്ലോ

ലോകത്തിന് എന്തു സംഭവിച്ചു ശിവാ”

“അറിയില്ലാ, ഇങ്ങനെയെന്തെങ്കിലും എപ്പോഴെങ്കിലും ലോകത്ത് സംഭവിച്ചിട്ടുണ്ടോ വർഗ്ഗീസേ”.

“അറിയില്ല, നടക്കാത്തതല്ലേ ഒക്കെ നടക്കുന്നത്?”

വർഗ്ഗീസിന്റെ ഉമ്മ മേരിക്കുട്ടി ഇതുകേട്ട് പറഞ്ഞു.

അത് അവനാ. അന്തിക്രിസ്തു. അവൻ വരുന്നുണ്ട്. അവന്റെ വരവിൽ ലോകം മുഴുവൻ ഇരുട്ട് പടരും.മനുഷ്യരെ തമ്മിൽ വഴക്കുപിടിപ്പിക്കാൻ വന്ന വ്യാജമിശിഹയാണവൻ.,,

മേരിക്കുട്ടിയുമ്മ വിറച്ചു വിറച്ചാണിതു പറയുന്നത്. അവരുടെ ശ്വാസമിപ്പോൾ പോകുമെന്നു ശിവനു തോന്നി. വർഗ്ഗീസിന്റെ അപ്പൻ അതായത് മേരിക്കുട്ടിയുമ്മയുടെ ഭർത്താവ് പ്ലാക്കൽ തോമസ് ഇങ്ങനെ വെറച്ചു വെറച്ചാണ് ശ്വാസം പോയത്. ആ ഓർമ്മ ഇപ്പോഴും തന്റെയുള്ളിലുള്ളതു കൊണ്ട് ശിവന് വളരെയധികം പേടി തോന്നി. മേരിക്കുട്ടിയുമ്മയുടെ രണ്ടു കണ്ണുകളും മേലോട്ടു പോകുന്നു. എന്താണ് സംഭവിച്ചുകൊണ്ടിരിക്കുന്നത്.

"ഉമ്മാ, ഒന്നു അടങ്ങി അകത്തു കയറിക്കിടക്ക്", വർഗ്ഗീസ് ഉപദേശിച്ചു .

കാലാവസ്ഥയിലെ എന്തെങ്കിലും പ്രശ്നമായിരിക്കാം. ലോകത്ത് നമ്മൾ വിചാരിക്കുന്നതുപോലെയല്ലല്ലോ കാര്യങ്ങളൊക്കെ നടക്കുന്നത്. സുനാമി വന്നു, പ്രളയംവന്നു ,ഇനി എന്തൊക്കയാണോ വരാൻ പോകുന്നത്.

"ശരിയാ വർഗ്ഗീസേ നമ്മൾ കാണാത്തതൊക്കെയാണ് കാണുന്നത്. കേൾക്കാത്തതൊക്കെയും കേട്ടും തുടങ്ങുന്നു."

"ശിവൻ ഏതായാലും വീട്ടിലേക്ക് പോ, രാവിലെ ഒന്നു കഴിച്ചില്ലലോ. കാണാം. എനിക്കൊന്നു പള്ളി വരെ പോകാൻ തോന്നുന്നു".

ശിവൻ ഗെയ്റ്റ് കടന്നു പോകുന്നത് നോക്കി വർഗ്ഗീസ് നിന്നു. ഉമ്മയെ കസേരയിൽ നിന്നെഴുന്നേല്പിച്ച്, താങ്ങി നടത്തി കട്ടിലിലേക്ക് കിടത്താനായി കൊണ്ടുപോയി.

"അന്ത്യക്രിസ്തുവിന്റെ വരവായ്
ലോകത്തിനു അന്ത്യം കുറിക്കാൻ
ഇരുട്ടിന്റെ രാജാവാണവൻ
ഇരുട്ട് പരത്തി പടരുമവൻ,"

മേരിക്കുട്ടിയമ്മ ഇങ്ങനെ പറഞ്ഞുകൊണ്ടിരുന്നു. അവർ പിന്നെയും എന്തൊക്കെയോ പിറുപിറുത്തുകൊണ്ടിരുന്നു.

വർഗ്ഗീസ് അടുക്കളയിൽ വന്ന് ഒരു ഗ്ലാസ്സ് വെള്ളം കുടിച്ചു. ഭാര്യയും മോളും തറവാട്ടിൽ പോയേക്കുവാ. അവിടെ പെരുന്നാളാണ്. അവരും പേടിച്ചിരിക്കുവായിരിക്കും.എന്ത് ചെയ്യുവാനാണ്. ആരെ വിളിക്കാനാണ്. പേടിയാകുന്നുണ്ട്. വർഗ്ഗീസ് ഹാളിൽ വന്നിരുന്നു. അനുഗ്രഹം ചൊരിയുന്ന യേശുവിന്റെയും കുരിശിൽ കിടക്കുന്ന യേശുവിന്റെയും രണ്ടു ഫോട്ടോകൾ ഹാളിൽ തൂക്കിയിരിക്കുന്നുണ്ട്. അനുഗ്രഹം ചൊരിയുന്ന യേശുവിന്റെ ചിത്രത്തിനു സമീപം, താഴെയായി ലൈറ്റ് കത്തിക്കൊണ്ടിരിക്കുന്നുണ്ട്. അതിപ്പോൾ കെടുന്നു.കത്തുന്നു.

ദൈവമേ എന്താണീ കാണുന്നത്. വർഗ്ഗീസ് പേടിച്ച് കണ്ണടച്ചതും ഒരു വലിയ ശബ്ദത്തോടെ ആ നാളം പൊട്ടിത്തെറിച്ച് കെട്ടുപോയി.

അമ്മേയെന്ന ഒച്ച വർഗ്ഗീസിന്റെ തൊണ്ടയിൽ തങ്ങി നിന്നു. ശരീരത്തിലൂടെ എന്തോ ഒന്ന് ഇഴഞ്ഞ് ഇഴഞ്ഞ് പോകുന്നതുപോലെ. ശരീരമാസകലം ചൂടുപടരുന്നതുപേലെ

ബൾബ് പൊട്ടിയതിന്റെ ശബ്ദം ഇപ്പോഴും ചെവിയിൽ മുഴങ്ങുന്നു.ബൾബ് പൊട്ടിയതിന്റെ ചില്ലുകൾ മുറിയിലാകെ പരന്നിട്ടുണ്ടാകാം. സൂക്ഷിച്ച് സൂക്ഷിച്ച് വേണം നടക്കാൻ. വർഗ്ഗീസ് ശ്രദ്ധയോടെ ഹാളിൽ നിന്ന് ഉമ്മയുടെ മുറിയിലേക്ക് കടക്കാൻ ശ്രമിച്ചു. ഉമ്മ ഉറക്കത്തിലേക്ക് പോയെന്നു തോന്നി. ചെറിയ ശബ്ദങ്ങൾ കേട്ട് ഞെട്ടിയുണരുന്ന ഉമ്മയെന്തേ എണീറ്റില്ലാ. ഉമ്മാ ഈ സമയത്ത് ഉറങ്ങില്ലല്ലോ. എന്താണു സംഭവിച്ചു കൊണ്ടിരിക്കുന്നത്.

തലയ്ക്കാകെ തരിപ്പു തോന്നുന്നു.ആകെ കൂടി തകിടം മറിഞ്ഞാണല്ലോ കാര്യങ്ങൾ പോകുന്നത്. ഉമ്മ പറഞ്ഞപോലെ അന്തിക്രിസ്തുവിന്റെ വരവാണോ? പള്ളിയിലൊന്നു പോയാലോ. ഫാദർ സേവ്യർ പാറയ്ക്കലിനെ ഒന്നു കണ്ടാലോ ഏയ് വേണ്ട ഇതൊക്കെ അങ്ങേര്ടെ അടുത്ത് ചോദിക്കാനോ? എന്നാലും ഒന്നു പോയാലോ. പോകാം

വർഗ്ഗീസ് പള്ളിലേക്ക് പോകാനായി തയ്യാറായി.

4
അന്തിക്രിസ്തു

വിശ്വാസം ജീവിതത്തിന് ഒരു ഊന്നുവടിയാണ്.
വിജ്ഞാനം കൈവിളക്കും
വിളക്കുകെടുമ്പോൾ
വടി സർവ്വാലംബിയാവുന്നതു
സ്വാഭാവികമാണ്

–വി.ടി.ഭട്ടതിരിപ്പാട്

കറുത്ത ആകാശത്തിനു താഴെ അനുഗ്രഹം ചൊരിഞ്ഞുകൊണ്ട് പള്ളിയ്ക്കു മുമ്പിൽ യേശു നിൽക്കുന്നു. പള്ളിയുടെ പരിസരം നിശബ്ദമായതും ഇരുണ്ടതുമായി തോന്നി. അവിടെയവിടെ കുറച്ചുപേർ ഫാദറിനെ കാണുവാൻ നിൽക്കുന്നുണ്ട്. വർഗീസ് നേരെ ഫാദർ സേവ്യർ പാറയ്ക്കലിന്റെ മുറിയിലേക്ക് കടന്നുചെന്നു. വിശ്വാസികളോട് സംസാരിച്ചുകൊണ്ടിരുന്ന ഫാദർ വർഗീസിന്റെ പെട്ടെന്നുള്ള വരവിനെ കണ്ടു. ഏതാണ്ടെല്ലാവരും ഇങ്ങനെതന്നെയായിരിക്കും രാവിലെ മുതൽ വന്നുകൊണ്ടിരിക്കുന്നത്.

“ലോകാവസാനത്തിന്റെ സമയത്ത് വിശ്വാസികളെ വഴിതെറ്റിക്കാൻ യേശുദേവന്റെ രൂപത്തിൽ വരുന്ന കപട മിശിഹായാണ് മക്കളേ ഈ അന്തിക്രിസ്തു. അവന്റെ വരവിനെ കുറിച്ച് നമ്മുടെ പുസ്തകങ്ങളിൽ തന്നെ സൂചനയുണ്ട്”. ഫാദർ സേവ്യർ പാറയ്ക്കലിന്റെ ഈ വിശുദ്ധ വചനങ്ങൾ കേൾക്കാൻ ഒരിക്കൽപോലും പള്ളിയിൽ കയറാത്ത വിശ്വാസികളും അവിടെ വന്നിട്ടുണ്ടെന്ന് വർഗീസിന് തോന്നി. ശ്വാസം അടക്കിപിടിച്ച്, വലിയൊരു നിശബ്ദത സൃഷ്ടിച്ച് ഇരുട്ടിനെ കൂരിരുട്ടാക്കുന്ന മാന്ത്രികത സൃഷ്ടിക്കാൻ അവിടെ കൂടിയിരിക്കുന്ന വിശ്വാസികൾ ശ്രമിക്കുന്നതായി വർഗീസിന് തോന്നി.

“ലോകാവസാനത്തെകുറിച്ച് വിവരിക്കുന്ന പുതിയ നിയമത്തിന്റെ ഭാഗങ്ങളിലാണ്, ക്രിസ്തീയ വ്യാഖ്യാനങ്ങളിലാണ് കൂട്ടരേ ഇതു രേ

ഖപ്പെടുത്തിയിരിക്കുന്നത്."

ഫാദറിന്റെ ഈ വിവരണത്തിൽ കൂടിയിരിക്കുന്നവരെല്ലാം സംതൃപ്തരായി തലയാട്ടിക്കൊണ്ടിരുന്നുവെങ്കിലും ചിലർക്ക് ചില സംശയങ്ങൾ ഉണ്ടായിരുന്നു. അതവരവിടെ പങ്കുവച്ചു.

"പിതാവേ, മനുഷ്യരെല്ലാവരും മോശമാകുമ്പോഴല്ലേ അന്തിക്രിസ്തു വരുന്നത്. അതായത് ലോകാവസാനം ഉണ്ടാകുന്നത്. അതിന് നമ്മളൊന്നും അത്ര ക്രൂരന്മാരോ പിശാചുക്കളോ ആയി മാറിയിട്ടില്ലല്ലോ"? ഒരാൾ സംശയമുന്നയിച്ചു.

"ഫാദറിനെപോലെ എത്രയോ നല്ല അച്ചന്മാർ നമ്മുടെ പള്ളികളിൽ തന്നെയുണ്ട്. എന്നിട്ടും ഇങ്ങനെയൊക്കെ വരണോ"?മറ്റൊരാൾ സംശയമുന്നയിച്ചു.

ഇത്തരത്തിലുള്ള സംശയങ്ങളെ അധികം പ്രോത്സാഹിപ്പിക്കേണ്ട എന്നു കരുതി തന്നെയാവണം. അച്ചൻ ഉത്തരം പറഞ്ഞു തുടങ്ങി.

മക്കളെ, നമ്മളൊക്കെ പുണ്യപ്രവർത്തികൾ ചെയ്യുന്നവരാണ്. ഇവിടെ കൂടിയിരിക്കുന്ന ജോസഫും മിൽട്ടനും വർഗ്ഗീസും ഔസേപ്പ് മാപ്പിളയുമൊക്കെ നന്മയുടെയും കാരുണ്യത്തിന്റെയും രൂപങ്ങളാണെന്ന് നമുക്കാർക്കാണ് അറിയാൻ മേലാത്തത്? ഇവരൊക്കെ നന്മയുടെ പ്രതിരൂപങ്ങളാകുമ്പോൾ അന്തിക്രിസ്തു അങ്ങനെയല്ലാ, അവൻ തിന്മയുടെ പ്രതിരൂപമാണ്. അവനെകുറിച്ച് പുതിയനിയമത്തിലെ വെളിപാടു പുസ്തകം പതിമൂന്നാം അദ്ധ്യായത്തിൽ ഇങ്ങനെ പറയുന്നുണ്ട്. രണ്ടു ജന്തുക്കളെക്കുറിച്ച് ഇതിൽ പറയുന്നു. ഒന്ന്, കടലിൽ നിന്നു കയറിവരുന്ന ജന്തു, അതിന്റെ മരണവും ഉയിർപ്പും ദൈവികമായ ബഹുമാനം അവകാശപ്പെടുന്നതും വഴി യേശുവിന്റെ വികൃതാനുകരണമാവുന്നു. രണ്ട്, കരയിൽ നിന്നു കടന്നുവരുന്ന കുഞ്ഞാടിന്റെ സ്വരമുള്ള ജന്തു, അടയാളങ്ങളും അത്ഭുതങ്ങളും കാട്ടുകയും ആദ്യത്തേതിനെ ആരാധിക്കാൻ ജനങ്ങളെ പ്രേരിപ്പിക്കുകയും ചെയ്യുന്നതു വഴി ക്രൈസ്തവ വിശ്വാസത്തിലെ പരിശുദ്ധാത്മാവിന്റെ അനുകരണമായി മാറുന്നു." ഫാദർ സേവ്യർ നടത്തിയ ഈ വിശദീകരണത്തിൽ ചോദ്യകർത്താക്കളും നിശ്ശബ്ദരായിയെന്നു വർഗ്ഗീസിനു തോന്നി. എന്താണിനി ചോദിക്കേണ്ടതെന്ന് വിശ്വാസികളും എന്താണിനി പറയേണ്ടതെന്ന് ഫാദറും കുറച്ചു നേരം ആലോചിച്ചു നിന്നുപോയി.

"മതത്തിലേയും രാജഭരണത്തിലേയും പ്രതിയോഗികളെ അതായത് അതിനെ ചോദ്യം ചെയ്യുന്നവരെയല്ലേ ഫാദർ പണ്ടൊക്കെ അന്തിക്രിസ്തുവെന്ന് വിളിച്ചിരുന്നത്? അത് പുതിയ കാലത്ത് ശരിയാ

ണോ?" എന്റെ ചോദ്യം കേട്ട് ഫാദർ സേവ്യർ നടുങ്ങി. പള്ളിയിൽ സ്ഥിരമായി വരാറുള്ളവനും പിരിവ് കൊടുക്കുന്നവനുമായ എന്നെ ഫാദർ വിശ്വാസികളുടെ കൂട്ടത്തിൽ തന്നെയാണ് കൂട്ടിയിരിക്കുന്നത്. ഇതുവരെ ക്രൈസ്തവതയ്ക്കെതിരെ എന്നിൽ നിന്ന് ഒരു ചോദ്യവും ഉണ്ടായിട്ടില്ല. എന്നാലും ഈ സമയത്ത് കാര്യങ്ങൾ അറിയേണ്ടതല്ലേ എന്നാണ് ഞാൻ ആലോചിച്ചത്.

"പതിനാലാം നൂറ്റാണ്ടിൽ ഇംഗ്ലണ്ടിൽ സഭാനവീകരണത്തിനു ശ്രമിച്ച ജോൺ വൈക്ലിഫ് മാർപാപ്പയെ അന്തിക്രിസ്തുവെന്നു അന്നുള്ളവർ വിളിച്ചു. കൂടാതെ പത്തൊമ്പതാം നൂറ്റാണ്ടിൽ യൂറോപ്പിലെയും റഷ്യയിലേയും വ്യവസ്ഥാപിത അധികാര സ്ഥാനങ്ങൾ നെപ്പോളിയനെതിരേയും അന്തിക്രിസ്തു എന്നു വിളിച്ചിട്ടുണ്ട്. അതിനാൽ ലോകത്തിൽ നടക്കുന്ന ഇത്തരം പ്രതിഭാസങ്ങളെ മതത്തിന്റെ അയുക്തികമായ നീതിയിലേക്കു കൊണ്ടുപോകണോ ഫാദർ?"

ഫാദർ സേവ്യർ പുഞ്ചിരിച്ചുകൊണ്ടാണ് മറുപടി പറഞ്ഞത്. "വർഗീസ്, നിന്റെ സംശയം പൂർണ്ണമായും ശരിയാണു കുഞ്ഞേ. ഇത്തരത്തിൽ ചിന്തിക്കാൻ ഒരു യഥാർത്ഥ വിശ്വാസിക്കു മാത്രമേ കഴിയൂ. അതിനാൽ ക്രൈസ്തവമത സമൂഹത്തിനെതിരെ നിൽക്കുന്നവരേയും വിമർശകരേയും ഒരു കാലത്ത് അന്തിക്രിസ്തുവെന്ന് വിളിച്ചിട്ടുണ്ട്. പക്ഷേ, ഇപ്പോൾ വിശ്വാസികൾ എന്ന പേരിൽ കറുത്ത കുപ്പായമിട്ടവർ പുറത്തിറങ്ങിയിരിക്കുന്ന കാലമാണ്. യഥാർത്ഥ വിശ്വാസികൾ ഓരോന്നായി ഇല്ലാതായിക്കൊണ്ടിരിക്കുന്നു. ഇത്തരമൊരു സന്ദർഭത്തിൽ അവൻ കടന്നുവരും. അന്തിക്രിസ്തു. ഇവനിൽ നിന്ന് രക്ഷപ്പെടാൻ നമുക്കൊരു മാർഗമേയുള്ളു. യേശുദേവൻ. അവനിൽ അഭയം പ്രാപിക്കുക. നമുക്ക് നേരം പുലരുന്നതുവരെ പ്രാർത്ഥിക്കാം. പ്രാർത്ഥന അവൻ കേൾക്കുകതന്നെ ചെയ്യും. വരുവിൻ നമുക്ക് പ്രാർത്ഥിക്കാം."

വിശ്വാസികൾ ഫാദറിന്റെ കൂടെ കുഞ്ഞാടുകളെ പോലെ സഞ്ചരിച്ചു. കുറച്ചുപേർ മാറി നിന്നു. അവരെ അന്തിക്രിസ്തുവിന്റെ അനുയായികളായി വിശ്വാസികൾ കണ്ടു. ലോകാവസാനത്തെ അതിജീവിക്കാനായുള്ള അവസാന പോരാട്ടത്തിനിറങ്ങുന്ന ദൈവവിശ്വാസികളെന്ന അഭിമാനബോധം അവരിൽ കാണാമായിരുന്നു.

പള്ളിയുടെ പടികളിലിരിക്കുമ്പോൾ വർഗീസിന് ആകാശം ഭൂമിയിലേക്ക് ഇറങ്ങിവരുന്നതായി തോന്നി. കറുത്തിരുണ്ട ആകാശം ഇപ്പോൾ തന്റെ തലയ്ക്കു മീതേയാണെന്ന് അയാൾ കണ്ടു. അത് ഏതു

നിമിഷവും തന്നെ മൂടും. അയാൾ പെട്ടെന്ന് വർക്കിയെ ഓർത്തു. തന്റെ അനുജനായ വർക്കിയെ വെള്ളം വന്ന് മൂടുന്നത്. പണ്ട് കുളിക്കാൻ പോയപ്പോൾ പുഴയിൽ ഒലിച്ചുപോയതാണവൻ. അവനെ വെള്ളം വന്നു മൂടുന്നത് തന്റെ കണ്ണുകൊണ്ടു കണ്ടതാണ്. ആകാശം മുട്ടെ ആ പുഴയിലെ വെള്ളം ഉയർന്നപ്പോൾ വർക്കി ആ വെള്ളത്തിനു മുകളിലൂടെ നീന്തുകയും ചെയ്തീട്ടും അവനെവിടെ? പുഴയിലെ വെള്ളമല്ല, ആകാശത്തിലെ വെള്ളമാണ് അവനെ കൊണ്ടുപോയത്. അന്നും ഒരു കറുത്തിരുണ്ട ആകാശമായിരുന്നു താൻ കണ്ടത്. അവ തങ്ങളെ പുഴക്കടുത്തു വരെ പിന്തുടർന്നിരുന്നു. പിന്നെ അവ ഞങ്ങടെ മേൽ പതിച്ചു. അങ്ങനെയൊരു മഴ ഞാനിതു വരെ കണ്ടിട്ടില്ല. ഞാനെങ്ങനെയാണ് രക്ഷപ്പെട്ടത്?

പള്ളിയിൽ നിന്ന് പ്രാർത്ഥനാഗാനങ്ങൾ മുഴങ്ങുന്നു. ഇപ്പോൾ വിശ്വാസികൾ കൂടുതലായി പള്ളിയിലേക്കു വരുന്നുണ്ട്. ആകാശത്തെ തൊട്ടുതൊട്ടില്ലെന്ന മട്ടിലാണ് അവർ വരുന്നത്. അതവരുടെ തലയിൽ പതിക്കുന്നതിനു മുമ്പ് പള്ളിയിലേക്കവർ കയറുന്നു.

“ഹല്ലേലുയ്യാ ഗീതം പാടാം
ഹല്ലേലുയ്യാ ഗീതം പാടാം
വചനം വചനം ആ വചനം
ശ്രവിച്ചു നിങ്ങൾ ശുദ്ധരാകുവിൻ”

പള്ളിയിൽ നിന്ന് കൂട്ടപ്രാർത്ഥന മുഴങ്ങുമ്പോൾ വർഗീസ് അവിടെ നിന്നുപോന്നു. കവലയിലെത്തിയപ്പോൾ മെഡിക്കൽഷോപ്പ് അടച്ചിരിക്കുന്നത് അയാൾ ശ്രദ്ധിച്ചു. മരുന്ന് കഴിഞ്ഞ ദിവസം വാങ്ങിയില്ലെന്ന് അയാളോർത്തു. മരുന്ന് കുറെ വർഷങ്ങളായി അയാളുടെ കൂടെയുണ്ട്. വഴിവിളക്കുകൾ കവലയിൽ തെളിഞ്ഞുകിടക്കുന്നുണ്ട്. എങ്കിലും അയാളുടെ കൈയിലെ ടോർച്ച് തെളിഞ്ഞിരിക്കുന്നുണ്ട്. അതും അയാളുടെ കൂടെയായിട്ട് വർഷങ്ങളായി. വീട്ടിലേക്കു നടക്കുമ്പോൾ വായനശാലയിലെ സ്വാതന്ത്ര്യദിനാഘോഷത്തിന്റെ പോസ്റ്ററുകൾ മതിലുകളിൽ കണ്ടു. വഴിവിളക്കിനൊപ്പം വർഗീസിന്റെ ടോർച്ചിന്റെ വെളിച്ചവും കൂടി കലർന്നു. എന്നാൽ ആകാശത്തുനിന്നിറങ്ങിയ കൂരിരുട്ട് വർഗീസിനെ പിന്തുടരുന്നുണ്ടായിരുന്നു.

5
സിനിമാകഥപോലെ

സിനിമ മനസിലാക്കാൻ വളരെയെളുപ്പമാണ്,
അതു കൊണ്ടു തന്നെ വിശദീകരിക്കാൻ ബുദ്ധിമുട്ടുള്ളതും...
-ക്രിസ്റ്റ്യൻ മെറ്റ്സ്

സിനിമാകഥ പോലെയല്ലേ കാര്യങ്ങളൊക്കെ നടക്കുന്നത്. ഇന്നലെ വരെ സ്വാഭാവികമായി പോയികൊണ്ടിരുന്ന ലോകമിപ്പോൾ നിശ്ചലമായപോലെ.

ശ്രീജിത്ത് തന്റെ അത്ഭുതം വെളിപ്പെടുത്തി. സാധാരണ പൊതു അവധി ദിവസങ്ങളിലും ഞായറാഴ്ചകളിലുമാണ് അവർ മോഹനേട്ടന്റെ അടച്ചിട്ട കടയുടെ തിണ്ണയിൽ ഇരിക്കാറുള്ളത്. പ്രകാശ് ഇങ്ങോട്ടു വന്നപ്പോൾ ശ്രീജിത്തും രാഹുലും അവിടെയിരുന്ന് സംസാരിക്കുന്നുണ്ടായിരുന്നു.

"ഇന്നലെ വരെ ഈ സമയത്ത് നല്ല വെയിലായിരുന്നു. ദാ, ഇപ്പോ ഇവിടെ നല്ല ഇരുട്ട്. എന്താലേ? ഇങ്ങനെ ഇരുട്ട് മാത്രം ഉണ്ടായികൊണ്ടിരുന്നാൽ ലോകത്ത് എന്താ സംഭവിക്കുക?"

ശ്രീജിത്തിന്റെ സംശയത്തിന് രാഹുൽ പറഞ്ഞ മറുപടി ഇതാണ്.

"ഇരുട്ടുമാത്രം ഉണ്ടായിക്കൊണ്ടിരുന്നാൽ ലോകം തണുത്തുറഞ്ഞു പോയേക്കാം. തണുപ്പ് അധികമായാൽ പല സസ്യജന്തുക്കളും നശിച്ചുപോയേക്കാം. മനുഷ്യനും മരിച്ചുപോകും."

സിനിമയിലൊക്കെ താല്പര്യമുള്ള പ്രകാശ് ഇതിനെ പൂരിപ്പിക്കാൻ വേണ്ടി പറഞ്ഞുതുടങ്ങി.

"ശരിയാണ്, തണുപ്പു കൂടിയാൽ മനുഷ്യന്റെ അവസ്ഥ ഭീകരമാണ്. മരണംവരെ സംഭവിക്കും. ഓസ്കാർ അവാർഡ് കിട്ടിയ പാരസൈറ്റിന്റെ സംവിധായകന്റെ ഒരു പടമിണ്ടല്ലോ എന്താദ്, ആ 'സ്നോപിയെർസർ'. നമ്മടെ ബോങ്ങ് ജൂൺ ഹോയാണ് സംവിധായകൻ. അടാറ് പടമാണട്ടാ. ആഗോള താപനത്തിനെ ചെറുക്കാൻ ലോകത്തിലെ പല രാ

ഷ്ട്രങ്ങളും പരീക്ഷണം നടത്തുന്നു. എന്നീട്ടോ, ഇതിന്റെ ഫലമായി ലോകം മുഴുവൻ തണുത്തുറഞ്ഞുപോകുന്നു. രക്ഷപ്പെട്ട കുറച്ചു മനുഷ്യർ ലോകത്തെ ചുറ്റുന്ന ഒരു തീവണ്ടിയിലൂടെ യാത്ര ചെയ്യുന്നതാണ് സിനിമ. കിടിലൻ സാധനം.

പ്രകാശിന്റെ കഥ പറച്ചിലിൽ കഥ കേൾക്കുന്നവരും തണുത്തുറഞ്ഞു പോകുമെന്ന് തോന്നി. തണുത്ത കാറ്റൊന്ന് അവരെ തഴുകി പോയി.

ഇങ്ങനെത്തെ അസാധാരണ ദിവസങ്ങൾ പലതും നമ്മുടെ സിനിമയിലും വന്നിട്ടുണ്ടല്ലോ. പൃഥ്വിരാജിന്റെ 'നയൻ' ഇങ്ങനെത്തെ ഒരു സിനിമയല്ലോ. ഭൂമിയിലേക്ക് കടന്നുവരുന്ന ഒരു ഉൽക്ക സൃഷ്ടിക്കുന്ന വൈദ്യുത കാന്തികോർജ്ജം ഈ ലോകത്തിലെ സകല ഇലക്ട്രിക്കൽ ഉപകരണങ്ങളേയും അവയുടെ പ്രവർത്തനത്തേയും താറുമാറാക്കുന്നതല്ലേ ആ സിനിമ.പൃഥ്വിരാജ് ഈ പ്രതിഭാസത്തെക്കുറിച്ച് പഠിക്കാനായി ഹിമാലയത്തിലെ ഒരു ഗ്രാമത്തിലെത്തുന്നതാണല്ലോ കഥ. അതും അസാധാരണമായ ഒരു ദിവസത്തെയല്ലേ കാണിക്കുന്നത്?

രാഹുൽ വല്ലപ്പോഴുമൊക്കെയാണ് സിനിമ കാണുന്നതെങ്കിലും പൃഥ്വിരാജിന്റെ പടങ്ങൾ ഒന്നും വിട്ടുകളയാറില്ല. ഒരു ഉൽക്ക വന്നാലുണ്ടാകുന്ന പ്രശ്നങ്ങളല്ലേ ആ സിനിമ. ഇപ്പോ ആകാശത്താണെങ്കിൽ ഉൽക്ക പോയിട്ട് നക്ഷത്രം പോലുമില്ലെന്ന് രാഹുൽ ഓർത്തു.

"നയൻ പോലെയുള്ള ഒരു സിനിമയാണ് കൊഹെറൻസ്. ഒരു സംഘം കൂട്ടുകാർ ഡിന്നർ പാർട്ടിക്കായി ഒരു വീട്ടിൽ ഒത്തുകൂടുന്നതും അന്നത്തെ ദിവസം ഒരു ഉൽക്ക ഭൂമിയിലേക്ക് കടന്നുവരുമ്പോൾ അവരിലുണ്ടാകുന്ന മാനസിക പ്രശ്നങ്ങളുമൊക്കെയാണ് സിനിമ അവതരിപ്പിക്കുന്നത്. ഇംഗ്ലീഷുകാര് അന്യഗ്രഹജീവിയായിട്ടും ഉൽക്കയായിട്ടുമൊക്കെ നമ്മളെയങ്ങട് പേടിപ്പിക്കും. ഇതവരുടെ സ്ഥിരം പരിപാടിയാ. പക്ഷേ ഇന്നത്തെ ദിവസം കാണുമ്പോൾ....."

പ്രകാശിന്റെ പറച്ചിലിൽ ഭീതി നിഴലിച്ചിരുന്നു. യുവത്വം ഒരു ചരിത്രഘട്ടത്തെ അഭിമുഖീകരിക്കുകയാണല്ലോ. അസാധാരണമായ ഇത്തരം പ്രതിസന്ധികളെ എങ്ങനെയാണ് മറികടക്കേണ്ടതെന്ന് മനുഷ്യൻ തന്നെ തീരുമാനിക്കണം. ചരിത്രത്തിൽ ഇത്തരത്തിലുള്ള നിരവധി അസാധാരണ ദിവസങ്ങളും പ്രതിസന്ധികളും ഉണ്ടായിട്ടുണ്ടല്ലോ. അതെല്ലാം കടന്നല്ലേ ഇവിടെ വന്നെത്തിയിരിക്കുന്നത്. പ്രകാശിന്റെ ചിന്തകൾ ചരിത്രത്തിന്റെ പ്രതിസന്ധികളിലൂടെ കടന്നുപോയികൊണ്ടിരുന്നു.

സൂര്യൻ ഉദിക്കാത്തതല്ലേ യഥാർത്ഥ പ്രശ്നം? ഇതിനെയെങ്ങനെയാ പരിഹരിക്കുന്നത് - ശ്രീജിത്ത്

അതുതന്നെയാണ് ആലോചിക്കേണ്ടതും. ഏതൊരു നക്ഷത്രത്തിനും ആയുസ്സുണ്ടല്ലോ - പ്രകാശ്

സൂര്യന്റെ മരണമൊന്നുമായിട്ടില്ലാ. പക്ഷെ ഈ അസാധാരണ സംഭവത്തെ എങ്ങനെയാണ് നാം വ്യാഖ്യാനിക്കേണ്ടത്?

രാഹുലിന്റെ ചോദ്യത്തിന് മറുപടിയായി പ്രകാശ് പറഞ്ഞത് മറ്റൊരു സിനിമാകഥയാണ്.

"സൺഷൈൻ എന്നൊരു സയൻസ് ഫിക്ഷൻ സിനിമയുണ്ട്. കഥ നടക്കുന്നത്. 2057ലാണ്. സൂര്യൻ മരിച്ചതിന്റെ ഫലമായി ഭൂമിയൊന്നാകെ തണുത്തു മരവിച്ചിരിക്കുന്നു. എട്ട് പേരടങ്ങിയ ഒരു സംഘം ബഹിരാകാശത്ത് സൂര്യനു സമീപം പരീക്ഷണങ്ങൾ നടത്തിക്കൊണ്ടിരിക്കുകയാണ്. അവർ മരിച്ച സൂര്യനെ ജീവിപ്പിക്കുന്നതിനായി, അതായത് പ്രകാശിപ്പിക്കുന്നതായി ന്യൂക്ലിയർ ബോംബ് സൂര്യനിലേക്ക് വിക്ഷേപിക്കുവാൻ ശ്രമിച്ചുകൊണ്ടിരിക്കുന്നു. ഇതിന്റെ ഫലമായി സൂര്യൻ പൊട്ടിത്തെറിക്കുകയും പ്രകാശം ഭൂമിയിലേക്കു വരുകയും ചെയ്യുന്നു. തകരാറിലായി നിന്നുപോയ സൂര്യനെ റീസ്റ്റാർട്ട് ചെയ്യുന്ന ഒരു രീതിയാണിത്. എന്തെന്ന് നോക്കിയേ ഭാവനയുടെ ഒരു ശക്തി. യഥാർത്ഥ്യത്തേക്കാൾ വലുതാണല്ലോ ഭാവനയുടെ ലോകങ്ങൾ."

ഇത് സിനിമാക്കഥയാണോ അതോ ഇപ്പോൾ നടന്നുകൊണ്ടിരിക്കുന്നതിന്റെ ക്രാന്തദർശിത്വമാണോയെന്നാണ് ശ്രീജിത്ത് അപ്പോൾ ആലോചിച്ചത്. മനുഷ്യഭാവനയുടെ അസാധാരണമായ ശേഷിയല്ലേ ഈ സിനിമ സൃഷ്ടിച്ചുകൊണ്ടിരിക്കുന്നത്. ഭാവനയ്ക്ക് ചങ്ങലയിടുമ്പോൾ മനുഷ്യകുലം തന്നെയാണ് മുരടിക്കുന്നത്. ഭാവനയാണ് ശാസ്ത്രത്തെ സൃഷ്ടിക്കുന്നത്, കലയേയും.

"ഭൂമിയിലെ ഈ അസാധാരണമായ ദിവസത്തെക്കുറിച്ച് ലോകമെങ്ങും ഇപ്പോൾ ആലോചിക്കുകയാവും".

ആകാശ് കടത്തിണ്ണയിൽ നിന്ന് എഴുന്നേറ്റിട്ട് പറഞ്ഞു. ആലപ്പടിയിൽ ഇരുട്ട് കൂടികൊണ്ടിരിക്കുകയാണോ?

ഈ അസാധാരണ സംഭവം ഇന്ത്യയിൽ മാത്രം എന്തുകൊണ്ട് ഉണ്ടായിയെന്നും ലോകം ചിന്തിക്കുന്നുണ്ടാകും.

രാഹുൽ തന്റെ താടിയുഴിഞ്ഞുകൊണ്ട് പറഞ്ഞു. ഇങ്ങനെ ഉത്തരം കിട്ടാത്ത അനേകം ചോദ്യങ്ങൾ അവർ പരസ്പരം ചോദിച്ചുകൊണ്ടിരുന്നു. ഉത്തരം കിട്ടാനായി പ്രകൃതിയും കാതോർത്തിരുന്നു.

6
അയനം

പാതിയും രാവിൽപ്പോയി; പാഴമാവാസ്യപ്പാമ്പു
വാതുറന്നയ്യോ!
പാരും വാനവും വിഴുങ്ങുന്നു

–ഉള്ളൂർ എസ്.പരമേശ്വരയ്യർ

വർഗീസിന്റെ വീട്ടിൽ നിന്നിറങ്ങിയ ശിവൻ നേരെ പോയത് വടക്കേയില്ലത്തെ ഹരികൃഷ്ണന്റെ വീട്ടിലേക്കാണ്. ഹരികൃഷ്ണൻ ഫിസിക്സ് അധ്യാപകനാണ്. നാട്ടിലെ തന്നെ ഗവ. ഹയർ സെക്കന്ററി സ്കൂളിലാണ് ജോലി ചെയ്യുന്നത്. വരാന്തയിൽ പുസ്തകം വായിച്ചിരിക്കുകയായിരുന്നു ഹരികൃഷ്ണൻ. ശിവൻ വരാന്തയിലേക്ക് കയറി കസേരയിലിരുന്നു. ഹരികൃഷ്ണൻ ഒരു പുഞ്ചിരിയോടുകൂടി സംസാരിച്ചുതുടങ്ങി.

"കഴിഞ്ഞയാഴ്ച വായനശാലയിലേക്ക് എറങ്ങണമെന്നു വിചാരിച്ചതാ. പറ്റിയില്ല. ഒരു പുസ്തകം റിട്ടേണ്ണ്ട്."

"ആട്ടേ, അല്ലാ ഹരി എന്താണ്? ഇങ്ങനെയൊക്കെ സംഭവിക്ക്ണ്ത്. ലോകത്തിൽ എന്തൊക്കെയോ നടക്ക്ണ്ണ്ടല്ലോ? ശിവൻ ചോദിച്ചു. പ്രപഞ്ചത്തിലെ ഈ മാറ്റത്തെ നമ്മൾ എങ്ങനെയാണ് വ്യാഖ്യാനിക്കേണ്ടത്.

"സൂര്യൻ രാവിലെ ഉദിച്ച് വൈകീട്ട് പടിഞ്ഞാറ് അസ്തമിക്കുകയാണെന്ന് നമുക്കെല്ലാവർക്കുമറിയാമല്ലോ . സൂര്യൻ സ്വയം ചലിക്കുമെന്നാണ് നമ്മളിൽ പലരും ധരിച്ചിരിക്കുന്നത്. എന്നാൽ യഥാർത്ഥത്തിൽ എന്താണ്? യഥാർത്ഥത്തിൽ ഭൂമിയാണ് ചലിക്കുന്നത്, കറങ്ങുന്നത്, സൂര്യനല്ല. സൂര്യൻ ഇങ്ങനെ കറങ്ങുമെന്ന് തോന്നുന്ന പ്രതിഭാസമാണ് അയനം.

"അപ്പോൾ, ഈ അയനത്തിന് ഇപ്പോൾ എന്തെങ്കിലും സംഭവിച്ചിട്ടുണ്ടാകുമല്ലോ?"

"അതെ, അയനത്തിന് എന്തെങ്കിലും സംഭവിച്ചിരിക്കാം. ഭൂമധ്യരേഖ

യോട് അടുത്ത് സ്ഥിതിചെയ്യുന്ന രാജ്യങ്ങളിൽ ഒന്നാണ് ഇന്ത്യ. ഇവിടെ രാവും പകലും ഏതാണ്ട് തുല്യ സമയങ്ങളിൽ വരുന്നുമുണ്ട്. എന്നാൽ ഇപ്പോൾ പകൽ വരാതെ രാത്രി തുടരുകയാണ്." ഹരികൃഷ്ണൻ പറഞ്ഞു നിർത്തി. ഹരിയുടെ അമ്മ അകത്തു നിന്നു എത്തി നോക്കി.

"മോനേ, ശിവാ ചായ എന്തെങ്കിലും എടുക്കട്ടെ," അവർ സാധാരണ ചോദിക്കാറുള്ള ചോദ്യം ആവർത്തിച്ചു. ഞാൻ വേണ്ടാന്ന് തലയാട്ടി. അമ്മ എപ്പോഴും ഞാനിവിടെ വരുമ്പോൾ നല്ല ചായയിട്ട് തന്ന് കുടിപ്പിച്ചിട്ടേ പോകാറുള്ളു. എന്തോ ഇപ്പോൾ ചായ കുടിക്കാൻ തോന്നിയില്ല.

"രാത്രി മാത്രമുള്ള സ്ഥലങ്ങൾ ലോകത്തുണ്ടോ?" ശിവൻ ചോദിച്ചു.

ധ്രുവപ്രദേശങ്ങളിൽ സൂര്യന്റെ സ്ഥാനം അനുസരിച്ച് അവിടെ ആറുമാസം തുടർച്ചയായി പകലും ആറുമാസം രാത്രിയും ആയിരിക്കും

ഹരികൃഷ്ണൻ വിശദീകരിച്ചു.

ലോകത്തിലെ അറിയപ്പെടാത്ത നിരവധി അത്ഭുതങ്ങൾ ഉണ്ടെന്ന് പലരും പറയാറുണ്ട്. അത്ഭുതങ്ങളെല്ലാം അറിയുന്നതുകൂടി അത്ഭുതങ്ങളല്ലാതാകുന്നു. എനിക്ക് അത്ഭുതമെന്നു തോന്നുന്നത് ഹരികൃഷ്ണന് അങ്ങനെയല്ലല്ലോ. ലോകവിജ്ഞാനത്തിന്റെ മുന്നിൽ താൻ വളരെ ചെറുതെന്ന് ശിവന് തോന്നി. റഷ്യയുടെയും ലാറ്റിൻ അമേരിക്കൻ രാജ്യങ്ങളുടെയും കുറച്ച് ചരിത്രം വായിച്ച് പഠിച്ചതുകൊണ്ട് ഒന്നുമാകുന്നില്ലായെന്ന് തോന്നി. ഒന്നാലോചിച്ച് വേണമെങ്കിൽ തൃപ്തിപ്പെടാം. ഹരികൃഷ്ണന് ശാസ്ത്രബോധം കൂടുതലുള്ളത് അതയാൾ പഠിക്കുന്നതുകൊണ്ടും പഠിപ്പിക്കുന്നതുകൊണ്ടുമല്ലേ? ഞാനിങ്ങനെ ആലോചിച്ചുകൊണ്ടിരിക്കുമ്പോഴും ഹരികൃഷ്ണൻ എന്തൊക്കെയോ പറയുന്നുണ്ടായിരുന്നു.

ഭൂമി പടിഞ്ഞാറു നിന്നു കിഴക്കോട്ടാണല്ലോ ഭ്രമണം ചെയ്യുന്നത്. ഭൂമിയുടെ ഈ കറക്കം കാരണം ഇരുട്ടിൽ നിന്നു വെളിച്ചത്തിലേയ്ക്കു കടക്കുന്ന പ്രദേശത്തുക്കാർക്ക് ഉദയവും വെളിച്ചത്തിൽ നിന്ന് ഇരുട്ടിലേക്ക് പ്രവേശിക്കുന്നവർക്ക് അസ്തമയവും അനുഭവപ്പെടുന്നു. ഹരികൃഷ്ണൻ പറഞ്ഞ ഈ വാചകം ശിവന്റെ മനസിൽ കിടന്നു മറിയാൻ തുടങ്ങി.

ഭൂമിയിലുണ്ടാകുന്ന മാറ്റങ്ങളെ ശാസ്ത്രത്തിന്റെ കാഴ്ചപ്പാടിലൂടെ ജനങ്ങൾക്കു നോക്കിക്കാണുവാനും വിശകലനം ചെയ്യുവാനുമുള്ള താല്പര്യം കുറഞ്ഞുകൊണ്ടിരിക്കുകയാണ്. ലോകത്തിന് തന്നെ വലിയ അപകടമാണ് ഒരു ജനത ഇത്തരത്തിൽ മാറികൊണ്ടിരിക്കുന്നത്. ശിവൻ ഹരികൃഷ്ണന്റെ വീട്ടിൽ നിന്ന് പോരുന്നതിനിടയിൽ ആലോചിച്ചുകൊണ്ടിരുന്നത് ഇതാണ്.

ആധുനിക സമൂഹമെന്നു നാം പറയുമ്പോഴും എന്തുകൊണ്ടാണ് നാം ഇപ്പോഴും പ്രപഞ്ചത്തിലെ പരിണാമങ്ങളെ മതവിശ്വാസങ്ങളിൽ നിന്ന് വേറിട്ട് കാണാത്തത്? ഭൂമിയ്ക്കു പുറത്ത് ഇങ്ങനെ രാത്രികൾ മാത്രമുള്ള സ്ഥലങ്ങൾ ഉണ്ടാകുമോ? ചില വിദേശരാജ്യങ്ങളിൽ പകലിന്റെ ദൈർഘ്യം കൂടുതലാണെന്ന വാർത്ത ഞാൻ എവിടെയോ വായിച്ചിട്ടുണ്ടല്ലോ?

ശിവൻ നടന്നു നടന്നു വായനശാലയുടെ അടുത്തെത്തി. താക്കോലെടുത്തു വായനശാല തുറന്നു. സാധാരണ ദിവസങ്ങളിൽ പത്രങ്ങളും ആനുകാലികങ്ങളും വായിക്കുവാൻ കുറച്ചുപേർ വരാറുണ്ടല്ലോ. ഇത്രയും നാളത്തെ പാർട്ടി പ്രവർത്തനം വച്ച് ശിവൻ മനസിലാക്കിയ പ്രധാന കാര്യമെന്തെന്നു വച്ചാൽ വായനശാലകൾ മോശമായാൽ ആളുകൾ മറ്റു മതസ്ഥാപനങ്ങളിലേക്ക് ചേക്കേറുമെന്നാണ്. വിജ്ഞാനത്തിന്റെ അഭാവത്തിൽ വിശ്വാസം മേൽക്കൈ നേടുന്ന അവസ്ഥ.

പ്രകൃതിയിലുണ്ടാകുന്ന ഇത്തരം മാറ്റങ്ങൾ നമ്മുടെ ജീവിതത്തേയും ബാധിക്കില്ലേയെന്നാണ് ശിവൻ അപ്പോൾ ആലോചിച്ചത്. ഇനി നാളെയും പകൽ പുലരാതെ രാത്രി തന്നെ നീണ്ടുപോയാലോ?

ആനന്ദിന്റെ ദ്വീപുകളും തീരങ്ങളും എന്ന നോവൽ ശിവന് ഓർമ്മ വന്നു. അതിലെ കൗസല്യാദേവിയുടെ മകൻ, സൂര്യൻ മറഞ്ഞ് ഇരുട്ടു വരാൻ വേണ്ടി കാത്തിരിക്കുന്നു. ഋഷിക്ക് ഇരുട്ടുവന്നാലേ ദീപങ്ങൾ തെളിയിക്കുവാൻ പറ്റൂ. മകന്റെ ഇരുട്ടുവരാനുള്ള കാത്തിരിപ്പുകണ്ട് കൗസല്യാദേവി പറയുന്നു. “മകനേ, ഋഷി... ഇരുട്ടുവരും നീയിത്രയും ആഗ്രഹിക്കുമ്പോൾ.”

ഇരുട്ടു വരുമ്പോഴാണ് ദീപങ്ങളുടെ, വെളിച്ചത്തിന്റെ സൗന്ദര്യം നാം തിരിച്ചറിയുന്നത്. പക്ഷേ ഇത് ഇരുട്ടാണോ? അസാധാരണമായ ഇരുട്ടല്ലേ ഇത്? വെളിച്ചത്തിനു വേണ്ടി കാത്തിരിക്കാനുള്ള മോഹം ശിവനിൽ ഉദിച്ചു.

വായനശാലയിലേക്ക് കടന്നുവന്ന ശ്രീജിത്തിന്റെ ചോദ്യം കേട്ട് ശിവൻ ചിന്തയിൽനിന്നിറങ്ങി.

ശിവൻചേട്ടാ, നമുക്കൊന്ന് അമലിന്റെ വീടു വരെ പോണ്ടേ ?

7
അമലിന്റെ വീട്

എല്ലാം നശിച്ചുപോയിട്ടില്ല, പോകില്ല
വല്ലതും ശേഷിക്കുമെന്നു വിചാരിക്കെ,
എന്തിനെൻ കരളിലാനന്ദവും
മിഴിയിൽ വിശ്വാസവും, പുതിയ
ഭാവിയുടെ തെളിവാർന്ന ജൈവ പ്രഭാവവും

–പുനലൂർ ബാലൻ

അമലിന്റെ വീട്ടിലേക്ക് ഞാനും ശ്രീജിത്തും കൂടി നടന്നു. റോഡിൽ നിന്ന് ഇരുന്നൂറ് മീറ്റർ ഉള്ളിലേക്കാണ് വീടിരിക്കുന്നത്. നല്ല ഇരുട്ടാണ്. വഴിയൊന്നും വ്യക്തമല്ല. എങ്കിലും നാരായണേട്ടന്റെ വീട്ടിൽ ഇടയ്ക്കിടെ വരുന്നതുകൊണ്ട് ഊഹം വെച്ചങ്ങട് നടന്നു. ഈ റോഡിൽ ഉണ്ടായിരുന്ന സ്ട്രീറ്റ് ലൈറ്റ് കഴിഞ്ഞാഴ്ച തകരാറ് വന്നിരുന്നു. കൃഷി വകുപ്പിൽ നിന്നു കൊണ്ടുവന്ന ചെറിയ തെങ്ങുകൾ ഇരുവശത്തും വച്ചുപിടിപ്പിച്ചിട്ടുണ്ട്.കഴിഞ്ഞമാസത്തിലാണത് വച്ചത്. ആ സമയത്ത് താനിവിടെ വന്നിരുന്നുവെന്ന് ശിവൻ ഓർത്തു. വീടിന്റെ മുമ്പിലെ ലൈറ്റ് കത്തികിടക്കുന്നുണ്ട്. സമയം ഇപ്പോൾ പത്തുമണിയായിരിക്കുന്നു. എന്നിട്ടും കൂരിരുട്ട്. ചരിത്രത്തിൽ ഏതെങ്കിലും ഒരു ജനതയക്ക് ഇതുപോലുള്ള വിചിത്രാനുഭവം ഉണ്ടായിട്ടുണ്ടോ? സംഭവിച്ചുണ്ടാകാം. ലോകം നാം അറിയുന്നതിനേക്കാൾ എത്രയോ വൈചിത്ര്യമാർന്നതാണ്.

“നാരായണേട്ടാ, ഗൗരീ...”

നാരായണേട്ടന്റെ ഭാര്യ ഗൗരി ഞങ്ങളുടെ അടുത്തേക്ക് വന്നു. അവരുടെ മുഖം ഇന്നലെ രാത്രി ഉറങ്ങാത്തതിന്റെ സൂചനകൾ കാണിച്ചിരുന്നു. ആകെ കൂടി അവശതയാർന്ന രൂപം.

“ നാരായണേട്ടൻ അകത്തുണ്ടല്ലോ, ഗൗരി ”

ഗൗരി ‘നാരായണേട്ടൻ അകത്തുണ്ട്’ എന്നർത്ഥത്തിൽ മുഖംതിരിച്ചു.

ഞങ്ങൾ വീടിനകത്തേക്ക്കയറി, നാരായണേട്ടന്റെ മുറിയിലെത്തി.

നാരായണേട്ടൻ കട്ടിലിൽ കിടക്കുകയായിരുന്നു. ഞങ്ങൾ രണ്ടു പേരും ആ മുറിയിലിരുന്നു. നാരായണേട്ടന്റെ കരച്ചിൽ ഞങ്ങൾ കേട്ടു. ഞാൻ കട്ടിലിരുന്നുകൊണ്ട് നാരായണേട്ടനെ ആശ്വസിപ്പിച്ചു.

"ചേട്ടാ, അമൽ അവന്റെ കൂട്ടുകാരുടെ വീട്ടിലെവിടെയെങ്കിലും പോയേക്കുന്നതായിരിക്കും. അതിന് ചേട്ടനിങ്ങനെ സങ്കടപ്പെടല്ലേ. അവനെ നമുക്കറിയാവുന്നതല്ലേ. നല്ല പയ്യൻ. ഒരു ഏടാകൂടവുമില്ലാത്തവൻ"

ഞാൻ ആശ്വസിപ്പിച്ചു.

നാരായണേട്ടൻ കട്ടിലിൽ നിന്നു പതുക്കെയെണീറ്റ് ഇരുന്നു.എന്നെ കണ്ട് കരഞ്ഞു, കെട്ടിപ്പിച്ചു.

"ശിവാ, എന്നാലുമെന്റെ മോൻ .... അവൻ അങ്ങനെ ഞങ്ങളോട് പറയാതെ എങ്ങും പോകില്ലാ."

ഞാനെന്താണ് പറയേണ്ടതെന്ന് ആലോച്ചിച്ചു.

"നാരായണേട്ടാ, ഞങ്ങള് അന്വേഷിക്കുന്നുണ്ട്. അമലിന്റെ കൂട്ടുകാരൻ സുധിഷിനെ കോൺടാക്ട് ചെയ്യാൻ ഞങ്ങൾ ശ്രമിക്കുന്നുണ്ട്. അവനെയിപ്പോൾ കിട്ടും. ചേട്ടൻ ഒന്നുകൊണ്ടും പേടിക്കേണ്ടാ"

ശ്രീജിത്ത് ആശ്വാസവാക്കുകൾ പറഞ്ഞു. ശ്രീജിത്ത് എന്നിട്ട് അമലിന്റെ മുറിയിലേക്ക് പോയി. ശ്രീജിത്ത് സ്ഥിരം ഇവിടെ വരുന്നതുകൊണ്ട് അവനെ അവർ അന്യനായി കാണുന്നില്ലല്ലോ.

"എം.ടെക് അവസാനത്തെ സെമസ്റ്ററല്ലേ അമൽ. കോളേജിലെ മറ്റു കുട്ടികളുടെ ആരുടെയെങ്കിലും ഫോൺ നമ്പർ ഉണ്ടെങ്കിൽ ഒന്നു വിളിക്കാമായിരുന്നില്ലേ? " ശിവൻ ചോദിച്ചു.

"അതൊക്കെ അന്വേഷിച്ചതാ.ഒന്നു രണ്ടുപേരുടെ നമ്പർ ഇവിടുണ്ടായിരുന്നു. അവർക്കൊക്കെ ഒരു പിടിയുമില്ലാ അവൻ എവ്ടെ പേയെന്ന്? കൂടാതെ ഹോസ്റ്റലിലേക്കും വിളിച്ചു നോക്കി. അവൻ വല്ലപ്പോഴും ഹോസ്റ്റലിൽ കൂട്ടുകാരുടെ റൂമിൽ താമസിക്കാറുണ്ടായിരുന്നു. അവിടെയും വന്നിട്ടില്ലാ."

ഞങ്ങളന്വേഷിക്കാം നാരായണേട്ടാ. നിങ്ങൾ എണീറ്റ് പല്ലുതേച്ച് എന്തെങ്കിലും കഴിക്ക്. ഇങ്ങനെ ഇരുന്നാലോ. ചേട്ടൻ വേണ്ടേ ഗൗരിയെ ആശ്വസിപ്പിക്കുവാൻ." ശിവൻ വാതിലിൽ ചാരി ദുഃഖിതയായി നിൽക്കുന്ന ഗൗരിയെ സമാധാനിപ്പിക്കുവാനായി പറഞ്ഞു.

അമലിന്റെ മുറിയിൽ ശ്രീജിത്ത് എന്തൊക്കെയോ നോക്കുന്നുണ്ടായിരുന്നു. ഞാൻ വരാന്തയിലെത്തിയപ്പോഴേ അവൻ വന്നു. ഗൗരി

യോട് പോകാണെന്ന് പറഞ്ഞ് ഞങ്ങൾ നടന്നു.ഞങ്ങൾ റോഡിലേക്കെത്തുന്നതിനും മുമ്പ് ഒരു സ്കോർപ്പിയോ പോലെ തോന്നിക്കുന്ന വാഹനം വലിയ വേഗതയിൽ വന്ന് ചവിട്ടി നിർത്തുകയും അതിൽ നിന്ന് എന്തോ പുറത്തേക്കിടുന്നതും കണ്ടു. എന്നിട്ട് അതേ സ്പീഡിൽ പാഞ്ഞു പോകുന്നതും കണ്ടു. എന്താണിവിടെ നടക്കുന്നതെന്ന് ഞങ്ങൾക്ക് വ്യക്തമായില്ല. അവിടെ സ്ട്രീറ്റ് ലൈറ്റില്ലാത്തതിനാൽ ഒന്നും മനസ്സിലായില്ല. ആ ഇരുട്ടിൽ നിന്ന് ഒരു മനുഷ്യരൂപം എഴുന്നേല്ക്കാൻ ശ്രമിക്കുന്നതുപോലെ ഞങ്ങൾക്കു തോന്നി. ആരാണത്? ശ്രീജിത്ത് ഒരു നിലവിളിയോടെ അങ്ങോട്ടോടി, ആ മനുഷ്യരൂപത്തെ താങ്ങി. ഞാനും വേഗതയിൽ അങ്ങോട്ടോടി.

"സുധിഷ്," എന്നിൽ നിന്നാപേര് പുറത്തുവന്നു.

"സുധീഷേ, നിനക്കെന്തു പറ്റിയെടാ. ആരാണവർ? നിന്നെ വണ്ടിയിൽ നിന്ന് തള്ളിയിട്ടവർ ? പറയെടാ, ഇന്നലെ നീയെവിടെയായിരുന്നു?"

ശ്രീജിത്ത് ചോദിച്ചു കൊണ്ടിരുന്നു. സുധിഷിന്റെ ശരീരത്തിന് മർദ്ദനമേറ്റതുപോലെയായിരുന്നു അവന്റെ ശരീരചലനങ്ങൾ.

ഞങ്ങൾ അവനെ താങ്ങിയെടുത്തു. ശ്രീജിത്ത് അവനെ നാരായണേട്ടന്റെ വീട്ടിലേക്ക് കൊണ്ടു പോകാമെന്ന് പറഞ്ഞു. നാരായണേട്ടന്റെ വീട്ടിലേക്ക് പോയാൽ അവരൊരോന്ന് ചോദിക്കുകയും പേടിക്കുകയും ചെയ്യുമെന്ന് ഞാൻ ചിന്തിച്ചു.

വായനശാലയിൽ രണ്ടുപേർ ഇരിക്കുന്നുണ്ടായിരുന്നു. അവർ സുധീഷിനെ താങ്ങി, ബെഞ്ചിൽ മേൽ കിടത്തി. വായനശാലയിലിരിക്കുന്ന കൂജയിൽ നിന്ന് വെള്ളമെടുത്ത് അവന്റെ വായയിൽ ഒഴിച്ചു. അവനത് തൊണ്ട തൊടാതെ വിഴുങ്ങി. പെട്ടെന്ന് അവൻ ചുമയ്ക്കുകയും കുറച്ചുവെള്ളം ശരീരത്തിൽ വീഴുകയും ചെയ്തു.

"എന്താ അവിടെയൊരു ചൊമ" എന്നു പറഞ്ഞ് ഒരാൾ വായനശാലയിലേക്ക് വന്നു. "ഞാനാണ് ശിവാ, സുനിൽകുമാർ. ഞാനൊരു പുസ്തകം കൊണ്ടോയിട്ട് ആഴ്ചകളായി. ഇന്നലെ തരണമെന്ന് വിചാരിച്ചതാ. മറന്നുപോയി. എന്താ ഈ പയ്യന് പറ്റിയത് "

ഞങ്ങൾ കാര്യം വിശദീകരിച്ചു. അവന് കുറേ തല്ല് കിട്ടിയിട്ടുണ്ടെന്നും ശരീരവേദനയുണ്ടെന്നും ശ്രീജിത്ത് പറഞ്ഞു.

ഇതുകേട്ട് ചിന്താമഗ്നനായി അയാളിരുന്നു. സുനിൽകുമാർചരിത്രത്തെ ഭൂതകാലത്തിൽ നിന്ന് ഓർത്തെടുത്തു.

"നീ കേട്ടിട്ടുണ്ടാകുമല്ലോ? നമ്മുടെ ജ്ഞാനദീപം വായനശാല

യുടെ ചരിത്രം. എത്രയെത്ര തല്ലും വഴക്കുമൊക്കയാണ് ഈ വായന ശാല ഉണ്ടാക്കിയതിന്റെ പേരിൽ ഇവിടെ ഉണ്ടായത്. ഇതിക്കു മുമ്പും പലരും ഇവിടെ അടിയേറ്റ്, ഈ വായനശാലയിൽ കിടന്നിട്ടുണ്ട്.. എന്റെ അച്ഛനും. വേലുക്കുട്ടിയുടെ മകനാണ് ഞാനെന്ന് പറയുന്നതിൻ എനിക്കാഭിമാനമാണ്. വേലുക്കുട്ടിയും ചന്ദ്രനും പേങ്ങനും തങ്കപ്പനുമൊക്കെകൂടി ഉണ്ടാക്കിയതല്ലേ ഈ ജ്ഞാനദീപം വായനശാല. അവർ മാത്രമല്ലാട്ടോ, ചരിത്രം കുറച്ചു കൂടി പുറകോട്ടുപോകണം. നമ്മ്ടെ അലിക്കുട്ടിയുടെ ബാപ്പ അബൂബക്കറിന്റെ ചരിത്രവും നമ്മൾ ഓർക്കണം.നമ്മൾ പഠിക്കണം.അതൊന്നും പെട്ടന്ന് നമ്മൾക്ക് മറക്കാൻ പറ്റില്ലാ, ശിവാ .അതുപോലെ അപ്പുക്കുട്ടൻ മാസ്റ്ററുടെ കഥയും. എന്റെ അച്ഛൻ വേലുക്കുട്ടി പറഞ്ഞ കഥകളൊക്കെ എനിക്ക് നല്ല ഓർമ്മേണ്ട്."

അങ്ങനെ ജ്ഞാനദീപം വായനശാലയുടെ ചരിത്രം വേലുക്കുട്ടിയുടെ മകൻ സുനിൽകുമാറിലൂടെ തെളിഞ്ഞു വരുകയായി.

8
അബൂബക്കറിന്റെ കഥ

കഥ കേൾപ്പോരുടെ കാതിൻ നീളം
കവിയുടെ നാവിനുമുണ്ടെന്നാകിൽ
മുഷി വറിയില്ലാ,കേൾക്കുന്നവരും
പറയുന്നവരുമൊരേ ചരടാകും
-അയ്യപ്പപണിക്കർ

ഫാത്തിമയുടെ ബാപ്പയായ അലിക്കുട്ടിയുടെ ബാപ്പയാണ് അബൂബക്കർ. അബൂബക്കർ കുറുമശ്ശേരിയിലെ ഒരു സ്വാതന്ത്രസമരപ്പോരാളിയായിരുന്നു. അലിക്കുട്ടിയുടെ ഓർമ്മയിലുള്ള ആ കഥകൾ അയാൾ പലപ്പോഴും ഞങ്ങളോട് പങ്കുവച്ചിട്ടുണ്ട്. പലപ്പോഴും വായനശാലയിൽ വന്ന് വൈകുന്നേരങ്ങളിൽ ആ കഥകൾ പറയും. അബൂബക്കറുപ്പാനെ കണ്ട ഓർമ്മകൾ ചിലതൊക്കെ എന്നിലിപ്പോഴുമുണ്ട്.

കുറുമശ്ശേരി ദേശത്ത്, പടിഞ്ഞാറു ഭാഗത്തായി ഒരു കുന്നുംപുറമുണ്ടായിരുന്നു. അവിടെ പണ്ട് വീടുകളൊന്നുമുണ്ടായിരുന്നില്ല. ഒരു നായരുടെ സ്ഥലമായിരുന്നുവത്. വെള്ളത്തിനു ക്ഷാമവും കല്ല് പ്രദേശവുമായിരുന്നതിനാൽ നായര് അവിടെ ഒന്നും തന്നെ ചെയ്യുമായിരുന്നില്ല. ചാപ്പുണ്ണിനായരെന്നോ മറ്റോയായിരുന്നു അയാളുടെ പേര്. നായര്, നായര് എന്നു വിളിച്ച് അയാളുടെ പേരങ്ങട് മറന്നു. മലബാറിന്നോ മറ്റോ വന്ന അബൂബക്കറും ഉപ്പയും ഉമ്മയും ഒരു ദിവസം നായരുടെ വീടിന്റെ മുന്നിൽ പ്രത്യക്ഷപ്പെട്ടു. "ഞമ്മള് നാട് ബിട്ട് വന്നേക്ക്ണ്താണ്.കുറച്ച് സ്ഥലംവേണം ജീവിക്കാനെന്ന്." നായര് എല്ലാം വിറ്റുതുലഞ്ഞുവെന്ന് പറഞ്ഞു. അപ്പെ അബൂബക്കറാണ് ഈ കുന്നുംപുറത്തെകുറിച്ച് ഓർമ്മിപ്പിച്ചത്. 'അവിടെയുള്ള ആളുകളെല്ലാം പട്ടികളെയും പൂച്ചകളെയുമെല്ലാം കൊണ്ടുകളയാൻ ഉപയോഗിച്ച സ്ഥലമോ? ' എന്നാലും നായര് മറത്തൊന്നും പറഞ്ഞില്ല. അങ്ങനെ സ്ഥലം അബൂബക്കറിന്റേതായി. അബൂബക്കറ് കൈയ്യിലുള്ള കാശ് നായർക്ക്

കൊടുത്തു.

സ്വാതന്ത്ര്യസമരത്തിന്റെ നാളുകളാണേ. അബുബക്കറും ഉപ്പയുമാണെങ്കിൽ നന്നായി മണ്ണിൽ അധ്വാനിക്കുന്നവരും. അവരാ, കുന്നുപുറം കാണുന്ന നേരം കൊണ്ട് വെടിപ്പാക്കി മാറ്റി . ഒരു ഓലപ്പുരയും വച്ചു. കിണറു കുത്താൻ ആളുകളേയും കൊണ്ടു വന്നു. കിണറു കുത്തുന്ന രണ്ടുപേരും പിന്നെയീ മകനും ബാപ്പയും കൂടി ചത്ത് പണിയെടുത്ത് കിണറ്റിൽ വെള്ളം കാണിച്ച് നാട്ടുകാരെ അത്ഭുതപ്പെടുത്താതിരുന്നില്ല. ഇരുപതു വയസ്സിന്റെ തിളപ്പ് അബൂബക്കറുടെ എല്ലാ പ്രവർത്തികളിലുമുണ്ടായിരുന്നു. അയാളാ ഭൂമിയിൽ വിയർക്കുവോളം എന്നും പണിയെടുക്കും. അവരവിടെ ആദ്യം കപ്പനട്ടു, മാവ്, പ്ലാവ് എന്നിവയെല്ലാം വെച്ചു. പിന്നീട് വാഴ, ഇഞ്ചി, പയർ, ചേമ്പ്, ചേന എന്നിങ്ങനെയും. ഏകദേശം രണ്ടേമുക്കാൽ ഏക്കറാണ് കുന്നുംപുറം. അവരതിന്റെ കാൽഭാഗം അവരുടെ നിത്യജോലിക്കായി തെരഞ്ഞെടുത്തു. എന്നും പണി തന്നെ . ഒരു വർഷമായപ്പോഴേക്കും ഫലം കണ്ടു തുടങ്ങി.കായ, കപ്പ, ചേന,ഇഞ്ചി എന്നിവയൊക്കെ അവർ വെറുതെ അയൽക്കാർക്ക് കൊടുത്തു തുടങ്ങി. അബൂബക്കറിനെ നാട്ടുകാര് ഇഷ്ടപ്പെട്ടുതുടങ്ങി. ഇഷ്ട്ടപ്പെട്ടവർ ഇക്കാ എന്നു വിളിച്ചുതുടങ്ങി. അങ്ങനെ മൂവരുടെ ജീവിതം ആ കുന്നുംപുറം വിട്ടും പുറത്തുകടന്നു.

‘ ഈങ്കിലാബ് സിന്താബാദ്
ഈങ്കിലാബ് സിന്താബാദ്.
സാമ്രാജ്യത്വം അറബിക്കടലിൽ
ജന്മിത്വം പെരിയാറിൽ
സോഷ്യലിസം പുലരട്ടെ
സ്വാതന്ത്ര്യം പുലരട്ടെ’

കുന്നുപുറത്തിനു താഴെയുള്ള ആലപ്പടിയിലൂടെ കമ്മ്യൂണിസ്റ്റുകാരുടെ പന്തംകൊളുത്തി ജാഥ, മുദ്രാവാക്യങ്ങൾ വിളിച്ചു പോകുമ്പോൾ, ഇപ്പോൾ അവരുടെ മുന്നിൽ അബൂബക്കറുമുണ്ട്. അബൂബക്കറിന്റെ ഉശിരുള്ള ശരീരത്തേയും ശബ്ദത്തേയും ആലപ്പടിയിലെ ജനങ്ങൾ സ്വീകരിച്ചുകഴിഞ്ഞിരിക്കുന്നു.

“അന്നെ കണ്ടിട്ട് ശ്ലീ ആയല്ലോ
പഹയാ”
ജ് ജ് ബൈച്ചോ
ഇങ്ങക്ക് മീൻ ബറുത്തത്

ഇഞ്ഞി മേണോ?"

എന്നിങ്ങനെയുള്ള ചോദ്യങ്ങളാണ് നാട്ടുകാർക്ക് അബൂബക്കറിന്റെ വീട്ടിൽ പോയാൽ കേൾക്കാനാകുന്നത്. ചായയും കപ്പയും കഴിച്ചിട്ടേ അവിടെനിന്ന് ആരെയും വിടൂ. ഉമ്മയുടെ സ്നേഹം നാട്ടുകാരെ വളരെയധികം സന്തോഷിപ്പിച്ചിരുന്നു.

അബൂബക്കറിന്റെ ഉപ്പയുടെ ബന്ധുക്കൾ കുറച്ചുപേർ ദാരിദ്ര്യത്തിൽ പ്പെട്ട് മലബാറിൽ കഴിയുന്നുണ്ടായിരുന്നു. അവരുടെ ദയനീയാവസ്ഥ മനസ്സിലാക്കി ഉമ്മ അവരെ ഇങ്ങോട്ടു വിളിക്കാനായി ഉപ്പയോട് പറയുമായിരുന്നു. അങ്ങനെ ബന്ധുക്കളും കുന്നുപുറത്ത് വന്നെത്തി. അവിടെയുള്ള അബൂബക്കറിന്റെ അധ്വാനം എത്താത്ത , വിയർപ്പ് വീഴാത്ത ഭൂമിയിൽ അവർ പണിയെടുത്തു തുടങ്ങി.

ബന്ധുക്കളിൽ മൂന്നു കുടുംബങ്ങളാണുണ്ടായിരുന്നത്. അവർ ഒരുമിച്ച് രാവിലെ തന്നെ പണിയെടുക്കാനിറങ്ങും വെയിൽ വീഴുന്നതിനു മുമ്പേ പണി നിർത്തും. അബുബക്കറിന്റെ പറമ്പിലെ കപ്പ രാവിലെയും വൈകുന്നേരവുമെല്ലാം പുഴുങ്ങി കഴിക്കുകയും ചെയ്യും. അങ്ങനെ അവരെല്ലാം സന്തോഷത്തോടെ കഴിഞ്ഞു.

കടമ്പനാട്ട് തറവാടിന്റെ വകയായിരുന്നു ഒടിയപാടത്തെ മുക്കാലും നെൽവയലുകളും. കടമ്പനാട്ട് തറവാടിന്റെ കാരണവരും താഴെയുള്ള മൂന്നുപേരും ജന്മിയുടെ അധികാരത്തോടെ ജീവിച്ചവരാണ്. ഏറ്റവും അവസാനത്തെയാൾ എന്നാൽ കോൺഗ്രസ്സ് അനുഭാവിയാണ്. കോൺഗ്രസ്സും സ്ഥലത്തുള്ള ഈഴവരും തമ്മിൽ പരസ്പരം വാക്കുതർക്കങ്ങളുണ്ടാകാറുണ്ടായിരുന്നു.

"നിങ്ങള് സ്വാതന്ത്ര്യം, സ്വാതന്ത്ര്യം എന്നൊക്കെ പറയണ്ണ്ടല്ലോ. എന്നിട്ട് നമ്മുടെയിടെന്ന് ആരെങ്കിലും പാർട്ടി നേതൃത്വത്തിലുണ്ടാ." വേലുക്കുട്ടിയേട്ടൻ ദേഷ്യം കൊണ്ട് ചോദിച്ചു.

കോൺഗ്രസ്സ് സെക്രട്ടറി, മാധവനായർ കുറച്ച് ദേഷ്യക്കാരനാണെങ്കിലും ചിരിച്ചുകൊണ്ട് പറഞ്ഞു.

"ബ്രിട്ടീഷുകാരിൽ നിന്ന് സ്വാതന്ത്ര്യം കിട്ടിയില്ലെങ്കിൽ നമ്മളെല്ലാവരും അടിമകളായി ജീവിക്കേണ്ടേ? അവര് നമ്മുടെ സ്വത്തുകളെല്ലാം ബ്രിട്ടനിലേക്ക് കയറ്റി അയച്ചാലോ? നമ്മള് ഗാന്ധിയ്ക്കൊപ്പം കൂടണം. സമരം ചെയ്യണം. അടുത്ത സമ്മേളനത്തിന് നമുക്ക് ഇവിടെത്തെ ആളുകളെ കമ്മറ്റിയിൽ ഇടുക്കാലോ"

അവിടെയുള്ള കോൺഗ്രസ്സ് പ്രവർത്തകരിൽ കുറച്ചുപേർ കൈയ്യടിച്ചു അംഗീകരിച്ചു. എങ്കിലും ഈഴവ സംഘബലമുള്ള ആ മീ

റ്റിംങ്ങിൽ അതിനെ ചോദ്യംചെയ്യാൻ ആളുകളുമുണ്ടായിരുന്നു. എസ്. എൻ. ഡി.പി യുടെ ആദർശങ്ങളംഗീകരിച്ചിരുന്ന ഒരു വലിയ വിഭാഗം മാധവൻനായരുടെ അഭിപ്രായത്തെ വിശ്വസിച്ചില്ല. ഇവിടെത്തെ ലോക്കൽ കമ്മിറ്റിയിൽ പ്രവർത്തിക്കുന്നവരിൽ മുക്കാൽ ശതമാനമാളുകളും ഈഴവരുമാണ്. എന്നിട്ടും പുരോഗമനം പറയുന്ന കോൺഗ്രസ്സ് പാർട്ടി ഈവിധമാണല്ലോ പെരുമാറുന്നതെന്ന് അവർ ഓർത്തു. അവർ ചോദ്യങ്ങൾ ചോദിച്ചു. വാക്കുതർക്കങ്ങളുണ്ടായി. സമ്മേളനം വഴക്കിൽ അവസാനിച്ചു. ഈഴവരായ ആ സോഷ്യലിസ്റ്റുകൾ കമ്മ്യൂണിസ്റ്റ് പാർട്ടിലേക്ക് ചേരാൻ തീരുമാനിച്ചു.

നമ്മുടെ ജ്ഞാനദീപം വായനശാലയുടെ തൊട്ടടുത്തായിരുന്നു ആലപ്പടിയിലെ ആദ്യത്തെ കമ്യൂണിസ്റ്റ് പാർട്ടി ആഫീസ്. അപ്പുക്കുട്ടൻ മാസ്റ്ററായിരുന്നു അവിടെത്തെ എല്ലാം. സ്കൂൾ മാസ്റ്റർ, അവിവാഹിതൻ, പാർട്ടിയ്ക്കു വേണ്ടി ജീവിതം ഒഴിഞ്ഞുവെച്ചവൻ എന്നൊക്കെ പറയാം. വേലുക്കുട്ടിയും തങ്കപ്പനും ചന്ദ്രനും പേങ്ങനും കൂടി ഓലകൊണ്ട് കെട്ടിയുണ്ടാക്കിയ ആ ചെറിയ പാർട്ടി ഓഫീസിലെത്തി കാര്യങ്ങൾ അവതരിപ്പിച്ചു.

“കോൺഗ്രസ്സ് സോഷ്യലിസ്റ്റ് പാർട്ടിയിൽ ഞങ്ങൾക്ക് വിശ്വാസമില്ലാ സഖാവേ. കർഷകതൊഴിലാളികളാണ് നമ്മുടെ ഈ കുറുമശ്ശേരിയിലും തൃക്കല്ലൂർകുന്നിലും ആലപ്പടിയിലുമെല്ലാം ഉള്ളത്. ഒടിയപ്പാടത്തും തെക്കേപ്പാടത്തുമായി അവർ പണിയെടുക്കുന്നു. ഇതിൽ മുക്കാലും കടമ്പനാട്ട് തറവാടുകാരുടേതാണ്. അവിടെത്തെ കോൺഗ്രസ്സായ മാധവൻനായർ പാവപ്പെട്ട കർഷകരുടെ ഒപ്പമല്ല. അയാൾ ജന്മിമാരുടെ കൂടെയാ. ഞങ്ങൾക്ക് മാഷിന്റെ പാർട്ടിയിൽ ചേരണം. സഖാവ് പി കൃഷ്ണപിള്ളയുടെ പാർട്ടിയുടെ കൂടെ നിൽക്കണം”. അവർ ആവേശത്തോടെയാണ് അത് പറഞ്ഞത്. അവരുടെ ആവേശത്തെ സ്വാഗതം ചെയ്തുകൊണ്ട് അപ്പുകുട്ടൻ മാസ്റ്റർ പറഞ്ഞു.

“ബ്രിട്ടീഷ് സാമ്രാജ്യത്തിനെതിരെയും ജന്മിത്വ മേധാവിത്വത്തിനെതിരെയുമുള്ള പ്രവർത്തനമാണ് നാം നടത്തികൊണ്ടിരിക്കുന്നത്. പാടത്തുപണിയെടുക്കുന്നവരും മറ്റു നിരവധിതൊഴിലാളികളുമെല്ലാം നമ്മുടെ പാർട്ടിയിൽ അണിനിരക്കേണ്ടതുണ്ട്. അവരെയെല്ലാംകൂട്ടി സമരം നടത്തുവാനാണ് നിങ്ങളെല്ലാം ശ്രമിക്കേണ്ടത്.അതിന് പാർട്ടിയുടെ എല്ലാ സഹായങ്ങളും എപ്പോഴുമുണ്ടായിരിക്കും.”

അപ്പുക്കുട്ടൻ മാസ്റ്ററുടെ വാക്കുകൾ ഇവരിൽ വലിയ ഊർജ്ജമാണുണ്ടാക്കിയത്. ഈ സമയത്ത് കൊച്ചി-തിരുവിതാംകൂർ പ്രദേശങ്ങ

ളിൽ നിരവധി സംഘടിത, അസംഘടിത തൊഴിലാളികളെ യോജിപ്പിച്ചുകൊണ്ട് തൊഴിലാളിപ്രസ്ഥാനങ്ങൾ രൂപം കൊണ്ടിരിക്കുകയാണ്. വേലുക്കുട്ടിയും തങ്കപ്പനും ചന്ദ്രനുമെല്ലാം ചേർന്ന് നൂറുകണക്കിന് കർഷകരെ ഈ പാർട്ടിയുടെ അനുഭാവികളാക്കി മാറ്റി. ഒടിയപാടത്ത് കൂടിയ കർഷകസമ്മേളനത്തിന് പി. കൃഷ്ണപ്പിള്ള വരികയുണ്ടായി. അതെല്ലാം ആലപ്പടിയിലെ ജനങ്ങളെ ആവേശം കൊള്ളിച്ചു. 'എല്ലാവിധ ചങ്ങലക്കെട്ടുകളെയും പൊട്ടിച്ചെറിഞ്ഞാൽ മാത്രമെ നമുക്ക് സ്വാതന്ത്ര്യം നേടാൻ സാധിക്കുള്ളൂവെന്ന്.' ആസമ്മേളനം ആഹ്വാനം ചെയ്യുകയുണ്ടായി. 'വായനശാലയിലൂടെ ശക്തരാകുവിൻ,' സംഘടിച്ച് ശക്തരാകുവിൻ' എന്ന മുദ്രവാക്യവും ഒടിയപാടത്ത് പ്രതിധ്വനിച്ചു കൊണ്ടിരുന്നു. സഖാവ് കൃഷ്ണപ്പിള്ള പറഞ്ഞപോലെ പ്രബുദ്ധതയുള്ള ഒരു യുവതലമുറയെ സൃഷ്ടിക്കേണ്ടത് പാർട്ടിയുടെ ഉത്തരവാദിത്വമാണെന്ന ആശയം അപ്പുക്കുട്ടൻ മാസ്റ്റർ എപ്പോഴും ഓർമിപ്പിച്ചുകൊണ്ടിരുന്നു.

ആലപ്പടിയിലൊരു വായനശാല വരണമെന്ന ആഗ്രഹവും പാർട്ടിയ്ക്കുണ്ടായി. കർഷകർക്കും മറ്റു തൊഴിലാളികൾക്കും പുതിയ തലമുറയ്ക്കുമെല്ലാംവായിക്കാൻ ഒരു വായനശാല വരണം.

"വായനശാലയ്ക്ക് സ്ഥലം വാങ്ങണം. അതിന് പണം വേണം. പിരിയ്ക്കാനാണെങ്കിൽ ഇപ്പൊ തുടങ്ങണം. എന്നാലെ അടുത്തവർഷമെങ്കിലും വായനശാല ഇവിടെ കാണൂ."

അപ്പുക്കുട്ടൻമാസ്റ്റർ മിറ്റീംങ്ങിൽ പറഞ്ഞു. എല്ലാവരും അതിനോട് അനുകൂലിച്ചു.

"അറിവാണ് പ്രധാനം. അറിവ് കാട്ടിതരുന്നവൻ ഗുരുവാണ്. നാരായണഗുരുവിനെ കുറിച്ച് കുമാരനാശാൻ എഴുതിയ ഒരു കവിതയുണ്ട്. 'ഗുരു'വെന്നാണ് കവിതയുടെ പേര്."

"ആരായുകിലന്ധത്വമൊഴിച്ചാദിമഹസ്സിൽ നേരം വഴികാട്ടും ഗുരുവല്ലോ പരദൈവം

ആരാദ്ധ്യനതോർത്തീടുകിൽ ഞങ്ങൾക്കവിടുന്നാം

നാരായണമൂർത്തേ ഗുരു നാരായണമൂർത്തേ."

അപ്പുക്കുട്ടൻ മാസ്റ്റർ കവിത മനോഹരമായി ചൊല്ലി."ഗുരുവിനെപ്പോലെ അറിവ് കാട്ടിതരുന്ന ഒരു വായനശാലയാണ് നാടിനു ആവശ്യമെന്ന്' അദ്ദേഹം പറയാതെ തന്നെ ഞങ്ങൾക്ക് മനസ്സിലാക്കി തന്നു. വേലുക്കുട്ടിയും ചന്ദ്രനും തങ്കപ്പനും കൂടി ഏകദേശമൊരു തുക കണക്കാക്കി. "നാളെ ഞായറാഴ്ച്ചയാണ്. നാളെത്തന്നെ പിരി

വിനു് ഇറങ്ങാമെന്ന് വേലുക്കുട്ടി, മാസ്റ്ററോട് പറഞ്ഞു. അപ്പുക്കുട്ടൻ മാസ്റ്റർക്ക് വളരെയധികം സന്തോഷം തോന്നി. അദ്ദേഹത്തിന്റെ കണ്ണിൽ ഞങ്ങളാ ആനന്ദം കണ്ടു. മാസ്റ്റർ വീട്ടിലേക്ക് പോകുന്നത് നോക്കി ഞങ്ങൾ നിന്നു. ഇത് അവസാനത്തെ കാഴ്ച്ചയാണെന്ന് രാവിലെയാണ് മനസ്സിലായത്. മാസ്റ്റർ പോയതോടെ പാർട്ടിയും പോയി. ഞങ്ങളിലെ ഊർജ്ജമാണ് മാഷിന്റെ മരണത്തോടൊപ്പം കടന്നുപോയത്. വർഷങ്ങൾ കടന്നു. നമ്മൾ സ്വതന്ത്രരായി. സ്വാതന്ത്ര്യദിനത്തിന്റെ അന്ന് അബൂബക്കർ ഞങ്ങളെ കാണാൻ വന്നു.

“ആലപ്പടിയിലുള്ള വർക്കി മാപ്പിളയുടെ ആ രണ്ട്സെന്റ് സ്ഥലം ഞാനങ്ങട് വാങ്ങി. നമുക്കൊരു വായനശാല വേണ്ടേ. അപ്പുക്കുട്ടൻ മാസ്റ്ററെ നമുക്കങ്ങ് മറക്കാൻ പറ്റ്വോ?” അബൂബക്കർ പറഞ്ഞു.

ഞങ്ങൾക്ക് എന്താണ് പറയേണ്ടതെന്ന് അറിയില്ല. അപ്പുക്കുട്ടൻ മാസ്റ്റർ ഞങ്ങളുടെ മുന്നിൽ വന്നു നിന്നു.

“അടുത്ത സ്വാതന്ത്ര്യദിനവാർഷികത്തിന് നമുക്ക് വായനശാലയുടെ ഉദ്ഘാടനം നടത്തണം.”

അബൂബക്കറിന്റെ കഥ ഈ വായനശാലയുടെ കഥ കൂടിയാണ്.” വേലുക്കുട്ടിയുടെ മകൻ സുനിൽകുമാർ പറഞ്ഞുനിർത്തി. ചരിത്രത്തെ മുറിച്ചുകൊണ്ട് ശ്രീനാരായണക്ഷേത്രത്തിൽ നിന്ന് പതിവില്ലാതെ മണി മുഴങ്ങി.

9
ശ്രീനാരായണക്ഷേത്രം

നീ സത്യം ജ്ഞാനമാനന്ദം
നീ തന്നേ വർത്തമാനവും
ഭൂതവും ഭാവിയും വേറ -
ല്ലോതും മൊഴിയുമോർക്കിൽ നീ
–നാരായണ ഗുരു

പതിവില്ലാതെ ക്ഷേത്രത്തിൽ നിന്നുള്ള മണിമുഴക്കം കേട്ട് കുറച്ചു പേർ അങ്ങോട്ട് ചെന്നു. പൂജാരിയും സെക്രട്ടറിയും പ്രസിഡന്റും മറ്റു അംഗങ്ങളും അവിടെയുണ്ട്. പതിവിലധികമായി ക്ഷേത്രപരിസരത്ത് വിളക്കുകൾ കത്തിച്ചിരുന്നു. അന്ധകാരത്തെ ചെറുക്കാൻ ഭക്തിയുടെ ഒരു തന്ത്രമായി മാത്രമേ ശ്രീജിത്തിന് ഇതു തോന്നിയുള്ളു. വരുന്ന വർ, വരുന്നവർ ഈ ദീപപ്രഭയിൽ മോക്ഷസംതൃപ്തരായി. ഇരുളിൽ നിന്ന് പ്രകാശത്തിലേക്ക് വരുന്നതുപോലെയുള്ള അനിർവ്വചനീയമാ യ ഒരു ആനന്ദം അവർക്കു ലഭിക്കുന്നുണ്ടെന്ന് ശ്രീജിത്തിനു തോന്നി.

ശ്രീജിത്തിന്റെ വീട് അമ്പലത്തിനു തൊട്ടടുത്താണ്. പണ്ട് ഒരു തി രി മാത്രം കത്തിച്ചിരിക്കുന്ന, ചുറ്റുമതിലില്ലാത്ത ഒരമ്പലമായിരുന്നു ഇ ത്. ഇപ്പോൾ എത്രമാത്രം തിരികൾ പ്രകാശം ചൊരിഞ്ഞ് നിൽക്കുന്നു വെന്ന് ശ്രീജിത്ത് ഓർത്തു. ഈ തിരികളിലെ പ്രകാശത്തിന് ഈ മനു ഷ്യരുടെ അന്ധകാരത്തിലേക്ക് വെളിച്ചം പകരാൻ സാധിക്കുമോ?

സ്ത്രീകളും കുട്ടികളും വൃദ്ധരുമെല്ലാം വന്നുകൊണ്ടിരിക്കുന്നു. പു രുഷന്മാരുടെ സംഘം മീറ്റിംങ്ങിനുള്ള കസേരകൾ പിടിച്ചിടുന്നു. സെ ക്രട്ടറിയും മറ്റു അംഗങ്ങളെല്ലാം വേദിയിൽ വന്നിരിക്കുന്നു. യോഗനട പടികളാരംഭിക്കുന്നതിനു മുമ്പായി പൂജാരി വരുന്നു. പൂജാരിയുടെ വ സ്ത്രം അന്ധകാരത്തെ അകറ്റുവാൻപണിപ്പെടുന്ന കടുംമഞ്ഞനിറമാ ണ്. ശ്രീജിത്ത് സദസിനു പുറകിലായി നിലയുറപ്പിച്ചു.

“ഭക്തരെ, കലികാലത്ത് ഇത്തരത്തിലുള്ള അനിഷ്ടസംഭവങ്ങൾ ഭ

ഗവാൻ മുമ്പേ പ്രവചിച്ചിട്ടുള്ളതാണല്ലോ. ഇതിൽ നിന്ന് മുക്തി നേടുവാനുള്ള മാർഗവും ഭഗവാൻ അന്നേ പറഞ്ഞുവച്ചിട്ടുണ്ട്. നമ്മുടെ നാടിനെ ഒന്നാകെ ബാധിച്ചിട്ടുള്ള ഈ അന്ധകാരത്തിൽ നിന്നുള്ള മോചനത്തിനായി പത്തര മുതൽ രാത്രി ഏഴര വരെ നമ്മൾ പ്രാർത്ഥന നടത്തുകയാണ്. നിങ്ങൾ ഏവരും ഈ പ്രാർത്ഥനയിൽ മുഴുവൻ സമയവും പങ്കെടുക്കുമല്ലോ."

അമ്പലം സെക്രട്ടറി പറഞ്ഞു നിർത്തി. ജീവിതത്തിലാദ്യമായി ഇത്രയധികം കൈയ്യടി അയാൾക്കു കിട്ടിയിട്ടില്ല. ഭക്തരുടെ കൈയ്യടിയിൽ പുളകിതനായി സെക്രട്ടറി ഇരുന്നു.

തുടർന്ന് സംസാരിച്ചത് പൂജാരിയായ സുബ്രഹ്മണ്യൻ ആണ്. ഒരു മിനിറ്റു നേരം ഭക്തർക്ക് അഭിമുഖമായി നിന്നുകൊണ്ട് കണ്ണടച്ച് എന്തോ പ്രാർത്ഥിച്ച് അദ്ദേഹം സംസാരമാരംഭിച്ചു.

ഭക്തജനങ്ങളെ, അന്ധകാരതമസ്കരണപൂജയിൽ ഭക്തരെല്ലാം കുടുംബത്തോടൊപ്പം പങ്കെടുക്കുമല്ലോ. കാളി ദാരികനെ കൊന്ന്, ലോകത്ത് വെളിച്ചം പരത്തിയതുപോലെ ഇന്നു നാം അന്ധകാരത്തെ നിഗ്രഹിച്ച് പ്രകാശം കൊണ്ടുവരും. കുടുംബത്തിന് ഐശ്വര്യം വരുന്ന ഈ പ്രാർത്ഥനയിൽ എല്ലാവരും പങ്കാളികളാകുക. ഉച്ചയ്ക്കും രാത്രിയുമെല്ലാം ഭക്ഷണമുണ്ടായിരിക്കും. ചായയും ഭക്തർക്ക് യഥാസമയം തരുന്നതായിരിക്കും.

പൂജാരിക്കും നല്ല കൈയ്യടി ലഭിച്ചു. ആളുകളെല്ലാം തിരക്കുകൂട്ടി കസേരകളിൽ നിലയുറപ്പിച്ചു. പ്രാർത്ഥന ആരംഭിച്ചു.

ശ്രീജിത്തിന്റെ വിവരണം കേട്ട് ശിവന് ചിരി വന്നു. പക്ഷേ ആ ചിരി അധികം നീണ്ടില്ല. മനുഷ്യർക്ക് വന്നുകൊണ്ടിരിക്കുന്ന യുക്തിരാഹിത്യത്തെയും ആത്മീയഅടിമത്തത്തേയും ശിവൻ ഓർത്തു. ശാസ്ത്രം പരാജയപ്പെട്ടുകൊണ്ടിരിക്കുകയാണ്. സ്വാതന്ത്ര്യാനന്തര ഇന്ത്യ നേടിയ പുരോഗതികൾ ഇല്ലാതാകുകയാണോ? മതവിശ്വാസങ്ങൾ ഇങ്ങനെ കൂടി കൂടി വന്നാൽ രാഷ്ട്രം എന്താകും? അന്ധകാരം മൂടി നിൽക്കുന്ന ഈ സന്ദർഭത്തിൽ നാം തളരാനേ പാടില്ല.

സമയം പത്തര കഴിഞ്ഞിരിക്കുന്നു. വഴിയിൽ സ്ട്രീറ്റ്ലൈറ്റുകൾ ഇപ്പോഴും കത്തികൊണ്ടിരിക്കുന്നു. ഗവൺമെന്റിന്റെ ഈ ലൈറ്റുകൾ പോലുമില്ലെങ്കിൽ സർവ്വം അന്ധകാരമായേനെ. ഇതു എത്രനേരം നീണ്ടുനിൽക്കും. പ്രപഞ്ചത്തിന്റെ പ്രകാശകേന്ദ്രമായ സൂര്യൻ പണിമുടക്കിയെങ്കിൽ മനുഷ്യനിർമ്മിതമായ ഈ വൈദ്യുതപ്രകാശങ്ങൾ എത്രനേരം?

അറിവാണ് ലോകത്തിലെ ഇരുട്ടിനെ അകറ്റുവാനുള്ള ശക്തമായ ആയുധം. വെറും അറിവല്ല, തിരിച്ചറിവ്. സമൂഹത്തിലെ അധികാരത്തെ വിമർശിക്കുവാനുള്ള അറിവ്. യുക്തിപൂർവ്വം ചിന്തിച്ച് പ്രവർത്തിക്കുവാനുള്ള അറിവ്. ഇരുട്ടിലേക്കു പോയികൊണ്ടിരിക്കുന്ന ജനത്തെതിരിച്ചു കൊണ്ടുവരണം. വായനശാലയിലേക്ക് ആളുകളെ കൊണ്ടുവരണം. ശിവന്റെ ആലോചന ഇങ്ങനെ പോയിക്കൊണ്ടിരിക്കുന്നമ്പോഴാണ് ശ്രീജിത്തിന്റെ ചോദ്യം വന്നത്.

"അതേയ്, ശിവൻചേട്ടാ ഇന്ത്യയിൽ ആദ്യം മുതൽ തന്നെ ഇരുട്ടിൽ നിന്നുള്ള മോക്ഷത്തിനു വേണ്ടി ഹിന്ദുക്കൾ പൂജ നടത്തുന്നില്ലേ"?

ശ്രീജിത്തിന്റെ ചോദ്യം എനിക്കു രസിച്ചു. എന്താണു ഞാൻ പറയേണ്ടതെന്നാലോചിച്ചപ്പോഴാണ് അടുത്ത ചോദ്യം വരുന്നത്.

"ആരാണ് ഭാരതീയർ, ആരാണ് ഹിന്ദുക്കൾ, നമ്മൾ എന്നുമുതലാണ് ഹിന്ദുക്കളായത് എന്നൊക്കെയുള്ള കാര്യങ്ങളിൽ തർക്കങ്ങളുണ്ടല്ലോ. അങ്ങനെ വരുമ്പോൾ എല്ലാ ഹിന്ദുക്കളും ഇതൊക്കെ വിശ്വസിച്ച് പൂജ നടത്തിയെന്ന് പറയാൻ പറ്റില്ല. ബുദ്ധമതക്കാർ, ചാർവാകന്മാർ എന്നിവരൊക്കെ വ്യത്യസ്തമായ രീതിയിൽ ചിന്തിക്കുന്നവരായിരുന്നില്ലേ? അതേപോലെ ഉത്തരേന്ത്യക്കാരുടെ വിശ്വാസങ്ങളിലും ഒരുപാട് വ്യത്യസ്തതകൾ ഉണ്ടായിരുന്നില്ലേ?"

ശിവൻ ഇതൊക്കെ പറഞ്ഞുകൊണ്ടിരിക്കുമ്പോൾ മോഹനേട്ടനും, ഫാത്തിമയും, ഉത്തമനും കടന്നുവന്നു. അവർ അവിടെയിട്ടിരുന്ന ബഞ്ചിലും കസേരയിലും ഇരുന്നു.

ശിവ പറയ്, കേൾക്കട്ടെ ഞങ്ങളും മോഹനേട്ടൻ പറഞ്ഞു. ശിവൻ ചിരിച്ചുകൊണ്ട് തുടർന്നു.

"നമ്മൾ പൊതുവെ കേൾക്കുന്ന രണ്ടു ഹിന്ദു ആഘോഷങ്ങളാണ് ദുർഗാപൂജയും ദീപാവലിയും. രണ്ടിലും ഇരുട്ടിനെ അകറ്റി പ്രകാശം കൊണ്ടുവരുക, തിന്മയെ നിഗ്രഹിച്ച് നന്മയെ കൊണ്ടുവരുക എന്നൊക്കെയാണ് പറയാറ്. ദുർഗാദേവി മഹിഷാസുരനെ വധിച്ചതിന്റെ പ്രതീകമായിട്ടാണ് ഹിന്ദുമത വിശ്വാസികൾ ദുർഗാപൂജ ആഘോഷിക്കുന്നത്. ബംഗാളിലെ ഏറ്റവും വലിയ ആഘോഷമായിട്ട് അവിടത്തെ ജനങ്ങൾ ഇതിനെ കാണുന്നത്. ഇതിന്റെ ഐതിഹ്യം ഇങ്ങനെയാണ്. ക്രൂരനായ മഹിഷാസുരൻ തപസ്സു ചെയ്ത് ബ്രഹ്മാവിനെ പ്രീതിപ്പെടുത്തി വരം നേടി. സ്ത്രീകൾക്കു മാത്രമേ തന്നെ കൊല്ലാനാവൂ എന്നായിരുന്നു ആ വരം. വലിയ ശക്തിമാനായ തന്നെ കൊല്ലാൻ സ്

ത്രീകൾക്കൊരിക്കലും സാധിക്കില്ലായെന്ന ചിന്ത നമുക്കതിൽ കാണാം. ശിവൻ ചിരിച്ചിട്ട് ഫാത്തിമയെ നോക്കി. ഫാത്തിമ ഒരു ചോദ്യമെറിഞ്ഞു.

"ചരിത്രം, സ്ത്രീകളെ അബലകളും ദുർബല ഹൃദയരുമായിട്ടൊക്കെയാണല്ലോ ചിത്രീകരിച്ചിരിക്കുന്നത്. അതിന്റെ ഒരു വേർഷനാണ് ഈ മഹിഷാസുരനും".

അതെ, ഫാത്തിമ, ശിവൻ തുടർന്നു.

മഹിഷാസുരനെ വധിക്കാനായി ദേവന്മാർ ശിവനേയും മഹാവിഷ്ണുവിനെയും ശരണം പ്രാപിച്ചു. അവരുടെ ശരീരത്തിൽ നിന്നു പുറപ്പെട്ട ആയിരംകോടി പ്രകാശം ഭൂമിയിൽ പതിച്ചതിന്റെ ഫലമായി ദുർഗാദേവി ജന്മം കൊണ്ടു. സിംഹത്തിന്റെ പുറത്തുവന്ന ദുർഗാദേവി യുദ്ധത്തിൽ മഹിഷാസുരനെ വധിച്ചുവെന്നാണ് ഐതിഹ്യം

എല്ലാവരും ഈ കഥ കേട്ടിരിക്കുന്നുണ്ടെന്ന് ശിവന് മനസിലായി. അല്ലെങ്കിലും ഇത്തരം കഥകളിലെ ഫാന്റസിയുടെ ഘടകങ്ങൾ എല്ലാവർക്കും ഇഷ്ടമാകും. അതുകൊണ്ടാണല്ലോ ഭാവനകൾ ചരിത്രമായി ഇന്നു ജനങ്ങൾ വിശ്വസിക്കുന്നത്. ഭാവനകൾ ചരിത്രത്തേക്കാൾ യഥാർത്ഥ്യമായിത്തീരുന്നു. വലിയ ഭാവനകൾ വലിയ ചരിത്രങ്ങളായി മാറുന്നു.

ഹിന്ദു, ജൈന, സിഖ് മതവിശ്വാസികൾ മൺവിളക്കുകൾ കത്തിച്ചുവെച്ചും പടക്കം പൊട്ടിച്ചുമൊക്കെ ആഘോഷിക്കുന്ന ദീപാവലി ഇന്ന് ഇന്ത്യയിലെ അറിയപ്പെടുന്ന ഉത്സവമാണ്. ഉത്തരേന്ത്യയിലെ പോലെതന്നെ ഇന്ന് ദക്ഷിണേന്ത്യയിലും ദീപാവലി കേമമായിതന്നെ ആഘോഷിക്കുന്നുണ്ട്. കേരളത്തിലും ഈ അടുത്തകാലം മുതൽ വല്യ ആഘോഷമായി മാറിയിട്ടുണ്ടല്ലോ. ഈ ആഘോഷത്തിന്റെ പിന്നിൽ നിരവധി ഐതിഹ്യങ്ങളുണ്ട്. ഒന്നാമതായി, ജൈനനായ മഹാവീരൻ നിർവാണം പ്രാപിച്ചതിനെ അനുസ്മരിക്കാനായി നടത്തുന്നത്. രണ്ടാമതായി, ശ്രീകൃഷ്ണൻ നരകാസുരനെ വധിച്ചതിന്റെ ആഘോഷം. മൂന്ന്, ശ്രീരാമനു പതിനാലു വർഷത്തെ വനവാസത്തിനു ശേഷം അയോധ്യയിലേക്ക് തിരിച്ചെത്തിയതിന്റെ ആഘോഷം. ഇവിടെയും ദീപങ്ങൾ കൊണ്ടാണ് ഈ ആഘോഷങ്ങൾ നടക്കുന്നത്. ഇരുട്ടിൽ നിന്ന് വെളിച്ചത്തിലേക്ക് എന്ന ആശയം ഇവിടെയെല്ലാം കാണാം.

ശിവൻ ഇത്രയും പറഞ്ഞു കഴിഞ്ഞപ്പോഴേക്കും പലരുടെയുള്ളിലും ചില ചിന്തകൾ രൂപപ്പെട്ടു കഴിഞ്ഞിരുന്നു.

പ്രതീകാത്മകമായ ഒരു ലോകത്താണ് ശിവൻചേട്ടാ ജനങ്ങൾ ജീ

വിക്കുന്നത്.

ഫാത്തിമ നെടുവീർപ്പിട്ടു.

യുക്തിയുടെ ലോകത്തേക്കാൾ ജനങ്ങൾക്ക് ഭാവനയുടെ ലോകമാണോ കൂടുതൽ സന്തോഷമുണ്ടാക്കുന്നത് ?

ശ്രീജിത്തിന്റെ സംശയം പൊങ്ങിവന്നു.

10
ലക്ഷംവീട് കോളനി

ജ്ഞാനം കൊണ്ടല്ലാതെ ബ്രാഹ്മണത്വം
മാനവന്മാർക്കു ലഭിക്കയില്ല
ജ്ഞാനിക്കു ജാതിയും തീണ്ടലുമില്ലല്ലോ
ആനന്ദമേയുള്ളൂ യോഗപ്പെണ്ണേ - ബ്രഹ്മ
ദ്ധ്യാനം തന്നേയുള്ളൂ ജ്ഞാനപ്പെണ്ണേ

–കെ.പി .കറുപ്പൻ

പണ്ട് ഭൂപരിഷ്ക്കരണത്തിനു ശേഷം എല്ലാ പട്ടികജാതി പട്ടിക വർഗ്ഗക്കാർക്ക് ഭൂമിയോ വീടോ ലഭിച്ചിരുന്നില്ലല്ലോ. നിരവധി സമര ങ്ങൾക്കുശേഷം എൺപതുകളിലോ മറ്റോ ആണെന്നു തോന്നുന്നു, ലക്ഷംവീട് കോളനികൾ കുറുമശ്ശേരിയ്ക്കു സമീപമുള്ള താഴെക്കു ന്നിൽ ആരംഭിച്ചത്. താഴെക്കുന്ന് പുഞ്ചപ്പാടത്തിനുസമീപമുള്ള ഒരു കുന്നായിരുന്നു. ഗവൺമെന്റിന്റെ പരിധിയിൽപ്പെട്ടിരുന്ന ഈ ഭൂമിയി ലേക്കായിരുന്നു പട്ടികജാതി വിഭാഗക്കാർക്കുള്ള വീട് പണിതത്. ഒരു വലിയ വീടിനെ നടുക്കെവെച്ച് രണ്ടായി പകുത്ത വീടുകളാണ് അവിടെ ഉണ്ടായിരുന്നത്. അതായത് രണ്ടു വീടിനെ വേർതിരിക്കുന്നത് ഒരു ഭി ത്തിയാണെന്ന്. ഇന്ന് സാഹചര്യങ്ങളെല്ലാം മാറിയിരിക്കുന്നു. ഓരോ രുത്തർക്കും ഓരോ വീട്. റോഡും വൈദ്യുതിയും വെള്ളവുമെല്ലാം അവിടെയുണ്ട്. അതാണ് ലക്ഷംവീട് കോളനിയുടെ ചരിത്രം.

ലക്ഷംവീട് കോളനിയിലേക്കുള്ള വഴിയിൽ നിരവധി പലച്ചരക്കു കടകളും മൊബൈൽ കടകളും ഉണ്ട്. പോകുന്ന വഴിയിലെ മതിലു കളിൽ തമിഴ്സിനിമകളുടെ പോസ്റ്ററും സി. പി.എം.ന്റെ കർഷകസം ഘടനകളുടെ പോസ്റ്ററും കാണാം. കുറച്ചുദൂരം കൂടി നടന്നപ്പോൾ ഒരു വളപ്പിനടുത്തുള്ള കലുങ്കിൻമേൽ അംബേദ്കറുടെ പോസ്റ്റർ ഒട്ടിച്ചിരിക്കുന്നു. അടുത്തിടെയായി അവിടെ രൂപപ്പെട്ടുകൊണ്ടിരിക്കു ന്ന രാഷ്ട്രീയത്തെയാണത് അടയാളപ്പെടുത്തിയത്.

"കോളനിയിലെ പുതിയ ചെറുപ്പക്കാർ അംബേദ്കർ രാഷ്ട്രീയമെന്നു പറഞ്ഞു ഇറങ്ങിത്തിരിച്ചിട്ടുണ്ട്. അവറ്റകൾടെ കാര്യത്തിൽ പാർട്ടി ഇതുവരെ ഒന്നും ആലോചിച്ചിട്ടില്ലാ. ഇങ്ങനെ പോയാല്....."

ശ്രീജിത്ത് രോഷം കൊണ്ട് പറയുകയാണ്. അവന് ഇത്തരം മാറ്റങ്ങളെ ഉൾക്കൊള്ളാനാവുന്നില്ലേ? ശിവൻ ആലോചിച്ചു.

"പുതിയ ആശയങ്ങളും രാഷ്ട്രീയവും സംഘടനയുമെല്ലാം എപ്പോഴുമുണ്ടായിക്കൊണ്ടിരിക്കും. അതിലെല്ലാം പുതുതലമുറ ആകൃഷ്ടരാവുകയും ചെയ്യും. അതിനെയെല്ലാം അധികാരമുപയോഗിച്ച് അടിച്ചമർത്താൻ ശ്രമിക്കുന്നത് ഫാസിസമാണ്. അത് നമ്മൾ ചെയ്താലും."

ശിവൻ പറഞ്ഞത് അത്രയ്ക്ക് ഇഷ്ടപ്പെടാത്ത മട്ടിൽ ശ്രീജിത്ത് മുഖം തിരിച്ചു.

" മതം,ജാതി,ലിംഗം എന്നിങ്ങനെയൊക്കെ തിരിഞ്ഞ് തിരിഞ്ഞ് ബഹുജനസമരത്തിന് ജനങ്ങളെ കിട്ടുന്നില്ല. സഖാവ് അത് കാണുന്നില്ലേ"?

" വർഗ്ഗസമരത്തിൽ തന്നെയാണ് നമ്മൾ ഉറച്ചുനിൽക്കുന്നത്. വർഗസമരത്തിനേ ബഹുരാഷ്ട്രമുതലാളിത്ത അധികാരത്തെ ചോദ്യം ചെയ്യാൻ കഴിയൂ."

അങ്ങനെ തന്നെയല്ലേ എന്നർത്ഥത്തിൽ ശിവൻ ഒന്നു ശ്രീജിത്തിനെ നോക്കി.

" ശരിതന്നെ. പക്ഷേ എല്ലാ സ്വത്വവാദികളും ഞങ്ങളുടെ കാര്യത്തിന് ഞങ്ങൾ തന്നെ സമരം ചെയ്തോളാം എന്ന ഭാവമാണല്ലോ. ആരും തന്ത ചമഞ്ഞ് വരണ്ടായെന്നാണ് പറയുന്നത്."

ശ്രീജിത്തേ, അവർ പറയുന്നതിൽ ശരിയുണ്ട്. ലോകത്തിൽ ഒരേ ഒരു സത്യം മാത്രമെയുള്ളൂ എന്ന വിശ്വാസമൊന്നും നമുക്കില്ലല്ലോ. പലയിടങ്ങളിലെയും നമ്മുടെ പ്രവർത്തനത്തിൽ തന്ത ചമയൽ ഉണ്ടായിട്ടുണ്ടാകാം. അത്തരം അധികാരപ്രയോഗങ്ങളും നമ്മൾ നിർത്തേണ്ടതല്ലേ"?

റോഡിനരികിലുള്ള പൈപ്പിൻ ചോട്ടിൽ ഒരു പൂച്ച വെള്ളം കുടിക്കുന്നത് കണ്ടു. അതിനെ നോക്കി കുരയ്ക്കുന്ന ഒരു കറുത്ത പട്ടിയും. ഞങ്ങൾ സുധിഷിന്റെ വീടിനടുത്തെത്തി.

" സുധീഷേ, കൗസല്യ ചേച്ചി ഇതു ഞങ്ങളാ "

ഞങ്ങൾ പടിയുടെയടുത്ത് ചെരുപ്പ് ഊരിവച്ചു.

കൗസല്യചേച്ചി കരഞ്ഞു. അവരുടെ കരച്ചിലിൽ വലിയ ഒരു പേ

ടി ഒളിച്ചിരുന്നു.

"ഏയ്, ചേച്ചി പേടിക്കാനൊന്നുമില്ലെന്നേ, സുധീഷിന് എന്താ പറ്റിയെന്ന് ഞങ്ങള് അന്വേഷിക്കുന്നുണ്ട്. പേടിക്കേണ്ടന്നേ, അവൻ തിരിച്ചു വന്നില്ലേ"

ഞാൻ അവരെ സമാധാനിപ്പിക്കാൻ ശ്രമിച്ചു. ഞങ്ങൾ വീടിനകത്തേക്കു കയറി. അകത്തെ മുറിയിലെ കട്ടിലിൽ സുധീഷ് കിടക്കുകയായിരുന്നു. മുഖം കരുവാളിച്ചിട്ടുണ്ട്. നല്ല ക്ഷീണം കാണുന്നു. സുധീഷിനും പേടി മാറിപ്പോയിട്ടില്ലെന്ന് മുഖം വ്യക്തമാക്കിയിരുന്നു.

സുധീഷിന്റെ മുറിയിലെ ഭിത്തിയിൽ കൗസല്യയുടെയും രാഘവന്റെയും കല്യാണഫോട്ടോ കാണുന്നു. രാഘവൻ, സഖാവ് ദേപങ്ങന്റെ മകൻ. രാഘവൻ മരിച്ചിട്ട് എത്ര വർഷമായി കാണും.

"സുധീഷ് നിനക്കെന്താണ് പറ്റിയത്? ആരാണ് നിന്നെ തട്ടികൊണ്ടുപോയത്? അമലിന് എന്തുപറ്റി?".

ശ്രീജിത്ത് വളരെ വിഷമത്തോടെയാണതെല്ലാം ചോദിച്ചത്.

" എനിക്കൊന്നുമറിയില്ലാ, നിങ്ങൾ എന്നെ വിശ്വസിക്കൂ. ഇന്നലെ വൈകുന്നേരം കോളേജ് വിട്ട് വരുമ്പോഴാണ് ഞങ്ങളെ അവർ പിടിച്ചുകൊണ്ടുപോയത്."

"അപ്പോ, നിങ്ങളെ പിടിച്ചുകൊണ്ടുപോയത് ആരും കണ്ടില്ലേ സുധീഷേ"?

" ഇല്ല ഞങ്ങൾ സാധാരണ ബൈക്കിലാണല്ലോ വരുന്നത്. സമയം ലാഭിക്കാൻ റബർ തോട്ടത്തിന്റെ സമീപത്തുള്ള ഉൾവഴിയിലുടെയാണ് കോളേജിൽ നിന്ന് തിരിച്ച് വരാറ്."

" അപ്പോൾ, നിങ്ങൾ സ്ഥിരം ഈ വഴി വരണുണ്ടെന്ന് അവർക്കറിയാം."

"അറിയായിരിക്കാം. അതായിരിക്കും കോളേജ് വിട്ട് പോകുന്ന സമയത്തുതന്നെ അവർ."

"അവര് മുഖം മറച്ചിരുന്നോ? നിങ്ങളെ എവിടെയാണവർ കൊണ്ടുപോയത്?"

അവര് മുഖം മറച്ചിരുന്നു. എവിടെയാണെന്ന് ഓർമയില്ലാ. ഞങ്ങളെ അവർ എന്തോ മണപ്പിച്ച് ബോധം കെടുത്തി."

"ആട്ടെ. നീ റെസ്റ്റ് എട്, ഞങ്ങള് ഒരു വണ്ടിം കൊണ്ട് വരാം. പോലീസ് സ്റ്റേഷനിൽ പോയി പരാതി കൊടുക്കാം."

ശിവൻ പറഞ്ഞു.

കൗസല്യചേച്ചിയോട് പറഞ്ഞ് ഞങ്ങൾ പുറത്തിറങ്ങിയപ്പോഴാ

ണ് സുധിഷിന്റെ ചേട്ടൻ ദിനേശനെ കണ്ടത്.

"പാർട്ടി കളിച്ച് തല്ലുവാങ്ങി കൊടുത്തിട്ട് സമാധാനമായില്ലേ നിങ്ങൾക്ക്".

ദിനേശൻ ക്ഷോഭിച്ചിട്ട് പറയുകയാണ്. ഞങ്ങൾ അന്ധാളിച്ചു പോയി. ഇവനെന്തിനാണ് ഞങ്ങളോട് ദേഷ്യപ്പെടുന്നതെന്ന് ഓർത്തു.

"ദിനേശാ, ഇത് ഇവിടെത്തെ പാർട്ടിപ്രവർത്തനമായിട്ടൊന്നുമല്ലാ പ്രശ്നമുണ്ടായതെന്ന് ഞങ്ങൾക്ക് നന്നായിട്ടറിയാം. ഇത് വേറെന്തോ ആണ്. ഞങ്ങളത് അന്വേഷിക്കും. കണ്ടുപിടിക്കേം ചെയ്യും."

ശിവൻ കടുപ്പിച്ച് മറുപടി പറഞ്ഞു.

ദിനേശൻ ദേഷ്യത്തിൽ ഞങ്ങളെ നോക്കിയിട്ട് വീടിനകത്തേക്ക് കയറിപ്പോയി.

"അവനിപ്പെ ഇവിടെ അബേദ്കർ ദലിത് മൂവ്മെന്റിന്റെ വല്യ ആളല്ലേ. ശിവൻ ചേട്ടാ അവനാവിടെത്തെ പിള്ളരെ പിരികേറ്റുന്നേ"

"ശ്രീജിത്തേ, നീ അതുമിതും പറയാതെ . അവന്റെ അനിയന് തല്ലുകിട്ടിയതിലുള്ള ദു:ഖമാണവൻ ഇവിടെ കാണിച്ചത്.അതൊക്ക പോട്ടെ നീ പോയി വണ്ടി റെഡിയാക്ക്. പോലീസ് സ്റ്റേഷനിൽ പോണ്ടേ."

വഴിയിലെ സ്ട്രീറ്റ്ലൈറ്റുകളിലെ വെട്ടം കുറഞ്ഞുകൊണ്ടിരിക്കുന്നു. ആകാശത്തിൽ ഒരു ചെറിയ നക്ഷത്രം പോലുമില്ലാ ഇത്തിരി വെളിച്ചം തരാൻ.

11
കുട്ടികൾ അപ്രത്യക്ഷമാകുന്നത്

നിയമത്തിന് കുറ്റത്തെ കണ്ടെത്താൻ കഴിയും;
പക്ഷേ, കുറ്റമില്ലാതാക്കാൻ കഴിയില്ല.
-മിൽട്ടൺ

ലക്ഷംവീട് കോളനിയിൽ നിന്ന് ആലപ്പടിയിലേക്ക് നടക്കുന്നതിനിടയിൽ ശിവൻ ചിലതൊക്ക ആലോചിച്ചു. കുട്ടികൾക്കു വേണ്ടി ഒരു സ്പെഷ്യൽ ലൈബ്രറി സെക്ഷൻ തന്നെ വേണം. അതൊക്കെ നടക്കാൻ ബുദ്ധിമുട്ടുകളുണ്ടാകും. എന്നാലും ഒരു അലമാരി നിറയെയെങ്കിലും കുട്ടികൾക്കു വേണ്ടിയുള്ള പുസ്തകങ്ങൾ വാങ്ങണം. ഇപ്പോ കുറച്ചു പുസ്തകങ്ങളെ നമ്മുടെ വായനശാലയിലുള്ളൂ. കുട്ടികളിൽ ചെറുപ്പത്തിലെ വായനയുടെ വിത്തുകൾ പാകണം.

വായനശാലയ്ക്കുള്ളിൽ രണ്ടുപേർ പഴയ മാസികകൾ വായിച്ചുകൊണ്ടിരിക്കുന്നു. വായനശാലയ്ക്കരികിലെ സ്ട്രീറ്റ് ലൈറ്റിന്റെ പ്രകാശം കുറഞ്ഞുകൊണ്ടിരിക്കുകയാണെന്ന് ശിവന് തോന്നി.

ഇരുട്ടിനെ തോൽപിക്കും വിധത്തിൽ നിശബ്ദത കൂടി കൊണ്ടിരിക്കുകയാണെന്ന് ശിവന് തോന്നി. എന്തിനാണ് ഇത്ര നിശബ്ദതയുണ്ടാകുന്നത്. ഭൂമിയിലെ ഈ അസാധാരണമായ പ്രതിഭാസത്തെ സംയമനത്തോടെ, ധൈര്യത്തോടെ നേരിടുകയല്ലേ നാം ചെയ്യേണ്ടത്. ശിവൻ ഇങ്ങനെ ഓരോന്നും ആലോചിച്ചു കൊണ്ടിരിക്കുമ്പോഴാണ് നിശബ്ദതയെ കണ്ടു പേടിച്ച മട്ടിൽ ഒരു കരച്ചിൽ കേട്ടത്

“കുന്നുപുറത്തുനിന്നല്ലേ ആ കരച്ചിൽ കേൾക്കുന്നത്. ഫാത്തിമയാണോ”

എന്റെ ചോദ്യം കേട്ട അവർ അടുത്ത ശബ്ദത്തിനായി കാതോർത്തു. വീണ്ടും കരച്ചിൽ കേൾക്കുന്നു

അതെ, ഫാത്തിമ തന്നെ. ഞങ്ങൾ ഉറപ്പിച്ചു. ഞങ്ങൾ വേഗം കുന്നുംപുറത്തേക്ക് ഓടി. ആ കൂരാകുരിരുട്ടിലും അങ്ങോട്ടുള്ള വഴി ഞ

ങ്ങൾക്ക് തെറ്റിയില്ല. ഇരുട്ടിലും സഞ്ചരിക്കാനുള്ള വിദ്യ ഞങ്ങൾ നേടി കഴിഞ്ഞുവോ?

അലിക്കുട്ടി ഒരു സോഫയിൽ താടിയ്ക്കുകൈയ്യും കൊടുത്ത് ആലോച്ചിച്ച് ഇരിക്കുന്നുണ്ട്. ഫാത്തിമയുടെ കരച്ചിൽ അകത്തുനിന്നു കേൾക്കുന്നുണ്ട്.

"എന്താ ഇക്കാ പ്രശ്നം? കരയാതെ കാര്യം പറയ്."

" ബോംബയിലെ ഹോസ്റ്റലിൽ നിന്ന് ഫോൺ വന്നിരുന്നു. മോളെ കാണാനില്ലാന്ന്" അലിക്കുട്ടി വിതുമ്പി കരയാൻ തുടങ്ങി.

"ഷബ്നയ്ക്ക് ഒന്നും വരില്ലാ ഇക്കാ. നമുക്ക് അന്വേഷിക്കാം. വല്ല കൂട്ടുകാരികൾടെ വീട്ടിലോ മറ്റേ പോയിട്ട്ണ്ടാവാം." ഞാൻ സമാധാനിപ്പിക്കാൻ ശ്രമിച്ചു.

കുറച്ചു സമയത്തിനുള്ളിൽ അവിടേയ്ക്ക് വർഗീസും സുധാകരനും കടന്നുവന്നു. സുധാകരേട്ടൻ പോലീസിൽ നിന്ന് റിട്ടയർ ചെയ്തയാളാണ്. ഇക്കായോട് സുധാകരേട്ടൻ ചോദ്യങ്ങൾ ചോദിച്ചു തുടങ്ങി.

ഫാത്തിമ തൻെറ മുറിയിൽ കട്ടിലിൽ കരഞ്ഞിരിക്കുകയാണ്.

"ഫാത്തിമ കരയാതെ . ബോംബയിൽ നമുക്ക് പരിചയമുള്ളവരുണ്ട്. നമുക്ക് അന്വേഷിക്കാലോ."

"ശിവൻചേട്ടാ, എനിക്കു പേടിയാകണൂ. ഷബ്ന കഴിഞ്ഞാഴ്ച വിളിച്ചപ്പോൾ തന്നെ ചില കാര്യങ്ങൾ എന്നോടു പറഞ്ഞിരുന്നു. 'പാരലൽ സോഷ്യലിസ്റ്റ്' എന്ന പത്രത്തിലാണല്ലോ അവൾ ജോലി ചെയ്യുന്നത്. അവിടെത്തെ ഇൻവെസ്റ്റിഗേഷൻ വിഭാഗമാണ് അവൾ കൈകാര്യം ചെയ്യുന്നത്. അവൾ അതു ചോദിച്ചുവാങ്ങിയതാണ്. ത്രില്ലുള്ള എന്തെങ്കിലുമൊക്കെ ചെയ്യണമെന്ന താത്പര്യക്കാരിയാണല്ലോ അവൾ . എനിക്ക് പേടിയുണ്ട്, എന്തെങ്കിലും പറ്റിക്കാണുമെന്നോർത്ത്."

ഫാത്തിമ കരഞ്ഞുകൊണ്ടാണ് സംസാരിച്ചത്. മുറിയിലേക്ക് സുധാകരേട്ടനും കടന്നുവന്നു. കരച്ചിൽ നിർത്താൻ സുധാകരേട്ടൻ പറഞ്ഞു.

"ബോംബയിൽ പരിചയത്തിലുള്ള പോലീസുകാരൊക്കെയുണ്ട്. നമ്മുക്കന്വേഷിക്കാം. ആട്ടെ, നിനക്കറിയാവുന്നതൊക്കെ പറയ്."

"ഷബ്ന ജോലിചെയ്ത മീഡിയായിലെ ഇൻവെസ്ററിഗേഷൻ വിഭാഗത്തിന്റെ സീനിയർ റിപ്പോർട്ടർ സൂരജ് യാദവ് ഛത്തീസ്ഗഡിൽ നിന്നും ബോംബയ്ക്കുവന്നയാളാണ്. വളരെ വസ്തുനിഷ്ഠമായും വിശകലനാത്മകമായും കാര്യങ്ങളെ കൈകാര്യം ചെയ്യുന്നവൻ. ബോം

ബയിലെ അഴിമതിക്കാരും അക്രമികളുമായ രാഷ്ട്രീയനേതാക്കന്മാർ ക്കെതിരെ സൂരജ് കവർ സ്റ്റോറി ചെയ്തു. ഇതു ബോംബെ രാഷ്ട്രീയ ത്തിൽ തന്നെ വലിയ കോളിളക്കമുണ്ടാക്കി. അവരിൽ ചിലരെ പോലീ സ് അറസ്റ്റുചെയ്തു. കുറച്ചു ദിവസത്തെ ജയിൽവാസത്തിന്ന് ശേഷം അവർ പുറത്തുവന്നു. അവർക്കുവേണ്ടി, അവരുടെ നിരപരാധിത്വം തെ ളിയിച്ച് കുറേ പത്രങ്ങളും രംഗത്തുവന്നു. ആ പത്രങ്ങൾ സൂരജ് യാദ വ്തന്റെ നാട്ടിൽ, അതായത് ബസ്തർ ജില്ലയിലെ ദർഭയിൽ മാവോയി സ്റ്റ് പ്രവർത്തനം നടത്തിയിരുന്നയാളെന്ന രീതിയിൽ വാർത്തകൾ കൊ ടുത്തു. ചില ചാനലുകളും അതു വാർത്തയാക്കി."

"ഇതിലെന്തെങ്കിലും സത്യമുണ്ടോ? ഇല്ലെങ്കിൽ എങ്ങനെയാണ് ഇത്തരമൊരു വാർത്ത സാധ്യമാകുക. അത് മറ്റു പത്രമാധ്യമങ്ങളും ഏറ്റെടുത്ത സ്ഥിതിക്ക്" സുധാകരേട്ടൻ തന്റെ സംശയം ഉന്നയിച്ചു. "ഷബ്ന പറഞ്ഞത് ഇതിൽ കുറച്ചു യാഥാർത്ഥ്യമായ കാര്യങ്ങളുണ്ട്. എന്നാണ് . എന്നാൽ അതിൽപ്പെട്ട വാർത്തകളോട് ബോംബെയിലെ പത്രങ്ങൾ നുണകൾ കൂട്ടിചേർത്തു. ഛത്തിസ്ഗഢിലെ ബസ്തർ ജി ല്ലയിലെ ദർഭയിൽ മാവോയിസ്റ്റുകൾക്ക് നല്ല സ്വാധീനമുണ്ട്. ഇവിടെ മാവോയിസ്റ്റുകളും സർക്കാറിന്റെ സ്പെഷ്യൽ ടാസ്ക് ഫോഴ്സും തമ്മിൽ നിരന്തരം സംഘർഷമുണ്ടാവുക പതിവാണ്. സാധാരണക്കാ രായ ജനങ്ങളെ മാവോയിസ്റ്റുകളെ പിടിക്കാൻ വേണ്ടി ഈ പോലീ സ് സേന ഉപയോഗിക്കുക പതിവാണ്. അങ്ങനെ സാധാരണജന ങ്ങളുടെ ജീവിതത്തെ ഇത്തരം പ്രശ്നങ്ങളിലേക്ക് വലിച്ചിഴച്ച് അവ രുടെ ജീവിതത്തെ പ്രശ്നസങ്കീർണ്ണമാക്കുക. ഇതിനെതിരെ അവി ടെത്തെ കുറച്ച് ആളുകൾ ചോദ്യം ചെയ്തു. അതിന് പോലീസ് പക രം വീട്ടിയത് അവിടെയുള്ള എട്ടോളം കുട്ടികളെ അനധികൃതമായി കസ്റ്റഡിയിലെടുത്താണ്. ജനങ്ങൾക്കു നേരെയുള്ള ഈ അക്രമത്തെ സൂരജ് യാദവ് അവിടെത്തെ പത്രത്തിൽ കൊടുത്തു. പോലീസ് സൂ രജിനെ നക്സലൈറ്റ് ബന്ധമുണ്ടെന്ന് ആരോപിച്ച് അറസ്റ്റു ചെയ് തു. സൂരജ് തന്റെ നിരപരാധിത്വം തെളിയിച്ച് ജയിലിൽ നിന്നു പുറ ത്തുവന്നു . പക്ഷേ സൂരജിന് തന്റെ ജോലി നഷ്ടപ്പെട്ടു. ഒരു പാട് ദിവസങ്ങൾ അവിടെ ജോലി അന്വേഷിച്ച് അയാൾ അലഞ്ഞു. പിന്നീ ട് അയാളുടെ സുഹൃത്താണ് ബോംബെയിലെ ഈ ജോലി ശരിയാ ക്കി കൊടുത്തത്. മൂന്നുവർഷമായി അയാൾ അവിടെ ജോലിചെയ്യു ന്നു. ഷബ്നയെ വല്യ കാര്യമായിരുന്നു. ഷബ്ന ഇങ്ങോട്ട് വിളിക്കു മ്പോളൊക്കെ സൂരജിന്റെ വിശേഷങ്ങൾ പറയുമായിരുന്നു. ' നീ കൊഴ

പ്പത്തിലൊന്നും ചെന്നുചാടല്ലേ' എന്ന് ഞാനവളോട് പറയാറുണ്ടായിരുന്നു."

"ശരിയാ, ഷബ്നയെപ്പോലെ ആക്ടീവായ ഒരു പെൺകുട്ടി നമ്മുടെ നാട്ടിൽ കുറവാണ്. ജേർണലിസ്റ്റാവുക എന്നതല്ലേ അവളുടെ ജീവിതാഭിലാഷം തന്നെ . പണ്ട് നമ്മുടെ വായനശാലയിലെ നിത്യ സന്ദർശകയായിരുന്നു."

ശിവൻ ആരോടെന്നില്ലാതെ പറഞ്ഞു.

" ബോംബെയിലെ ജയിലിൽ നിന്ന് രാഷ്ട്രീയക്കാർ ഇറങ്ങിയതിനു ശേഷം രണ്ടുമാസം കഴിഞ്ഞപ്പോൾ അത്യാവശ്യമായി വീട്ടിൽ പോകാണെന്ന് പറഞ്ഞ് ഓഫീസിലേക്ക് ഒരു ഫോൺകോൾ സൂരജിന്റെ വന്നു. പിന്നെ ആളെ കാണാനില്ല. ഫോണും ഓഫായി. ഓഫീസിൽ നിന്ന് സൂരജിന്റെ നാട്ടിലേക്ക് ആളുകൾ അന്വേഷിക്കാനായി പോയിരുന്നു. അവിടെയെങ്ങും സൂരജ് എത്തിയിട്ടില്ല. രണ്ടുമാസമായി സൂരജിനെ കാണാതായിട്ട്. സൂരജ് കൈകാര്യം ചെയ്തിരുന്ന റിപ്പോർട്ട് ഇപ്പോൾ ഷബ്നയാണ് മുന്നോട്ട് നീക്കികൊണ്ടിരിക്കുന്നത്. അവൾക്കെന്തോ സംഭവിച്ചിട്ടുണ്ടെന്നാ ന്റെ മനസ്സ് പറയണത്."

ഫാത്തിമ പൊട്ടിക്കരയാൻ തുടങ്ങി. പൊതുവെ നിശബ്ദത നിറഞ്ഞ കുന്നുംപുറം കൂടുതൽ നിശബ്ദമായി. ഇരുട്ട് കുന്നുപുറത്തേക്ക് ഇറങ്ങിവരുന്നതുപോലെ ശിവനും തോന്നി.

അലിഇക്കായെ എങ്ങനെ സമാധാനിപ്പിക്കണമെന്നറിയാതെ ഞങ്ങൾ കുന്നിറങ്ങി. പണ്ട് ഇവിടെ ബന്ധുക്കളൊക്കെ പാർത്തിരുന്നു. ഇപ്പോ ആരുമില്ല. എല്ലാവരും പോയി. അത് വേറൊരു കഥ.

" സത്യത്തേക്കാൾ നുണയ്ക്ക് ശക്തി കൂടുതലാണ് ശിവാ. അത് അച്ചടിയ്ക്കാൻ മാധ്യമങ്ങൾക്ക് വലിയ താല്പര്യവും. പണവും അധികാരവും മതവും ജാതിയുമെല്ലാമുള്ള രാഷ്ട്രീയത്തിന്റെ പേരല്ലേ, മുംബൈയ്."

സുധാകരേട്ടൻ വളരെ വെറുപ്പോടെ പറഞ്ഞു.

" അധികാരമുള്ളവൻ സൃഷ്ടിക്കുന്ന ഇരുട്ടിൽ നമ്മുടെ സത്യങ്ങളെ ആര് കാണാനാ"

വർഗ്ഗീസ് നെടുവീർപ്പിട്ടു പറഞ്ഞു.

അവർ താഴേക്കിറങ്ങി നടന്നു. വായനശാലയുടെ അടുത്തെത്തി. കൂടെ വന്ന മറ്റു രണ്ടുപേർ വാരികയെടുത്തു വായന തുടങ്ങി. വർഗീസ് പിന്നെ കാണാമെന്ന് പറഞ്ഞു നടന്നുപോയി.

"ബോംബെയിലെ എന്റെ പരിചയംവെച്ച് ഞാൻ അന്വേഷിക്കാം ശി

വാ. കേട്ടിടത്തോളം സംഭവം വളരെ സീരിയസാ. പണത്തിൻമേൽ മറിയണ പോലീസാ"

സുധാകരേട്ടൻ എന്തോ ആലോചനയിലാണ്ടു. ഞങ്ങൾ വായനശാലയിലെ കസേരയിൽ ഇരുന്നു. സുധാകരേട്ടൻ മൊബൈൽഫോണിലെ കോൺടാക്ട് ലിസ്റ്റ് പരിശോധിക്കുന്നു. ആരെയോ വിളിക്കാൻ നമ്പർ ഡയൽ ചെയ്തു.

ഈ സമയത്ത് ശ്രീജിത്ത് സുധീഷിനേം നാരായണേട്ടനേം കൊണ്ട് ഓട്ടോയിൽ വന്നു. അമൽ, ഷബ്ന അലി...... ഈ കുട്ടികൾ അപ്രത്യക്ഷമാകുന്നത് എങ്ങോട്ട്? ഈ ഇരുട്ട് ഇവരെ എങ്ങോട്ടാണ് കൊണ്ടുപോകുന്നത്?

12
പോലീസ് സ്റ്റേഷൻ

കണ്ണു വേണമിരുപുറമെപ്പൊഴും
കണ്ണു വേണം മുകളിലും താഴേം
കണ്ണിലെപ്പോഴും കത്തിജ്വലിക്കുമുൾ
ക്കണ്ണുവേണമണയാത്ത കണ്ണ്

–കടമ്മനിട്ട രാമകൃഷ്ണൻ

പോലീസ് സ്റ്റേഷനു സമീപത്തെ വഴിവിളക്കുകൾ തെളിഞ്ഞു കിടക്കുകയാണ്. സമീപത്തുള്ള കടകളെല്ലാം അടഞ്ഞു കിടക്കുന്നു. ഞങ്ങൾ എസ്.ഐ. അനിരുദ്ധനെ കണ്ടു. പരിചയമുണ്ട്. കണ്ട മാത്രയിൽ അദ്ദേഹം പരിചയം നടിച്ചു.

" സഖാവ്, ശിവൻ പള്ളിപ്പുരയ്ക്കൽ" ഇൻസ്പെക്ടർ പറഞ്ഞു. പള്ളിപ്പുരയ്ക്കൽ എന്നത് എന്റെ വീട്ടുപേരാണ്. മുമ്പ് ഒരു തവണ നാട്ടിലെ ഒരുത്തനെ ജാമ്യത്തിലിറക്കാൻ വന്നപ്പോൾ ഞാൻ ഇദ്ദേഹത്തിന്റെയടുത്ത് വീട്ടുപേര് പറഞ്ഞിരുന്നു. ഇദ്ദേഹത്തിന്റെ ഒരു ബന്ധു പള്ളിപ്പുരയ്ക്കൽ ഉണ്ട്. അതായിരിക്കാം എന്റെ വീട്ടുപേര് ഓർത്തിരിക്കാൻ കാരണമെന്ന് ഞാനൂഹിച്ചു.

"സാർ, ഞങ്ങൾ വന്നത് ഒരു 'മിസ്സിംങ്ങ്' റിപ്പോർട്ടു ചെയ്യാനാണ്. നാരായണേട്ടാ, കാര്യങ്ങൾ പറയൂ". ശിവൻ പറഞ്ഞു.

നാരായണേട്ടനും സുധിഷും പറഞ്ഞ കാര്യങ്ങൾ ഒരു പോലീസുകാരൻ എഴുതിയെടുക്കുന്നുണ്ടായിരുന്നു.

ഇതിനിടയിൽ എസ്.ഐ അനിരുദ്ധൻ ഒരു ഫോൺകോൾ അറ്റൻഡു ചെയ്തു. എന്തോ സീരിയസ് വിഷയമാണെന്നു ശിവന് തോന്നി.

അനിരുദ്ധൻ എന്നോടായി പറഞ്ഞു. "രാവിലെ മുതൽ നിരവധി കേസുകളാണ് വന്നുകൊണ്ടിരിക്കുന്നത്.രണ്ട് പെൺകുട്ടികൾ മിസിം

ങ്ങാണെന്ന് പറഞ്ഞ് അവരുടെ മാതാപിതാക്കൾ നിങ്ങൾ വന്നേക്കു മുമ്പേ ഇവിടെനിന്ന് പോയേയുള്ളൂ. ദാ, ഇപ്പൊ വന്ന ഫോൺകോൾ കത്തിക്കുത്തിന്റെതാണ്. കുത്തുകൊണ്ടവനെ നാട്ടുകാർ ആശുപത്രിയിലാക്കിയിട്ടുണ്ടെന്ന്."

അസാധാരണമായ ഒരു സാഹചര്യത്തിലൂടെയല്ലേ നമ്മൾ ഇന്ന് കടന്നുപോകുന്നത്. ആളുകൾ പാനിക്കാകുക സ്വാഭാവികം. സാമൂഹ്യവിരുദ്ധർ പ്രശ്നങ്ങൾ വർദ്ധിപ്പിക്കുകയും ചെയ്യുമല്ലോസാർ." ശിവൻ മറുപടി പറഞ്ഞു.

"അതെ, മറ്റു സ്റ്റേറ്റുകളിലൊക്കെ സ്ഥിതി ഇതിലും മോശമാണ്. പട്ടാളഭരണത്തിനുള്ള ചർച്ചകൾ നടക്കുന്നുണ്ടെന്നാ കേട്ടത്."

'പട്ടാളഭരണമോ, അങ്ങനെയൊക്കെ ഭരണകൂടം നടപടിയെടുക്കുമോ'?

ശ്രീജിത്ത് സംശയമുന്നയിച്ചു.

"അസാധാരണമായ സാഹചര്യമായതിനാൽ ചിലപ്പോൾ ഭരണകൂടം പട്ടാളഭരണം നടപ്പിലാക്കും. പല സ്റ്റേറ്റുകളിലും ചിലയിടങ്ങളിൽ കലാപം പുറപ്പെട്ടു കഴിഞ്ഞു. വർഗ്ഗീയസംഘടനകളും തീവ്രവാദക്കാരും മറ്റു സാമൂഹ്യ വിരുദ്ധരുമെല്ലാം പല സ്ഥലത്തും അവരവരുടെ ആധിപത്യം സ്ഥാപിച്ചു കൊണ്ടിരിക്കുന്നു. പത്രമാധ്യമങ്ങൾക്ക് വിലക്ക് ഏർപ്പെടുത്തിയിട്ടുണ്ട്. ചാനലുകൾ ഇത്തരം വാർത്തകൾ പുറത്തുവിടുന്നില്ല." അനിരുദ്ധൻ വിശദീകരിച്ചു.

'ഇപ്പോ ചാനലുകളും ഓൺലൈനുമെല്ലാമുണ്ടല്ലോ? രാജ്യത്ത് പ്രശ്നങ്ങൾ ആരംഭിച്ചുതുടങ്ങിയല്ലേ', ശിവൻ പറഞ്ഞതിനു മറുപടി കൊടുക്കണതിനു മുമ്പേ അനിരുദ്ധന് ഫോൺകോൾ വന്നു. ശിവനോട് പോയ്ക്കൊള്ളാൻ പറഞ്ഞു. 'ഞങ്ങൾ അമലിന്റെ മൊബൈൽഫോൺ നമ്പർ സൈബർസെല്ലിനും കൊടുക്കുന്നുണ്ട്. എന്തെങ്കിലും വിവരം കിട്ടിയാൽ ഉടനെ അറിയിക്കാമെന്നും' അനിരുദ്ധൻ പറഞ്ഞു.

ഞങ്ങൾ മൂവരും പോലീസ് സ്റ്റേഷനിൽ നിന്ന് പുറത്തേയ്ക്കു കടക്കുമ്പോൾ എസ്. ഐ അനിരുദ്ധനെ കാണാൻ കുറച്ചുപേർ നിൽക്കുന്നുണ്ടായിരുന്നു. ഓട്ടോയിൽ കയറി ഞങ്ങളവിടുന്നുപോന്നു. സ്ട്രീറ്റ് ലൈറ്റുകൾ ഇരുട്ടിനെ വെല്ലുവിളിച്ച് കത്തി നിൽക്കുന്നുണ്ട്. എത്ര നേരത്തേക്കാണാവോ ഇതെല്ലാം കത്തുന്നത്. ഈ വഴിവിളക്കുകൾ കൂടി കെട്ടാൽ.

കുറുമശ്ശേരി കവലയിലെ കടകളെല്ലാം അടഞ്ഞുകിടന്നിരുന്നു. കടമ്പനാട്ട് ക്ഷേത്രത്തിലേക്ക് പോകുന്ന സുധാമണിടീച്ചറെ വഴിയിൽ വ

ച്ചുകണ്ടു. ഞാൻ ഓട്ടോയിൽ നിന്നിറങ്ങി, അവരോട് പോയ്കൊള്ളാൻ പറഞ്ഞു ഓട്ടോ ഓടിച്ചുപോയി.

" സുധാമണി ടീച്ചറേ, വായനശാലയിലേക്ക് കാണാറില്ലല്ലോ?"

" എന്തൊക്കെ അനർത്ഥങ്ങളാ ശിവാ ഈ കാണുന്നത്. അന്ധകാരം പ്രപഞ്ചത്തെ മൂടികൊണ്ടിരിക്കുന്നു. പണ്ടൊക്ക കഥകളിൽ വായിച്ചപ്പോലെ ഭൂഗോളത്തെ വിഴുങ്ങാൻ വന്ന വ്യാളിപ്പോലെ ഇരുട്ട്. പേടി തോന്നുന്നു."

"ശരിയാണ്, ഇതുവരെ നമ്മുടെ രാഷ്ട്രം കാണാത്ത കാര്യങ്ങളാ കണ്ടുകൊണ്ടിരിക്കുന്നത്. സ്വാതന്ത്ര്യത്തിനു ശേഷം ഇതുപോലെ ഒരവസ്ഥ ഇന്ത്യയിലുണ്ടായിട്ടുണ്ടോ?" കുറച്ചുനേരത്തെ മൗനത്തിനു ശേഷം സുധാമണിടീച്ചർ പറഞ്ഞു. "നമുക്ക് കുട്ടികളുടെ ബാലവേദി ഒന്നു ഉഷാറാക്കണം. ആഴ്ച്ചയിലൊക്ക അവരെ വായനശാലയിലേക്ക് കൊണ്ടുവരണം. കളിയും പഠനവുമൊക്കയായി പോകാം."

" നോക്കണം , ടീച്ചറെ, കുട്ടികളെ വീടിനകങ്ങളിൽ നിന്ന് പുറത്തുകൊണ്ടുവരണം."

"നമുക്ക് നോക്കാം ശിവാ. സുനന്ദേനേം രമണിയേം കൂട്ടാം. അവർ കോളേജിൽ പോണ പിള്ളേരാ. അവർക്ക് ഇത്തരം പരിപാടികളിൽ താല്പര്യമുണ്ട്."

"അതു നല്ലതാ പുതിയ കുട്ടികളെയാ നമുക്ക് വേണ്ടത്. അവരെയാണ് നാം വളർത്തിയെടുക്കേണ്ടത്. അവർ വരുന്നതോടുകൂടി ബാലവേദി മുന്നോട്ടുപോകും. അവരെ നേതൃത്വരംഗത്തേക്ക് കൊണ്ടുവരാം. അതുപോട്ടെ നമ്മുടെ ഭാസ്കരേട്ടനെന്തേ? അയാളുടെ ഒരു മോളുണ്ടല്ലോ?"

" രേണുകയല്ലേ, ആ കുട്ടീടെ അടുത്ത് ഞാൻ പറയാം. ഇന്ന് അവിടെ ഒരു സംഭവമുണ്ടായി. പ്രത്യകിച്ചൊന്നുമില്ലാട്ടോ. എന്തോ കണ്ടുപേടിച്ചതാണെന്നു തോന്നുന്നു. ഭാസ്കരേട്ടന്റെ വീടിരിക്കണതു തന്നെ വല്ല്യപറമ്പിലല്ലേ. മൊത്തത്തിൽ ഒരു ജാതിക്കാത്തോട്ടത്തിന്റെ ഉള്ളിലല്ല ആ വീട്. അവിടെ ഇന്നു രാവിലെ ഏഴുമണിക്കോ മറ്റോ ഒരു കറുത്ത മനുഷ്യനെ കണ്ടന്ന്. അയാളുടെ ശരീരം മൊത്തിൽ കറുത്തതാണെന്നു പറയുന്നു. അയാൾക്ക് വല്യ പൊക്കമുണ്ടെന്നാ ഭാസ്കരേട്ടൻ പറയുന്നത്. എതാണ്ട് ഏഴടിയുണ്ടെന്ന്. ഈ നാട്ടിലാരാ ശിവാ, ഏഴടിയുള്ളവര്? ഓരോരോ തോന്നല്"

ഇന്നത്തെ ദിവസം കൂടുതൽ അസാധാരണമായി മാറികൊണ്ടിരിക്കുകയാണെന്ന് എനിക്കു തോന്നി.

"ശിവാ, ഞാനൊന്നു അമ്പലംവരെ പോട്ടെ. അവിടെ പ്രത്യേക പ്രാർത്ഥനേം പൂജേം ഒക്കെയുണ്ട്."

കടമ്പനാട്ട് അമ്പലത്തിൽനിന്നുള്ള പ്രാർത്ഥനയുടെ ശബ്ദം നിശബ്ദതയെ ലംഘിച്ചുകൊണ്ടിരിക്കുന്നു. വായനശാലയിലേക്ക് പോകുന്ന വഴിയിലെ സ്ട്രീറ്റ്ലൈറ്റുകൾ മിന്നികൊണ്ടിരിക്കുന്നു. ഇപ്പോൾ അമ്പലത്തിലെ പ്രാർത്ഥന കേൾക്കാതെയായിരിക്കുന്നു. കുത്തനെയുള്ള ഇറക്കം ഇറങ്ങി താൻ പോകുമ്പോൾ ഇരുവശവും റേഡിയോ ശബ്ദംകേട്ടുകൊണ്ടിരുന്നു. ഇന്ത്യയിലെ അസാധാരണമായ അന്ധകാരത്തെക്കുറിച്ച്.

വായനശാലയുടെ അടുത്തെത്തിയപ്പോൾ ശ്രീജിത്ത് അവിടെ നിൽക്കുന്നുണ്ടായിരുന്നു. അവൻ വല്യ ആവേശത്തോടെയാണ് ആ വാർത്ത പറഞ്ഞത്.

"ശിവൻചേട്ടാ,നമ്മുടെവർഗ്ഗീസ്മാഷിന്റെ അച്ചാച്ചന്റെ മകന്റെ വീടില്ലേ, തോമസ്സിന്റെ, അവിടെ കറുത്ത മനുഷ്യനെ കണ്ടെന്ന്. നല്ല ഇരുട്ടിലല്ലേ കണ്ടത്. തോമസ്സിന്റെ ഭാര്യ ഗ്രേസീചേച്ചിയാ കണ്ടത്. ആകെ പേടിച്ചു ബോധം കെട്ടെന്ന്. അവിടുള്ളോരൊക്ക പേടിച്ചുപോയി. ചേച്ചിയെ അവര് ആശുപത്രീല് കൊണ്ടുപോയേക്കാ"

കറുത്തമനുഷ്യൻ വീണ്ടും. സുധാമണിടീച്ചർ പറഞ്ഞ കറുത്ത മനുഷ്യൻ തന്നെയാണോയിതും. അതോ ഇനീം വേറെ കറുത്തമനുഷ്യൻ ഉണ്ടാവോ?

"ലക്ഷം വീട് കോളനിയിലെ ചിലരും കറുത്ത മനുഷ്യനെ കണ്ടെന്നു പറഞ്ഞു. അവര് ബ്ലാക്ക്മാൻ എന്നും പേരിട്ടു. വളരെ മിന്നൽവേഗതയിലാണ് ഇയാൾ ചലിക്കുന്നതെന്നാ അവര് പറയുന്നത്."

ശ്രീജിത്ത് വളരെ ഉത്സാഹത്തോടെയത് വിവരിച്ചു.

"ആട്ടെ, അയാൾക്ക് എത്ര അടി ഉയരം,വണ്ണം എന്നിവയൊക്കെ കാണും"?

ഞാനൊരു ചോദ്യമെറിഞ്ഞു. "സാധാരണ ഒരാളുടെ പൊക്കമുള്ളുവെന്നാ അവർ പറഞ്ഞത്. പക്ഷേ രണ്ടാളുടെയത്രം വണ്ണം ഉണ്ടെന്നു പറഞ്ഞു." ശ്രീജിത്ത് പറഞ്ഞു.

അസാധാരണമായ ഭാവനകൾ സമൂഹത്തിലേക്ക് കടന്നുവരുകയാണ്. രാഷ്ട്രം മുമ്പെങ്ങുമില്ലാത്ത സന്ദർഭങ്ങളിലൂടെ കടന്നു പോകുമ്പോൾ ഇത്തരത്തിലുള്ള ഭാവനകളും ജനങ്ങൾ സൃഷ്ടിക്കുമോ?ഞാൻ ആലോചിച്ചു.

"ശിവൻചേട്ടാ, ഈ ആളുകൾ പറയുന്നതൊന്നും അത്ര വിശ്വ

സിക്കേണ്ടോട്ടോ.പക്ഷേ ഇപ്പോ തൃക്കല്ലൂർക്കുന്നിലും ആലപ്പടിയിലുമെല്ലാം ആളുകൾ ചർച്ച ചെയ്യുന്നത് ബ്ലാക്ക്മാനെക്കുറിച്ചാണ്" ശ്രീജിത്ത് നാട്ടുവിശേഷം കൂടി പങ്കുവച്ചു.

'ബ്ലാക്ക്മാൻ' ശിവൻ ആ പേർ ഉച്ചരിച്ചു.

കറുത്തമനുഷ്യനെന്നോ, ഇരുട്ടിന്റെ മനുഷ്യനെന്നോ അർത്ഥം പറയാം. ഈ അസാധാരണ സാഹചര്യങ്ങളിലെ അസാധാരണ മനുഷ്യൻ. മനുഷ്യൻ ഭാവനാലോകത്തിലാണോ ജീവിക്കുന്നത്. ആയിരിക്കാം. ഓരോരുത്തരും യാഥാർത്ഥ്യങ്ങളെ വിശകലനം ചെയ്യാൻ പരാജയപ്പെടുമ്പോഴോ,യാഥാർത്ഥ്യങ്ങളിൽ നിന്ന് രക്ഷനേടുവാനോ ഒക്കെ ആയിരിക്കാം ഇത്തരത്തിലുള്ള ഭാവനകൾ നെയ്തുകൂട്ടുന്നത്. ബുദ്ധിയുള്ളവർ ഭാവനയിലൂടെ പുതിയ കണ്ടുപിടുത്തങ്ങൾ നടത്തുന്നു, സാഹിത്യസൃഷ്ടി നടത്തുന്നു. ബുദ്ധിയുള്ള നാട്ടുകാർ ഭാവനയിലൂടെ ഇത്തരത്തിലുള്ള മനുഷ്യരേയും നിർമിക്കുന്നു.മതത്തിന്റെയും ശാസ്ത്രത്തിന്റെയും ഭാവനകൾ എവിടെ വെച്ചാണാവോ അതിരുകൾ പങ്കിടുന്നത്?

13
വാട്സ് ആപ്പിലെ വീഡിയോ

ആരോ കശക്കിയെറിഞ്ഞ പുഷ്പങ്ങൾ തൻ
മാറിൽ വസന്ത സൂര്യൻ മരിക്കുന്നു
–മുല്ലനേഴി

അത്താണി - നെടുമ്പാശ്ശേരി റോഡിൽ ബ്ലാക്ക്മാനെ ട്രാഫിക് പോലീസിന്റെ ക്യാമറയിൽ കണ്ടെന്നും പറഞ്ഞ് ഒരു വീഡിയോ പ്രചരിക്കുന്നുണ്ടെന്ന് ശ്രീജിത്ത് പറഞ്ഞു.

അവൻ വീഡിയോ എന്റെ ഫോണിലേക്ക് അയച്ചു തന്നു. ഇരുട്ടിന്റെ പശ്ചാത്തലത്തിൽ ഒരു കറുത്ത രൂപം നടന്നുപോകുന്നു. യഥാർത്ഥ മനുഷ്യനാണോ, മനുഷ്യൻ കറുത്ത വസ്ത്രമണിഞ്ഞതാണോ എന്നൊന്നും വ്യക്തമല്ല. മുഖത്ത് മാസ്ക്കാണെന്ന് തോന്നുന്നു ആകെ കൂടി അനിമേഷൻ ചെയ്ത മനുഷ്യനാണെന്നു വരെ തോന്നുന്ന ഒരു വീഡിയോ. സാങ്കേതികതയുടെ കാലത്ത് ഇങ്ങനെയും മനുഷ്യരെ ഉണ്ടാക്കാമല്ലോ.

ലോകത്തെ രക്ഷിക്കാനായി നിരവധി അതിമാനുഷർ സിനിമയിലൂടെയും ഗെയിമുകളിലൂടെയും വരുന്നുണ്ടല്ലോ. ഹീമാൻ, ആന്റ്മാൻ, സ്പൈഡർമാൻ, സൂപ്പർമാൻ, ഐയേൺ മാൻ എന്നിങ്ങനെ എത്രയോ പേർ. ഈ ടെക്നോളജി ശാസ്ത്രരംഗത്തെ പ്രധാനപ്പെട്ട ഒന്നാണ്. ഡിജിറ്റൽ ടെക്നോളജി സമൂഹത്തിൽ വലിയ അന്ധവിശ്വാസത്തെ ഇത്തരം ഭാവനാകഥാപാത്രങ്ങളിലൂടെ സൃഷ്ടിക്കുന്നുണ്ട്.

ശ്രീജിത്ത് പിന്നെയും കുറെ വീഡിയോകൾ എന്റെ വാട്സ് ആപ്പിലേക്ക് അയച്ചുകൊണ്ടിരുന്നു. അതിലെ ചില വീഡിയോകളാണിത്.

ഗുജറാത്തിലെ ഒരു ഗ്രാമമാണെന്നാണ് വീഡിയോയിൽ പറഞ്ഞിരിക്കുന്നത്. വീഡിയോയിൽ കാണുന്ന സ്ഥലം നോക്കിയാൽ ഒരു ചേരിയാണെന്നു തോന്നും. പ്രായമുള്ള ചേരിനിവാസികൾ (അവരുടെ വസ്ത്രം കണ്ടിട്ട് എനിക്കു തോന്നിയത്) ബൈക്കിനു വന്ന ചെറുപ്പ

ക്കാരോട് ചോദിക്കുന്നതാകാം. പിന്നെ കാണുന്നത് വേറൊരു ബൈക്കിൽ വന്നിറങ്ങിയ രണ്ടു തടിമാടന്മാർ ഈ വൃദ്ധരെ തല്ലി നാശമാക്കുന്നതാണ്. ഒരു കുട്ടിവന്ന് അവരെ തടയാൻ നോക്കുന്നു. അവനെ അവർ വലിച്ചെറിയുന്നു. അവരിലൊരുത്തൻ ഒരു വാളെടുത്ത് ഒരു വൃദ്ധന്റെ കൈയിൽ വെട്ടുന്നു. കൈപ്പത്തി വെട്ടേറ്റ് ഇപ്പോൾ കൈയിൽ നിന്ന് വേർപെടുമെന്ന മട്ടിൽ തൂങ്ങികിടക്കുന്നു. അവിടെ കൂടി നിന്ന രണ്ടുമൂന്ന് വൃദ്ധരേയും ഇവർ തല്ലി ഓടിക്കുന്നു. ഇപ്പോഴും ആ കുട്ടി ആ റോഡിൽ തന്നെ കിടക്കുന്നുണ്ട്. ആ കുട്ടി മരിച്ചോ ആവോ?

രണ്ടാമത്തെ വീഡിയോ ബീഹാറിലെ ഒരു സംഭവമാണ്. വീഡിയോയുടെ ഒപ്പം വന്നിരിക്കുന്ന ടെക്സ്റ്റിൽ പറയുന്നത് ബീഹാറിലെ ജഹനാബാദ് ജില്ലയിലെ മഖ്ദംപൂർ പരിസരത്തിലെ റെയിൽവേ സ്റ്റേഷനിൽ നടന്ന സംഭവമെന്നാണ്. വീഡിയോ ഏതോ മുറിയിലിരുന്ന് ഒളിച്ചിരുന്നു എടുത്തതാണെന്ന് തോന്നുന്നു. റെയിൽവേ സ്റ്റേഷന്റെ പേര് വീഡിയോയിൽ കാണാം. റെയിൽവേ സ്റ്റേഷനിലെ വെയ്റ്റിംഗ് ഷെഡ്ഡിൽ ഇരിക്കുന്നവരേയും കിടക്കുന്നവരേയുമെല്ലാം സായുധധാരികളായ കുറച്ചുപേർ ചേർന്ന് അക്രമിക്കുന്നതിന്റെയും അവരിൽ നിന്ന് പണവും ബാഗുമെല്ലാം പിടിച്ചുവാങ്ങുന്നതിന്റെയും ദൃശ്യങ്ങളാണ്. ഇവരുടെ അക്രമണത്തെ എതിർക്കാൻ ചെന്ന ഒരു ചെറുപ്പക്കാരനെ ഇവർ തോക്കുകൊണ്ട് തല്ലിചതയ്ക്കുന്നതും കാണാം. ജഹനാബാദ് ജില്ല മാവോവാദികൾ കൂടുതലുള്ള സ്ഥലമാണെന്ന് എവിയെയോ വായിച്ചതായി ശിവൻ ഓർത്തു. ഇവരെ അക്രമിക്കുന്ന സമയത്തെല്ലാം ചിലയാളുകൾ ഇതൊന്നും കണ്ടില്ലെന്ന മട്ടിൽ നടന്നുപോകുന്നതു കണ്ടപ്പോൾ ശിവന് സങ്കടം തോന്നി. അന്ധകാരം ഉത്തരേന്ത്യയെ അക്രമിക്കുകയാണോ?

മൂന്നാമത്തെ വീഡിയോ നാഗാലാൻഡിലെ പെരെൻ ജില്ലയിലെ ഒരു ക്രിസ്ത്യൻ സ്ഥാപനത്തിനുമുമ്പിൽ നടന്ന സംഭവമാണ്. അത്ര വ്യക്തതയില്ലാത്ത ഒരു ദൃശ്യമാണിത്. എങ്ങും അന്ധകാരം തന്നെ. പള്ളിയുടെ ഇരുണ്ട ദൃശ്യം അവ്യക്തമായി കാണുന്നു. യേശുവിന്റെ ഒരു രൂപത്തിനു സമീപം മെഴുകുതിരി കത്തിക്കുന്ന മൂന്ന് കന്യാസ്ത്രീകൾ. അവർ മെഴുകുതിരികൾ ഓരോന്നായി കത്തിച്ചുകൊണ്ടിരിക്കുന്നു. അവരുടെ കൂടെയുള്ള ആരോ ആണ് ഈ വീഡിയോയെടുത്തത്. മെഴുകുതിരികൾ കത്തിച്ചുകഴിഞ്ഞതിനുഷേം ഇവർ പാട്ടുപാടുന്നു. മുഖംമൂടി ധരിച്ചു വന്ന കുറച്ചുപേർ ഇവരെ പന്തം ഉപയോഗിച്ച് തല്ലി ഓടിക്കുന്നതാണ് പിന്നെ കാണുന്നത്. കത്തിച്ചു വച്ച മെഴു

കുതിരികൾ പന്തം വെച്ച് തല്ലി നിലത്തിടുന്നു. വീഡിയോ എടുത്തയാളെയും ഇവർ തല്ലുന്നു. രംഗം ഇവിടെ വെച്ച് കട്ടാകുന്നു. ബ്രിട്ടീഷുകാരുടെ വരവോടെയാണ് നാഗലാന്റിലും ക്രിസ്ത്യൻ മതസ്ഥാപനങ്ങൾ രൂപപ്പെടുന്നത്. ഇവിടുത്തുകാരുടെ സംസ്കാരത്തിലും ജീവിതരീതിയിലുമെല്ലാം ക്രിസ്തുമതം വലിയ മാറ്റങ്ങൾ വരുത്തിയിരുന്നു. മതേതരതമാണോ ഇവിടെ അക്രമിക്കപ്പെട്ടത്?

ഇനിയും ഇത്തരം വീഡിയോകൾ വാട്സ് ആപ്പിൽ കിടക്കുന്നുണ്ട്. കാണാനുള്ള താല്പര്യം നഷ്ടപ്പെട്ടപോലെ ശിവൻ വാട്സ് ആപ്പിൽ നിന്ന് മാറി.

വാട്സ് ആപ്പിൽ വരുന്ന വീഡിയോകളൊക്കെ യാഥാർത്ഥ്യങ്ങൾ തന്നെയാണോ? ഇന്നു തന്നെ നടന്നതാണോ? ഇനിയിത് ക്രിയേറ്റഡ് അതോ? വാട്സ് ആപ്പിലും ഫേയ്സ്ബുക്കിലുമൊക്കെ വരുന്ന വാർത്തകളെ വിശ്വസിക്കാൻ കൊള്ളില്ലാ എന്നൊക്കെ പറയുന്നുണ്ടെങ്കിലും അതിലും ചില ശരികളില്ലേ? ഈ സംഭവങ്ങളൊക്കെ നമ്മുടെ പത്രത്തിലോ ചാനലുകളിലോ വരുമോ? ഇങ്ങനെയോരോന്നും ആലോചിച്ചുകൊണ്ടിരുന്നപ്പോൾ ശിവന്റെ ഫോൺ റിംഗ് ചെയ്തു.

മകന്റെ കോളാണ് അമേരിക്കയിലെ കൊളറാഡോ സർവ്വകലാശാലയിലെ സ്പെസ് റിസേർച്ച് സെന്ററിൽ നിന്ന്. ഞാൻ ഫോണെടുത്തു.

“മോനേ, നീയറിഞ്ഞില്ലേ ഇവിടത്തെ സംഭവങ്ങൾ? നിനക്ക് സുഖം തന്നെയല്ലേ?അവിടെയെങ്ങനെ?”

“അച്ഛാ, ഇവിടെ പ്രശ്നമൊന്നുമില്ല. സാധാരണ ദിവസം പോലെ തന്നെ. ഇന്ത്യയിൽ മാത്രം ഇതെങ്ങനെ സംഭവിച്ചു എന്നത് ഓത്ഭുതമാണല്ലോ?”

മഹേഷ് ആശങ്കപ്പെട്ടു.

“എന്തൊക്കെയോ അനർത്ഥങ്ങളാണ് വന്നുകൊണ്ടിരിക്കുന്നത്. രാജ്യത്ത് ചിലയിടങ്ങളിൽ പ്രശ്നങ്ങൾ നടക്കുന്നുണ്ടെന്ന വാർത്തകൾ വരുന്നുണ്ടെന്ന്. ശരിയാണാവോ?”

“അച്ഛൻ ഓരോന്നും ആലോചിച്ച്, ഒന്നും വരുത്തികൂട്ടല്ലേ.മറുന്നൊക്കെ കഴിക്കണണ്ടല്ലോ?നേരാംവണ്ണം ആരോഗ്യം ശ്രദ്ധിക്കാൻ നോക്ക്.”

തന്റെ ആരോഗ്യപ്രശ്നത്തിൽ നിന്ന് സംസാരം മാറാൻ ശിവൻ വേറെ ചോദ്യത്തിലേക്ക് കടന്നു.

“അല്ലാ, മോനേ, സൂര്യൻ ഉദിക്കാതിരിക്കുന്നതിന്റെ അർത്ഥമെ

ന്താ?അതും നമ്മുടെ രാജ്യത്തിൽ?"

"അച്ഛനൊന്നും ഓർത്ത് തല പുകയ്ക്കണ്ടാ. ഇനിയുമൊരു അഞ്ഞൂറ് കോടി കൊല്ലങ്ങൾ കൂടി സൂര്യൻ ജീവിച്ചിരിക്കും. അച്ഛന്റെ കാലം കഴിഞ്ഞാലും. സന്തോഷമായില്ലേ?"

"അല്ലാ, എന്നാലും പ്രപഞ്ചത്തിലെ ഈ വ്യത്യാസങ്ങൾ കാണുമ്പോൾ?" ശിവൻ ചോദിച്ചു. സൂര്യൻ പല പ്രത്യേകതകളും ഉള്ള ഒരു നക്ഷത്രമാണ് പ്രപഞ്ചത്തിലെ തിളക്കമുള്ള ഒരു നക്ഷത്രമാണ് സൂര്യനെന്ന് അറിയാമല്ലോ. എന്നാൽ സൂര്യനെക്കാൾ പത്ത് മില്യൺ ഇരട്ടി തിളക്കമുള്ള പിസ്ടോൾ എന്ന ഒരു നക്ഷത്രമുണ്ട്. അതു വല്ലതുമായിരുന്നു നമ്മുടെ കേന്ദ്ര നക്ഷത്രമെങ്കിൽ പണിത്തീരുമായിരുന്നു." മഹേഷ് പറഞ്ഞു.

"അതാണെങ്കിൽ എന്താ കുഴപ്പം? ഓ, ചൂടു കൂടുമല്ലേ?"

ശിവൻ തന്റെ സംശയം പ്രകടിപ്പിച്ചു.

"അതായിരുന്നുവെങ്കിൽ ഭൂമിയിലുള്ളവരെ കണ്ണ് അടിച്ച് പോയേനേ. തന്റെ പ്രഭാവലയത്തിൽ ചൂട് പ്രസരിപ്പിച്ചുകൊണ്ട് നമ്മളെക്കാൾ തൊണ്ണൂറ്റിമൂന്ന് മില്യൺ മൈൽ ദൂരത്തിൽ സൂര്യൻ ഇങ്ങനെ നിൽക്കുന്നതുകൊണ്ടാണ്, ചൂടും വെളിച്ചവും നമുക്ക് കിട്ടുന്നത്. പണ്ടുള്ളവര് സൂര്യനെ ആരാധിച്ചതിന്റെ പിന്നിൽ ഈ സേവനങ്ങളുണ്ടാകാം." മഹേഷ് വിശദീകരിച്ചു.

"ഈ സൂര്യൻ ഉദിക്കാതിരിക്കുകയാണെങ്കിലോ ഭൂമി എന്തായിത്തീരും?"

"അച്ഛാ, സൂര്യൻ ഉദിച്ചില്ലെങ്കിൽ ഭൂമി തണുത്ത് തണുത്ത് പോകുകയും ഇവിടത്തെ സസ്യജീവജാലങ്ങളെല്ലാം ഇല്ലാതായിപോകുകയും ചെയ്യും. നമ്മളുടെ കാര്യം പറയേണ്ടല്ലോ. അച്ഛൻ തൽക്കാലത്തേക്ക് ഇതെല്ലാം മറന്ന് നാട്ടിലെ കാര്യങ്ങൾ നോക്ക്. സൂര്യനെ കുറിച്ചും ഭൂമിയെക്കുറിച്ചുമെല്ലാം ഞാൻ ആലോചിച്ചോളാം.ഒക്കെ ശരിയാകും. ഞാൻ പിന്നെ വിളിക്കാം അച്ഛാ. ഓ.കെ."

മഹേഷ് ഫോൺ വെച്ചു.

ശിവൻ ആകാശത്തേക്ക് നോക്കി. ഇരുണ്ട ആകാശത്തിൽ ഒരു നുറുങ്ങുവെട്ടം പരത്തികൊണ്ട് ഒരു ചെറിയ നക്ഷത്രമെങ്കിലുമുണ്ടോ? എല്ലാ നക്ഷത്രങ്ങളും ഒരു ദിവസം കൊണ്ട് ഇല്ലാതായോ? പണ്ട് അർജുനന് ജയദ്രഥനെ വധിക്കാനായി ശ്രീകൃഷ്ണൻ സൂര്യനെ തന്റെ ശക്തികൊണ്ട് മറച്ചു വച്ച കഥ ഓർത്തു. ഇങ്ങനെ ഏതെങ്കിലും അജ്ഞാത ശക്തികൾ സൂര്യനെ മറച്ചു വച്ചതാണെങ്കിലോ?

വായനശാലയിലേക്ക് ചെറുപ്പക്കാർവന്നുകൊണ്ടിരിക്കുന്നു. സാധാരണ ഞായറാഴ്ച ദിവസത്തിൽ വായനശാലയിൽ നല്ല തിരക്ക് ഉണ്ടാകാറുണ്ട്. ഇന്നിപ്പോൾ അതുപോലെയുള്ള തിരക്ക് കാണുന്നു. ഇന്ന് സ്വാതന്ത്ര്യദിനമാണ്. എന്നിട്ട് നമ്മൾ ഇരുട്ടിൽ ബന്ധിക്കപ്പെട്ട പോലെ ഇരിക്കുന്നു.

ശ്രീജിത്തും സുധീഷും ഓട്ടോയിൽ വായനശാലയിലേക്ക് വന്നു. ശ്രീജിത്തിന്റെ ഓട്ടോയ്ക്ക് ഇന്നു നല്ല ഓട്ടമാണ്. ഫാത്തിമ സങ്കടപ്പെട്ട് വീട്ടിലിരിക്കാണല്ലോയെന്ന് ശിവൻ ഓർത്തു. വർഗ്ഗീസും ഹരികൃഷ്ണനും മോഹനേട്ടനുമെല്ലാവരും ഇവിടുണ്ട്. ഇവരോട് ഞാനെന്താണ് സംസാരിച്ചു തുടങ്ങേണ്ടത്?

14
യുക്തിചിന്ത

യുക്തിയേന്തി മനുഷ്യന്റെ
ചിത്ത ശക്തി ഖനിച്ചതിൽ
ലഭിച്ചതല്ലാതില്ലൊന്നും
ലോക വിജ്ഞാനശാഖയിൽ
-സഹോദരൻ അയ്യപ്പൻ

വർഗീസാണ് തുടക്കമിട്ടത്. പള്ളിയിലും അമ്പലത്തിലുമെല്ലാം പ്രാർത്ഥനകൾ നടന്നുകൊണ്ടിരിക്കുന്നു. പ്രാർത്ഥനയിലൂടെയും പാട്ടിലൂടെയും ഇവിടെ ഒന്നും സംഭവിക്കില്ലായെന്നു നമുക്കറിയാം. എന്നിരുന്നാലും ജനങ്ങളെ യുക്തിപരമായി ചിന്തിപ്പിക്കാൻ നമുക്കാകണം. യുവാക്കളെ മതത്തിനതീതമായി കാര്യങ്ങളെ നോക്കി കാണാൻ ശീലിപ്പിക്കണം. അതൊക്കെയാണ് നമ്മൾ ഈ സന്ദർഭത്തിൽ ആലോചിക്കേണ്ടതെന്ന് എനിക്ക് തോന്നുന്നു.

കുറച്ചുനേരത്തെ നിശബ്ദതയ്ക്കു ശേഷം അവർ അന്യോന്യം നോക്കി. ഏവർക്കും ഈ അസാധാരണമായ ദിവസത്തെ, സന്ദർഭത്തെ എങ്ങനെ സമീപിക്കണം എന്ന് വ്യക്തമല്ലായിരുന്നു.

“പഠിക്കുന്ന വിദ്യാർത്ഥികൾപോലും ഇത്തരം സന്ദർഭത്തിൽ മതവിശ്വാസങ്ങളിലേക്കാണ് പോകുന്നത്. നമുക്ക് മനസിലാവാത്ത കാര്യങ്ങൾക്കുള്ള ഉത്തരം വിദ്യാർത്ഥികൾപോലും മതസ്ഥാപനങ്ങളിൽ നിന്ന് തേടുന്നുവെന്നതാണ് ഇന്നത്തെ ദുരന്തം.” സുധീഷ് പറഞ്ഞു.

അതു ശരിയാണെന്ന അഭിപ്രായം ആ കൂടിയവരുടെ മുഖത്തുനിന്നു വ്യക്തമായിരുന്നു.

“പഠിക്കാൻ പോണ പിള്ളേര് തന്നെ ഇങ്ങനെയായാൽ പിന്നേ സാധാരണക്കാരന്റെ ക.ാര്യം പറയണോ”.

മോഹനേട്ടൻ ചിരിച്ചുകൊണ്ട് സുധീഷിന്റെ അഭിപ്രായത്തെ അംഗീകരിച്ചു.

“ദിനരാത്രങ്ങളുടെ പോക്കും വരവും സാധാരണമായി സംഭവിക്കുന്ന ഒന്നാണ്. അതങ്ങനെ നടക്കുന്ന ഒന്നായിട്ടാണ് നാം എല്ലാവരും കരുതുന്നത്. അത് യാഥാർത്ഥ്യവുമായി കരുതുന്നു. പക്ഷേ നമ്മൾ ഒന്നു ആലോചിച്ചു നോക്കുക. ഭൂമിയുടെ ഒരു ഭാഗം പകൽ മാത്രവും മറുഭാഗം രാത്രി മാത്രവും വന്നാൽ എന്തു സംഭവിക്കുന്നുവെന്ന്? ഭൂമിയിലെ ആ രണ്ടുഭാഗത്തെ സസ്യജീവി ജാലങ്ങളും മനുഷ്യരുമെല്ലാം എങ്ങനെയായിരിക്കുമെന്ന്. നമുക്കറിയാത്ത പ്രപഞ്ചരഹസ്യങ്ങളെ തേടിപോകുകയാണ് വിദ്യാർത്ഥികൾ ചെയ്യേണ്ടത്.”

വടക്കേയില്ലത്തെ ഹരികൃഷ്ണൻ പറഞ്ഞു നിർത്തി.

വായനശാലയിലേക്ക് കൂടുതൽ ആളുകൾ വന്നുകൊണ്ടിരിക്കുന്നു. വരുന്നവർ വരുന്നവർ വായനശാലയുടെ തിണ്ണമേലിരുന്നും പുറത്തുമായി നിൽക്കുന്നു.

വർഗീസ് പറഞ്ഞു. “ഇപ്പോൾപള്ളിയിൽ ഉല്പത്തിപുസ്തകമാണ് പറയുന്നത്. ആദിയിൽ ദൈവം ആകാശവും ഭൂമിയും സൃഷ്ടിച്ചു. ഭൂമി രൂപരഹിതവും ശൂന്യവുമായിരുന്നു. ആഴത്തിനുമീതെ ഇരുൾ ഉണ്ടായിരുന്നു. ദൈവത്തിന്റെ ആത്മാവ് വെള്ളത്തിൻമീതെ പരിവർത്തിച്ചുകൊണ്ടിരുന്നു. വെളിച്ചം ഉണ്ടാകട്ടെ എന്നു ദൈവം കല്പിച്ചു. വെളിച്ചം ഉണ്ടായി. വെളിച്ചവും ഇരുളും തമ്മിൽ വേർപിരിച്ചു. ദൈവം വെളിച്ചത്തിന് പകൽ എന്നും ഇരുളിന് രാത്രി എന്നും പേരിട്ടു. ഇതൊക്കെ പള്ളിയിൽ സ്ഥിരം പറയുന്നതാണ്. ഇപ്പോൾ ആളുകൾക്ക് കൂടുതൽ വിശ്വാസമുള്ള തലത്തിലേക്ക് ഇത് കൊണ്ടുചെന്നെത്തിക്കുന്നു. കുട്ടിക്കാലം മുതൽ കേൾക്കുന്ന ഇത്തരം കാര്യങ്ങൾ കുട്ടികളിൽ കൂടുതൽ വിശ്വാസമുണ്ടാക്കുന്നു. ഇതിനെ മറികടക്കുവാൻ വളരെ ശക്തമായ രീതിയിൽ യുക്തിചിന്ത പ്രവർത്തിക്കേണ്ടതാണ്.

“ക്രൈസ്തവമതത്തിന്റെ ഈ ഉല്പത്തികഥ ക്രിസ്ത്യാനികൾക്കെന്നതുപോലെ മറ്റുള്ളവർക്കും എങ്ങനെയൊക്കെയോ അറിയാവുന്നതാണെന്ന്” മോഹനേട്ടനും പറഞ്ഞു.

“കേരളത്തിലെ നവോത്ഥാന നായകരിലെ ഒരാളായ സഹോദരൻ അയ്യപ്പന്റെ യുക്തിവാദ പ്രസ്ഥാനത്തിന്റെ സമകാലിക പ്രസക്തിയൊക്കെ നാം തിരിച്ചറിയേണ്ടതാണ്.”

ഹരികൃഷ്ണൻ മാഷ് ഓർമ്മിപ്പിച്ചു.

“ശരിയാണ് മാഷേ, അദ്ദേഹത്തിന്റെ സയൻസ് ദശകം കവിതയൊക്കെ നമ്മൾ വായിക്കേണ്ടതാണ്.”

ശിവൻ കൂട്ടിച്ചേർത്തു

എവിടെയോ ക്ലോക്കിന്റെ മണിയടിക്കുന്ന ശബ്ദം ശിവൻ കേട്ടു. മൊബൈൽ എടുത്തു സമയം നോക്കിയപ്പോൾ ഒരു മണിയായിരിക്കുന്നു.അപ്പോഴാണ് ഒരു മിസ്ഡ് കോൾ കണ്ടത്. വീട്ടിൽ നിന്ന് മീനാക്ഷിയാണ്. ഭക്ഷണം കഴിക്കാൻ ഓർമ്മിപ്പിച്ചതായിരിക്കും.ഷുഗറും കൊളസ്ട്രോളുമൊക്കെയുള്ള തന്നെ സമയാസമയങ്ങളിൽ ഭക്ഷണം കഴിക്കാൻ ഓർമ്മിപ്പിക്കുന്ന മിസ്ഡ്കോൾ.

തൽക്കാലത്തേക്ക് ചർച്ചയിൽ നിന്ന് മാറി ഒന്നു വീടുവരെ പോയിട്ടുവരാമെന്ന് ഹരികൃഷ്ണനോട് പറഞ്ഞ് ഞാനിറങ്ങി. മാസത്തിലൊരിക്കലൊക്കെ വായനശാലയിൽ ചർച്ച വയ്ക്കാറുണ്ട്. സാമൂഹ്യപ്രസക്തിയുള്ള എന്തെങ്കിലും വിഷയമായിരിക്കും. അന്ന് വരാറുള്ള പലരും ഇന്നു വന്നിട്ടുണ്ടോ? സ്ഥിരം വരാറുള്ള വിനയനെ കണ്ടില്ലല്ലോ.വിചിത്രമായ പല ചോദ്യങ്ങളും ചോദിക്കാറുള്ള വിനയൻ. വിനയൻ ഒര സാധാരണ മനുഷ്യനാണെന്ന് ശിവൻ ഓർത്തു.

15
സ്വത്വപ്രതിസന്ധി

ഇനിയുമുണ്ടൊരു ജന്മമെനിക്കെങ്കി -
ലിതൾ വിടരാത്ത പുഷ്പമായ്ത്തീരണം
വിജന ഭൂവിങ്കലെങ്ങാനതിൻ ജന്മം
വിഫലമാക്കീട്ടു വിസ്മൃതമാകണം

–ഇടപ്പള്ളി രാഘവൻപിള്ള

ദേവദേവാസുരയുദ്ധങ്ങളിൽ അസുരന്മാരെ പറ്റിക്കാനായും തോൽപ്പിക്കാനായും പകലിനെ ഇരുട്ടാക്കുന്ന മായാവിദ്യകൾ ദേവന്മാർ കാട്ടാറുണ്ട്. ദേവന്മാർക്ക് എങ്ങനെയായാലും ജയിച്ചാൽ മതിയല്ലോ. അമൃത് തട്ടിയെടുക്കാൻ മോഹിനിയുടെ രൂപത്തിൽ ചെന്നവരല്ലേ? സ്ത്രീയുടെ സൗന്ദര്യത്തെ ചൂഷണം ചെയ്യുകയായിരുന്നില്ലേ അവർ? ഭീഷ്മരെ തോൽപ്പിക്കാൻ പാണ്ഡവരും ചതികാണിച്ചില്ലേ? സ്ത്രീയേക്കാളും പുരുഷനേക്കാളും സവിശേഷതകളല്ലേ ഇവർക്കുള്ളത്. വ്യത്യസ്തതകളെയല്ലേ നമ്മൾ അംഗീകരിക്കേണ്ടത്? വിനയനെ കുറിച്ചോർക്കുമ്പോൾ വേലുക്കുട്ടിച്ചേട്ടനെ ഓർക്കേണ്ടതാണ്. വായനശാലക്കുവേണ്ടി പ്രവർത്തിച്ച ആദ്യകാലപ്രവർത്തകരിലൊരാൾ. പഠിപ്പോ വായനയോ ഇല്ലാത്ത ഒരു സാധാരണ മനുഷ്യനായിരുന്നു വേലുക്കുട്ടിയെന്നാണ് കേട്ടിട്ടുള്ളത്. അദ്ദേഹത്തിന്റെ മകളായ ജാനകിയുടെ മകളാണ് രമണി. രമണിയുടെ ഒരേയൊരു മകനാണ് ഈ വിനയൻ. കോളേജിലൊക്കെ പോയിട്ടുണ്ടെങ്കിലും സ്ഥിരമായൊരു ജോലിയൊന്നും രമണിക്കുണ്ടായിരുന്നില്ല. വിവാഹം കഴിഞ്ഞ് വിനയൻ ഉണ്ടായതിനുശേഷം പതിനാലു വർഷം കഴിഞ്ഞാണ് രമണിയുടെ ഭർത്താവ് പോയത്. എങ്ങോട്ടാണ് പോയതെന്ന് ആർക്കുമറിയില്ല. രമണിയൊട്ട് അന്വേഷിച്ചുമില്ല. നാട്ടുകാർ പലതും പറഞ്ഞു. അതിലൊന്ന് വിനയനെകുറിച്ചാണ്. അവന്റെ സ്വത്വത്തെകുറിച്ചാണ്. അവൻ 'ആണല്ലാ' എന്ന സംസാരം കീഴേറ്റുംപാടത്ത് സംസാര വിഷയമായി. കീ

ഴേറ്റും പാടത്ത് അധികം വീടുകളൊന്നുമില്ല. മൂന്നു കുടുംബങ്ങൾ മാത്രമേയുള്ളു. രമണിയ്ക്കാണെങ്കിൽ അത്യാവശ്യം പറമ്പും പാടവുമൊക്കെയുണ്ട്. അവൾ അവിടെ പണിയെടുത്തു തുടങ്ങി. പരിചയമുള്ള ചില പണിക്കാരും കൂടെ കൂടി. വിനയനും കൂടി. ഇങ്ങനെ അവളുടെ ജീവിതം സ്വതന്ത്രമായി സന്തോഷത്തോടെ മുന്നോട്ടുപോയി.

വിനയൻ ഇടയ്ക്ക് ഇടയ്ക്ക് അച്ഛനെക്കുറിച്ച് രമണിയോട് ചോദിക്കുമായിരുന്നു. അവൾ പറയും അച്ഛൻ ദൂരെ പണിക്കുപോയേക്കുവാണെന്ന്. അവൻ പിന്നീടൊക്കെ ചോദിച്ചപ്പോഴും അവൾ ഇതുതന്നെ പറയുമായിരുന്നു.

വിനയൻ പൊട്ടു തൊടുകയും മാലയിടുകയും കണ്ണെഴുതുകയും ചെയ്യുന്നത് രമണി എതിർത്തിരുന്നില്ല. മകന്റെ ഇത്തരം താല്പര്യത്തെ അവർ സന്തോഷത്തോടെ സ്വീകരിച്ചു. അയൽ വീടുകളിലെ ആൺകുട്ടികൾ വിനയനെ കളിക്കാൻ കൂട്ടാതെയായി. പക്ഷേ അമ്മ എപ്പോഴും അവന് കൂട്ടായിരുന്നു. അവൻ പത്താം ക്ലാസ് പാസായി കോളേജിൽ പ്രീഡിഗ്രിക്കു ചേർന്നതോടുകൂടി അച്ഛൻ എന്തിനാണ് അമ്മയെ വിട്ടുപോയതെന്ന് അവന് മനസിലായി. കോളേജിൽ അവന് കൂട്ടുകാർ കുറവായിരുന്നു. അതിനാൽ വിനയന് പുസ്തകങ്ങൾ കൂട്ടുകാരായി.

ജ്ഞാനദീപം വായനശാലയിൽ സ്ഥിരമായി ഇരിക്കുന്ന പെൺകുട്ടി വിവാഹം കഴിഞ്ഞ് ഇവിടം വിട്ട് പോയിരുന്ന സന്ദർഭമായിരുന്നുവത്. കുറച്ചു നാളുകൾ വായനശാല അടച്ചിട്ടിരുന്നു. ഞാനാണെങ്കിൽ പാർട്ടി പ്രവർത്തനവുമായി തിരക്കോടു തിരക്ക്. വിനയൻ എന്നെ കാണാൻ വന്നു.

"ശിവൻചേട്ടാ, വായനശാല എന്താ തുറക്കാത്തത്. എനിക്ക് പുസ്തമെടുക്കാനാ".

"മോനേ, അത് അവിടെ ഇരുന്ന ചേച്ചി കല്യാണം കഴിച്ച് പോയില്ലേ. ഇനി ഒരാളെ കിട്ടേണ്ടേ. അതുവരെ..."

മറുപടി ശരിയല്ലെന്ന് എനിക്കറിയാമായിരുന്നു. വായനശാല അടച്ചിടുന്നത് ഒരിക്കലും ശരിയല്ല. വായനക്കാരൻ തൊടുമ്പോഴാണ് പുസ്തകങ്ങൾക്ക് ജീവൻ വയ്ക്കുന്നത്. ഓരോ പുസ്തകവും ഇന്നല്ലെങ്കിൽ നാളെതന്നെ തേടി ഒരു വായനക്കാരൻ വരുമെന്ന് പ്രതീക്ഷിച്ച് കാത്തിരിക്കുന്നു. പുസ്തകങ്ങൾക്ക് വികാരവിചാരങ്ങളുണ്ട്. വായനക്കാരന്റെ മുന്നിൽ വായനശാല എല്ലായ്പ്പോഴും തുറന്നിരിക്കണം. എന്റെ ചിന്തകളെ തകിടം മറിച്ചുകൊണ്ടാണ് വിനയന്റെ അടുത്ത ചോ

ദ്യം വന്നത്.

"ശിവൻചേട്ടാ,എന്റെ അമ്മ വൈകീട്ട് കുറച്ചുനേരം വന്ന് വായന ശാലയിരുന്നാലോ."

അങ്ങനെയാണ് രമണി വായനശാലയിലെത്തുന്നത്. മകനുവേണ്ടി ഈ ജോലി ഏറ്റെടുത്തെങ്കിലും പിന്നീട് ഈ ആലപ്പടിയിലെ വലിയൊരു പുസ്തകപ്രേമിയായി രമണി വളരുകയായിരുന്നു.

വീട്ടിലും നാട്ടിലും വിനയന് കൂട്ടായി അമ്മ മാത്രമേ ഉണ്ടായിരുന്നുള്ളു. ചിലപ്പോൾ വിനയൻ സ്വയമങ്ങനെ സൗഹൃദം വേണ്ടെന്ന് വെച്ചതാകാം.കോളേജ് പഠനമൊക്കെ കഴിഞ്ഞ് പി.എസ്.സി. പരീക്ഷയും പാരലൽ കോളേജിൽ അദ്ധ്യാപനവുമൊക്കെയായി കുറച്ചുനാൾ വിനയൻ നടന്നു. പാരലൽ കോളേജിൽ വിദ്യാർത്ഥികളുടെ പരിഹാസവും അപമാനവും കൂടികൊണ്ടിരുന്നപ്പോൾ അവിടെന്ന് വഴക്കുണ്ടാക്കി പിരിഞ്ഞു. പിന്നെ തൊഴിലില്ലാതെ വീട്ടിൽതന്നെ. വായനശാലയിലേക്ക് വരുന്ന പതിവ്, പക്ഷേ വിനയൻ ഒരിക്കലും തെറ്റിച്ചിരുന്നില്ല. ഒരു ദിവസം രമണിയങ്ങ് പോയി. ഹാർട്ട് അറ്റാക്കായിരുന്നു. ആരേയും വേദനിപ്പിക്കാതെ, വിനയനോട് പോലും പറയാതെ ഒരു രാത്രിയിൽ.അതിൽപിന്നെ വിനയന്റെ സൗഹൃദം വിനയനോടു തന്നെ. വേണമെങ്കിൽ പുസ്തകങ്ങളോടും ഉണ്ടായിരുന്നുവെന്നു പറയാം.

ഒരാളെ സാമൂഹ്യവിമർശകനോ സാമൂഹ്യനിഷേധിയോ ഒക്കെയാക്കി മാറ്റുന്നത് സാഹചര്യങ്ങളാണ്. സമൂഹം ഓരോരുത്തരേയും ഒരേപോലെയല്ലാ പരിഗണിക്കുന്നത്. നീതി നിഷേധിക്കപ്പെടുന്നവൻ എവിടെയും ശബ്ദിച്ചുകൊണ്ടിരിക്കും. ലോകം ഇരുണ്ടതാണെന്ന് ചിലർക്ക് തോന്നുന്നതെന്തുകൊണ്ടാണ്? ആഫ്രിക്കയെ കറുത്ത ഭൂഖണ്ഡം എന്നു വിളിച്ചതെന്തുകൊണ്ട്? ഇരയും വേട്ടക്കാരനും തമ്മിലുള്ള പോരാട്ടം അവസാനിക്കാതെ തുടർന്നുകൊണ്ടിരിക്കുന്ന സാഹചര്യത്തിൽ നൈതികതയെക്കുറിച്ച് ആലോചിക്കേണ്ടതായിവരും.

രമണി മരിച്ചതിനുശേഷം അമൽ കുറച്ചുനാൾ വായനശാല നോക്കിയിരുന്നു. അവൻ ഉപരിപഠനത്തിനു തയ്യാറെടുക്കുന്ന ഇടവേളയിലായിരുന്നു അത്. അമലിനുശേഷമാണ് ഫാത്തിമ വന്നത്. ഫാത്തിമ വന്നതിനുശേഷം ഒരു ദിവസം രാത്രി വിനയനെ ഞാൻ കണ്ടു. സാധാരണയായി ഏഴുമണിവരെയാണ് പുസ്തകം ഇഷ്യു ചെയ്യുന്നത്. രാത്രിയിലും ആരെങ്കിലുമൊക്കെ ന്യൂസ്പേപ്പറോ മാസികകളോ വായിക്കാനായി വായനശാലയിൽ സ്ഥിരമുണ്ടാകും. അന്ന് നല്ല മഴയായിരുന്നു. മഴയത്ത് നനഞ്ഞിട്ടാണ്വിനയൻ വായനശാലയിലേക്ക് ക

യറിവന്നത്. കുടയില്ലാത്തതിനാൽ മഴ തോരുന്നതുവരെ ഇവിടെയിരിക്കാമെന്ന് ഞാൻ പറഞ്ഞു.

"നവോത്ഥാനം എല്ലാം ശരിയാക്കിയെടുത്തു എന്നു പറഞ്ഞ് കുട്ടികളെ നമ്മൾ പഠിപ്പിക്കും. പക്ഷേ എന്തു ശരിയാക്കിയെന്നാ പറയുന്നേ? മനുഷ്യരായിപ്പോലും പരിഗണിക്കുന്നില്ല."

വിനയൻ കോപത്തോടെയാണ് ഇതു പറഞ്ഞത്. വിനയന് ഇപ്പോൾ എന്തോ സംഭവിച്ചിട്ടുണ്ടെന്ന് ആ പ്രതികരണത്തിൽ നിന്ന് എനിക്കു മനസിലായി. വിനയൻ തന്റെ ദേഷ്യം മുഴുവനും പറയട്ടേ എന്നെനിക്കു തോന്നി.

"ഒരു തെണ്ടി, ബസില് വെച്ച്..... അവനൊക്കെ എന്തോന്നീന്റെ കുത്തിക്കഴപ്പാ. എവിടെയെങ്കിലും ചെന്നു കേറ്റണമെന്നും വിചാരിച്ചു നടക്കാ. അവനെയൊക്കെ എന്താ ചെയ്യണമെന്നെനിക്കറിയാം. ഉം".

വിനയൻ പല്ലുകടിച്ച് പറഞ്ഞപ്പോൾ അവനനുവദിച്ച വിഷമം മുഴുവൻ പുറത്തു വന്നതായി എനിക്കു തോന്നി.

"മനുഷ്യനിൽ ഉള്ള വൈവിധ്യങ്ങളെ ഉൾകൊള്ളാൻ ഇപ്പോഴും നമ്മുടെ പൊതു സമൂഹത്തിന് സാധിച്ചിട്ടില്ലാ വിനയാ. ഗവൺമെന്റ് ഒരു നിയമമുണ്ടാക്കിയെന്നു വെച്ച് പിറ്റേ ദിവസം മുതൽ ജനങ്ങളുടെ മനോഭാവത്തിൽ മാറ്റമുണ്ടാകും എന്നു വിചാരിക്കുന്നത് ശരിയല്ലാ.മാറ്റമുണ്ടാകും കുറച്ചു കാലങ്ങൾക്കുള്ളിൽ"

ശിവൻ പറഞ്ഞു.

"ദൈവങ്ങളാക്കിയും ഭിക്ഷ നൽകി സഹാനുഭൂതി കാട്ടിയും പരിഗണിക്കുന്ന ലോകവും ഇവിടെയുണ്ട്. അതിലും മാറ്റമുണ്ടാകണം. ഞങ്ങളാരും ദൈവങ്ങളല്ലാ. അസാധാരണ സൃഷ്ടികളല്ലാ".

വിനയൻ എൽ.ജി.ബി.ടി സംഘടനയിലെ അംഗമായെന്നു കേട്ടിരുന്നു. ഇപ്പോൾ നന്നായി സംസാരിക്കുന്നല്ലോ എന്ന് ശിവന് തോന്നി. സംഘടന മനുഷ്യരെ ശക്തരാക്കുമല്ലോ. ശിവന് വിനയന്റെ സ്വഭാവത്തിലുണ്ടായ മാറ്റം പെട്ടെന്ന് തിരിച്ചറിയാൻ സാധിച്ചു.

"സാമൂഹ്യനീതിയുടെ ഭാഗമായി ലിംഗസമത്വം ഉറപ്പിൽ വരുത്തുവാൻ ഗവൺമെന്റ് ട്രാൻസ്ജെൻഡർ ജസ്റ്റീസ് ബോർഡ്, സംസ്ഥാന ട്രാൻസ്ജെൻഡർ സെൽ എന്നിവയൊക്കെ നടപ്പിലാക്കിയിട്ടുണ്ടെന്ന് ആളുകൾക്ക് ഇപ്പോഴും അറിയില്ലായെന്നു തോന്നുന്നു."

"ശിവൻ ചേട്ടാ, സമൂഹത്തിലെ പഠിപ്പുള്ളവരോ.... അവരും നമ്മളോട് പെരുമാറുന്നത് കണ്ടാലോ. പ്രശ്നം ലിംഗാവബോധം ഇല്ലായെന്നുള്ളതാണ്. സ്കൂളിൽ നിന്നു തുടങ്ങി ലിംഗസമത്വത്തിന്റെ പാഠ

ങ്ങൾ കുട്ടികൾ പഠിക്കണം. അങ്ങനെ പഠിച്ചാൽ മാത്രമേ പുതിയ തല മുറയെങ്കിലും സാമൂഹ്യലിംഗനീതി വച്ചു പുലർത്തുകയുള്ളു."

ലിംഗനീതിയെക്കുറിച്ച് പഠിച്ച കാര്യങ്ങൾ വിനയൻ പ്രകടിപ്പിച്ചു.

"ഞാനൊന്നു കണ്ണെഴുതുന്നതിനോ, പൊട്ടുതൊടുന്നതിനോ ഒക്കെ യാണ് ആളുകൾക്ക് പ്രശ്നം. സമൂഹത്തിലെന്തൊക്കെ പ്രശ്നങ്ങളു ണ്ട്."

"ശരിയാണ് വിനയാ. നമ്മുടെ നാട്ടിൽ സാധാരണക്കാരല്ലേ കൂടു തൽ. അവർക്ക് മറ്റുള്ളവരുടെ സ്വകാര്യജീവിതങ്ങളിലേക്കുള്ള ഒളി ഞ്ഞുനോട്ടം ഇത്തിരികൂടുതലാ."

"നമ്മുടെ വായനശാലയില് ലിംഗനീതിയെപറ്റിയുള്ള പുസ്തകങ്ങ ളും ട്രാൻസ്ജെൻഡറുകളുടെയും മറ്റും ആത്മകഥകളും സാഹിത്യ കൃതികളും കൊണ്ടുവന്ന് വയ്ക്കണം. ആളുകളെ നമുക്കൊന്ന് മാ റ്റാം നോക്കാം. അല്ലേ ശിവൻചേട്ടാ."

വിനയൻ ചിരിച്ചുകൊണ്ടാണ് ഇതു പറഞ്ഞത്. വിനയൻ വളരെ പെട്ടെന്നു ദേഷ്യപ്പെടുകയും കരയുകയും അതേപോലെ തന്നെ ചിരി ക്കുകയും ചെയ്യുന്നയാളാണ് എന്ന് എനിക്കറിയാവുന്നതാണല്ലോ. ഞാ നും വിനയന്റെ ചിരിയിൽ പങ്കുചേർന്നു.

"നിന്റെ ജോലി കാര്യമൊക്കെയെന്തായി."

"കൊച്ചി മെട്രോയിൽ അപേക്ഷ കൊടുത്തിട്ടുണ്ട്. ശിവൻ ചേട്ടാ. നമുക്ക് കിട്ടാണെങ്കിൽ മെച്ചമായി. വീട്ടിന്ന് പോയി വരാമല്ലേ."

മഴ ഇരുന്നു. റോഡിനിരുവശങ്ങളിലൂടെ മഴവെള്ളം ഒലിച്ചുപോകു ന്നുണ്ട്.

ആ മഴവെള്ളം ഒഴുകി ഒഴുകി പാടത്തേക്കു ചെന്നു ചേരും.

വിനയൻ പോയതിനുശേഷവും വായനശാലയിൽ കുറച്ചുനേരം കൂ ടി ഞാനിരുന്നു. വിനയനെപോലെ എത്രപേർ സ്വന്തം സ്വത്വത്തെ സ മൂഹത്തിനു മുന്നിൽ അംഗീകരിച്ചു കിട്ടാൻവേണ്ടി ശബ്ദമുയർത്തുന്നു? ശരീരവും മനസും തമ്മിൽ പൊരുത്തപ്പെടാനാവാത്ത സംഘർഷവും പേറി ജീവിക്കേണ്ടി വരുന്നവർ. ഇവരുടെ ജീവിതം ഇരുണ്ടതല്ലേ? അ വരുടെ ജീവിതത്തിൽ എന്നാണ് വെളിച്ചം പുലരുന്നത്?

പണ്ട് ഇരുട്ടിന്റെ മറവിൽ മാത്രം പുറത്തിറങ്ങുന്ന ഒരാളിവിടെയു ണ്ടായിരുന്നത്രേ. പകൽ സമയങ്ങളിലെല്ലാം വീടിനു പുറത്തിറങ്ങാ തെ അയാളുടെ ജീവിതം കഴിച്ചുകൂട്ടിയത്രേ. രാത്രിയിൽ അയാളുടെ വീടിനു സമീപം ഒരു സ്ത്രീയെ ആളുകൾ കാണാറുണ്ടത്രേ. ആ സ് ത്രീക്ക് അയാളുടെ മുഖമാണെന്നും ചിലർ പറയാറുണ്ടായിരുന്നു. ഏ

തോ ഇരുണ്ട രാത്രിയിൽ അയാൾ സാരിയിൽ തൂങ്ങി സ്വതന്ത്രയായി. അവളുടെ സാരിയിൽ നിന്ന് ശലഭങ്ങൾ പറന്നുപോകുന്നത് ചിലർ കണ്ടിരുന്നു.

ആകാശം ഭൂമിയിലേക്ക് ഇറങ്ങിക്കൊണ്ടിരിക്കുന്നു. വീടിന്റെ വരാന്തയിൽ ലൈറ്റ് കത്തി കിടക്കുന്നുണ്ട്.പ്രകാശ് കമ്പ്യൂട്ടറിൽ സിനിമ കാണുന്നു. കൈ കഴുകി ഞാൻ ഭക്ഷണം കഴിക്കാനിരുന്നു.

16
വിഭജനവും കലാപവും

കാണും നാം
ഉറപ്പായും കാണും നാം
വാഗ്ദാനം ചെയ്യപ്പെട്ട ആ ദിനം,
അനശ്വരതയുടെ ഫലകത്തിൽ കുറിയ്ക്കപ്പെട്ട
ആ ദിനം കാണും നാം.

അന്ന് ക്രൂരാധിപത്യത്തിന്റെ വന്മലകൾ
പഞ്ഞി പോലെ പറന്നകലും
നമ്മൾ പീഡിതരുടെ കാൽക്കീഴിൽ
ഭൂമിയുടെ ഹൃദയം പടപടാ മിടിക്കും
അധികാരികളുടെ തലയ്ക്ക് മേൽ ഇടിമിന്നൽ പതിക്കും.

–ഫൈസ് അഹമ്മദ് ഫൈസ്

ഭക്ഷണം കഴിക്കുന്നതിനിടയിൽ ലക്ഷ്മി ചോദിച്ചു.

"അലിക്കുട്ടിയുടെ മോളെ കാണാനില്ലാന്ന് പറയണകേട്ട്. സുധാകരേട്ടന്റെ പെണ്ണാണ് പറഞ്ഞത്. ഷബ്നയ്ക്ക് എന്താ പറ്റീത്? നല്ലൊരു കുട്ടിയായിരുന്നേ".

"അല്ലാ, ആ കുട്ടിയെ കാണാണ്ടായന്നേയുള്ളൂ. നോക്കുന്നുണ്ട്. ബോംബെയല്ലേ സുധാകരേട്ടന്റെ കുറച്ചു പരിചയക്കാര് ബോംബെല് ണ്ട്. അന്വേഷിക്കണ്ണ്ട്. കിട്ടും".

ആരോടെന്നില്ലാതെ, നുണപറയാണെന്ന ഉറപ്പോടെയാണ് ശിവൻ മറുപടി പറഞ്ഞത്. ബോംബെ നഗരത്തില് എവിടെയാണ് ഷബ്ന അലി. ഒന്നിനേയും പേടിക്കരുതെന്നുപറഞ്ഞ് അലിക്കുട്ടി വളർത്തിയ മകൾ. നഗരത്തിന്റെ ഏതു കൂട്ടിലാണവളെ മറച്ചുവച്ചിരിക്കുന്നത്?

"അലിക്കുട്ടി എങ്ങനെയാ മോളേ വളർത്തിയത്. എല്ലാവരും പോയീട്ട് അയാൾ മാത്രം പോയീലാ... എന്തോരം ദുഃഖമനുഭവിക്കുന്നു

ണ്ടാവാം. പാവം".

ലക്ഷ്മിയുടെ സംഭാഷണത്തിൽ അലിയോടുള്ള എല്ലാബഹുമാന വും നിഴലിച്ചിരുന്നു.

ലക്ഷ്മിപറഞ്ഞതുനേരാ. അലി മാത്രം ഇവിടെന്നു പോയീലാ. അ ലിയുടെ ബന്ധുക്കളായ ആ മൂന്നു കുടുംബങ്ങളും അവരുടെ ഭൂമി വി റ്റ് ഇവിടെന്ന് പോയി. പോകേണ്ടി വന്നു എന്നു പറയുന്നതാവും ശരി. ആ ദിവസം ഇന്ത്യയുടെ കറുത്ത ദിവസമായിരുന്നില്ലേ. ആ ഇരുണ്ട ദിനത്തെ ഞാനോർത്തു.

ആകാശത്തിലേക്ക് ഉയർന്നു നിൽക്കുന്ന മകുടം തകർക്കാനായി കുറച്ചു പേർ മുകളിൽ നിൽക്കുന്ന കാഴ്ച ഇന്ത്യയിലെ കറുത്ത ദിന മല്ലേ?

ഇതിനു മുൻപും ഇന്ത്യയിൽ കറുത്ത ദിനങ്ങളുണ്ടായിരുന്നില്ലേ? 1947 ൽ ബ്രിട്ടീഷുകാർ ഇന്ത്യയ്ക്ക് സ്വാതന്ത്ര്യം തരുന്ന സന്ദർഭത്തിൽ ഇന്ത്യയെ വിഭജിച്ചപ്പോൾ; ഗാന്ധിജിക്ക് അന്ന് കറുത്ത ദിനമായിരുന്നു.

ഒന്നേകാൽ കോടി ജനങ്ങൾ പലായനം ചെയ്യപ്പെട്ടു. ലക്ഷക്കണ ക്കിന് ജനങ്ങൾക്ക് ജീവഹാനി സംഭവിച്ചു. സ്വാതന്ത്ര്യത്തിന്റെ സന്തോ ഷത്തിൽ ഗാന്ധിജി ഇതെല്ലാം ഓർത്തില്ലേ. അദ്ദേഹം മൗനം കൊണ്ട് ദു:ഖത്തെ മറച്ചുവെച്ചു. ഗാന്ധിജി സ്വപ്നം കണ്ട ഇന്ത്യയുടെ സ്വാത ന്ത്ര്യം ഇതായിരുന്നുവോ?

"ഇക്കാന്റെ ബന്ധുക്കൾ അന്ന് പോയപ്പോൾ ഞാൻ ചോദിച്ചായി രുന്നു നിങ്ങൾക്കും പോയ്ക്കൂടെ. ഇവിടെ ഒറ്റയ്ക്കാവില്ലേന്ന്"

ലക്ഷ്മി ഓർമ്മകളിലൂടെ പറഞ്ഞു. അവൾ അന്നത്തെ ആ ദിവ സം ഓർക്കുന്നുണ്ടാകും. അലിക്കൂട്ടിടെ ബന്ധുക്കളായ മൂന്നുകുടും ബങ്ങളുടെ യാത്ര. ഇന്ത്യാവിഭജനം കാണാത്ത ഞങ്ങൾക്കത് അപൂർ വ്വ കാഴ്ചയായിരുന്നു. ആ സ്ത്രീകളുടെ കണ്ണുകളിൽ ഭാവിയെക്കുറി ച്ചുള്ള പേടിയുണ്ടായിരുന്നു.

"ഞങ്ങള് പോവോണ് ചേച്ചീ. അലീക്കാ വന്നില്ലാന്നു. ഒരേ പിടി വാശീലാ. നിങ്ങള് ഒന്ന് പറയണേ. ഒരുപാട് ആലോചിച്ച്ന്ന്. യാത്ര പറയ്ണ്ല്ലാ.

അവരത് പറഞ്ഞുപോകുമ്പോൾ ഞങ്ങൾക്ക് ഞങ്ങളെ തന്നെ പേ ടിതോന്നി. അന്നു രാത്രി ഞാൻ ഉറങ്ങിയില്ലാ.

ഞാൻ പിന്നീട് അലിക്കായോട് ചോദിച്ചു.

"എന്താ ഇക്കാ, നിങ്ങൾ മാത്രം ഇവിടെന്ന് പോകണ്ടിര്ന്നത്?"

അലിക്കുട്ടിയുടെ മറുപടിക്ക് ഇന്ത്യയുടെ സ്വാതന്ത്ര്യത്തിനു മുൻ

പേയുള്ള പാരമ്പര്യമുണ്ട്. ആ ഉത്തരത്തിൽ സ്വാതന്ത്ര്യസമരസേനാനികളുടെ ഊർജ്ജത്തിന്റെ തുടിപ്പുകൾ കാണാം.

"നമ്മടെ ബാപ്പ ഇന്ത്യയ്ക്ക് സ്വാതന്ത്ര്യം കിട്ടണേന്ന് മുന്നേ ഇബ്ടെ തന്നെ പണിയെടുത്ത്, ഇബ്ടെ തന്നെ മയ്യത്തായി. നമ്മ്ക്ക് ഇബിടെ പള്ളീല്ലാന്ന് അറിയാലോ. ഈ മണ്ണിൽ തന്നെയാ ബാപ്പേന്ന് അടക്കം ചെയ്തിരിക്ക്ണ്ത്. ബാപ്പയുടെ ഒരാഗ്രഹമായിരുന്നേയ്, താൻ പണീട്ത്ത മണ്ണിൽ കിടക്കണമെന്ന്. അത് ഞാനായീട്ട് സാധിപ്പിച്ച്. ഞാനെങ്ക്ട് പോണ്. ഇബ്ട് തന്നെ. മയ്യത്തുവരെ".

ഉറച്ച തീരുമാനമാണതെന്ന് എനിക്കു തോന്നി. ഏതു സങ്കടങ്ങളെയും സഹിക്കാൻ പോരുന്ന ഒരുറച്ച ഹൃദയമുണ്ട് അയാൾക്ക്. അയാൾ ഈ പ്രശ്നത്തെയും തരണം ചെയ്യും ഷബ്ന അലി, അവളെവിടെയുണ്ടാകും.

ചോറ് കുറച്ച് കഴിച്ച് നിർത്തി. കൈ കഴുകി വരാന്തയിൽ പോയിരുന്നു. എത്രയെത്ര വിഭജിച്ചാലും വിഭജിക്കാത്ത മനസ്സുകൾ ഇപ്പോഴും ലോകത്തുണ്ട്. മതത്തെ നിങ്ങൾക്ക് വിഭജിക്കാനാകും. എന്നാൽ ചില മനസ്സുകൾക്ക് അതിനെ മറികടക്കാനാകും. മതമില്ലാത്ത മനസ്സുകളെ വളരാൻ അനുവദിക്കുക. അവ പുതിയലോകം സൃഷ്ടിക്കട്ടെ.

ലാപ്പ്ടോപ്പിൽ എന്തോ നോക്കികൊണ്ടിരിക്കുകയാണ് പ്രകാശ്. സാങ്കേതികതയുടെ പുതിയ ലോകത്ത് അവർ പുതിയൊരു ജീവിതം സൃഷ്ടിക്കുകയാണ്. ഡിജിറ്റൽ ടെക്നോളജി മനുഷ്യനെയും ഡിജിറ്റലാക്കുമോ? മാനവികത ഇല്ലാത്ത സാങ്കേതിക വിദ്യ നിലനില്ക്കുമോ? അകലെയുള്ളവരെ അടുത്താക്കുമ്പോഴും ഇവർ അടുത്തുള്ളവരെ അകലെയാക്കുമോ? സാങ്കേതിക വിദ്യയുമായി ബന്ധപ്പെട്ട് എവിടെയോ വായിച്ച ചോദ്യങ്ങൾ ഇപ്പോൾ എന്റെ മുന്നിൽ വന്നു നിൽക്കുന്നത് എന്തിനാണ്?

"അച്ഛാ, ഫെയ്സ്ബുക്കിലും വാട്സ്ആപ്പിലുമെല്ലാം ആളുകൾ പ്രതികരിച്ചു തുടങ്ങിയിരിക്കുന്നു. ഈ അസാധാരണമായ ഭൂമിശാസ്ത്ര പ്രതിഭാസത്തിൽ ആളുകളെല്ലാം ഭയന്നിരിക്കുകയാണ്."

"ഞാനും ചില വീഡിയോ കണ്ടിരുന്നു. പലയിടത്തും പ്രശ്നങ്ങൾ നടക്കുന്നു. ഈ ദിവസത്തെ എങ്ങനെയാണ് അഭിമുഖീകരിക്കേണ്ടതെന്ന് ജനങ്ങൾക്ക് അറിയില്ലല്ലോ."

വാട്സ്ആപ്പിൽ എനിക്കു വന്ന വീഡിയോകൾ ഞാൻ പ്രകാശിന് കാണിച്ചുകൊടുത്തു. അവനത് കണ്ടു.

"പലയിടങ്ങളിലും കലാപങ്ങൾ തുടങ്ങിയെന്നാണ് പറയുന്നത്. ഗ

വൺമെന്റ് ഇതിനെ എതിരിടാൻ പട്ടാളത്തെ ഇറക്കിതുടങ്ങിയിരിക്കുന്ന തായും പോസ്റ്റുകളിലുണ്ട്."

കലാപങ്ങൾ ഭരണകൂടത്തിന് ഒരു തലവേദനയാണ്. യഥാർത്ഥ ത്തിൽ കലാപങ്ങൾ ആർക്കൊക്കെയാണ് ഗുണമുണ്ടാക്കുന്നത്? ക ലാപങ്ങൾ ആരുടെ സൃഷ്ടിയാണ്. ഒ.വി.വിജയനും ആനന്ദുമൊക്കെ അവരുടെ നോവലുകളിൽ പറയുന്നതുപോലെയാണോ കലാപങ്ങൾ നടക്കുന്നത്? കലാപകാരികൾ ഒരു കുട്ടിയെ വീട്ടിൽ നിന്ന് പിടിച്ചിറ ക്കിയതിനുശേഷം മാതാപിതാക്കളുടെ മുന്നിൽ വെച്ച് അവന്റെ വാ യിൽ പെട്രോൾ ഒഴിച്ച് കത്തിക്കുന്നത് എവിടെയോ വായിച്ചപോലെ ശിവന് തോന്നി.

"പട്ടാളമിറങ്ങിയതിനെതിരെ ബുദ്ധിജീവികളൊക്കെ പ്രതികരിച്ചി ട്ടുണ്ട്. അവരുടെ ഫെയ്സ്ബുക്കിലും ടിറ്ററിലും ഒക്കെ അതുണ്ട്. ഓൺ ലൈൻ പത്രങ്ങളും അത് പ്രസിദ്ധീകരിച്ചിട്ടുണ്ട്."

പ്രകാശ് ഫെയ്സ്ബുക്കിലെയും ഓൺലൈൻ ന്യൂസ് പോർട്ടലി ലെയും പോസ്റ്റുകൾ എന്നെ കാണിച്ചു തന്നു. രാഷ്ട്രം കലാപത്തി ലേക്ക് പോയികൊണ്ടിരിക്കുകയാണ്. ചാനലുകളിൽ വാർത്തയായി ട്ടുണ്ടാവുമല്ലോ എന്നു ഞാനാലോചിച്ചു.

"നീ, വാർത്ത കണ്ടിരുന്നോ, ചാനലിൽ ഇതു വന്നോ?"

"അതിന്, രാവിലെ പതിനൊന്നു മണിക്കു ശേഷം ചാനൽ സം പ്രേഷണം തന്നെ കട്ടായിരിക്കുകയാണല്ലോ. ഒന്നും തന്നെ കിട്ടുന്നി ല്ലല്ലോ.

പ്രകാശ് ചാനലുകൾ കട്ടായതിന്റെ വിഷമം ഉൾക്കൊണ്ട് പറഞ്ഞു.

പോലീസ് സ്റ്റേഷനിൽ ചെന്നപ്പോൾ സബ്ഇൻസ്പെക്ടർ അനി രുദ്ധൻ ചാനലുകളും ഓൺലൈനുകളുമെല്ലാം കട്ടാകുമെന്ന സൂചന തന്നത് ഞാനോർത്തു. വാർത്തകൾ ഒന്നും തന്നെ കിട്ടാനാവാത്ത വി ധം ഓരോരുത്തരും അന്യരാകുന്ന നിമിഷം ഞാനോർത്തു. ഒരു വലി യ കൂരിരുട്ട് നിറഞ്ഞ ഗുഹയിൽ നിന്ന് പുറത്തേക്കുള്ള വഴി കിട്ടാതെ അലയുന്ന   ഒരാളെപ്പോലെയാണ് ഞാനെന്നു തോന്നി.

മൊബൈൽ ഫോൺ റിംങ്ങ് ചെയ്തു. ലോക്കൽ സെക്രട്ടറി മുരളി യുടെ കോളാണ്. "അടിയന്തിരമായി മീറ്റിംങ്ങ് കൂടണമെന്ന് ജില്ലാക മ്മറ്റിയുടെ നിർദ്ദേശമുണ്ട്. ഈ അസാധാരണമായ സാഹചര്യത്തെ എങ്ങനെയാണ് നേരിടേണ്ടതെന്ന് ആലോചിക്കണമെന്ന്. മീറ്റിംങ്ങ് ര ണ്ടു മണിക്കു തന്നെ. സുധാമണിടീച്ചറെ ഒന്നു വിളിച്ച് പറഞ്ഞേക്കൂ." പാർട്ടി ഓഫീസിൽ കാണാമെന്ന് പറഞ്ഞ് മുരളി ഫോൺ വെച്ചു.

സുധാമണി ടീച്ചറെ വിളിച്ചപ്പോഴാണ് ഓർത്തത്. അവർ ഇപ്പോൾ അമ്പലത്തിലല്ലേയെന്ന്. ഒരു മെസേജ് അയച്ചു. കുറുമശ്ശേരി ജംഗ്ഷനിലെ പാർട്ടി ഓഫീസിലേക്ക് ഞാൻ നടന്നു. ഇരുട്ട് കൂടി കൂടി വരുകയാണെന്ന് തോന്നുന്നു. നേരത്തെ പോയപ്പോൾ കത്തിക്കൊണ്ടിരുന്ന ലൈറ്റുകളിൽ ചിലതെല്ലാം ഇപ്പോൾ അണഞ്ഞിരിക്കുന്നു. സ്ട്രീറ്റ് ലൈറ്റുകൾ ഇനി എത്ര നേരം കൂടി പ്രകാശിക്കും. അവ കൂടി അണഞ്ഞാൽ 'സർവ്വം അന്ധകാരം.'

അമ്പലത്തിൽ നിന്നുള്ള പ്രാർത്ഥന അന്തരീക്ഷത്തിൽ മുഴങ്ങിക്കൊണ്ടിരുന്നു.

17
പൂജാരിയുടെ ഐതിഹ്യ കഥനം

താന്താൻ നിരന്തരം ചെയ്യുന്ന കർമ്മങ്ങൾ
താന്താനനുഭവിച്ചീടുകെന്നേ വരൂ
-എഴുത്തച്ഛൻ

കടമ്പനാട്ട് ക്ഷേത്രത്തിന്റെ ഒരു വശത്ത് പ്രാർത്ഥന നടക്കുന്നുണ്ട്. അവിടെ ആളുകൾ പായയിൽ ഇരുന്ന് പ്രാർത്ഥന ഏറ്റു ചൊല്ലുന്നു. ക്ഷേത്രഭാരവാഹികൾ ഇടയ്ക്കിടയ്ക്ക് ഭക്തർക്ക് ചായ കൊടുക്കുന്നു. അമ്പലത്തിൽ തന്നെ ഒരു ഗോശാലയുണ്ട്. വിഷ്ണുവാണ് മുഖ്യ പ്രതിഷ്ഠയെങ്കിലും മറ്റു ദൈവങ്ങളും ഉപപ്രതിഷ്ഠകളായി ക്ഷേത്രത്തിലുണ്ട്. അമ്പലം വക പത്തോളം പശുക്കൾ ആ ഗോശാലയിലുണ്ട്. അവയ്ക്കാവശ്യമായ പുല്ലും വൈക്കോലും കാലിത്തീറ്റയെല്ലാം ഭക്തർ തന്നെ സംഭാവന ചെയ്യുന്നു. ഇത്തരം സംഭാവന തന്നെ അവിടെത്തെ പ്രധാന വഴിപാടായി മാറിയത് ഈ അടുത്ത കാലത്താണല്ലോയെന്ന് സുധാമണി ടീച്ചർ ഓർത്തു. ഇപ്പോൾ അമ്പലത്തിലേക്ക് വരുന്ന ഭക്തർക്ക് വെണ്ണ കൊടുക്കുന്ന രീതിയും തുടങ്ങിയത്രേ. വെണ്ണ പായ്ക്കറ്റിലോ ടിന്നിലോ ആക്കി വില്പനയ്ക്ക് വയ്ക്കാനും ക്ഷേത്രഭാരവാഹികൾ ആലോചിക്കുന്നതായി കേട്ടു.

പ്രാർത്ഥനയിൽ കുറച്ചുനേരം ഇരുന്നതിനു ശേഷം സുധാമണി ടീച്ചർ അമ്പലം പ്രദക്ഷിണം വയ്ക്കുവാനായി എഴുന്നേറ്റു. പ്രദക്ഷിണം ചെയ്യുമ്പോഴാണ് അമ്പലക്കമ്മറ്റി ഓഫീസിനു സമീപം പൂജാരി ഭക്തർക്ക് ദർശനം കൊടുക്കുന്നത് കണ്ടത്. സാധാരണ ക്ഷേത്രത്തിൽ വരുമ്പോൾ പ്രാർത്ഥിച്ച്, പൈസ വഴിപാട് ഇട്ട് പോവുന്ന സുധാമണി ടീച്ചർ ഈ അസാധാരണ ദിവസത്തിലെ ഈ ദൃശ്യം കണ്ട് അങ്ങോട്ട് ചെന്നു.

"ദേവന്മാരെപ്പോലെ അനശ്വരനാകുവാൻ ലങ്കാധിപനായ രാവണൻ ആഗ്രഹിച്ചു. ദേവന്മാർക്ക് ഇത് സാധിച്ചത് ശൈവപ്രതീകമായ ആ

ത്മലിംഗത്തെ പൂജിക്കുന്നതുകൊണ്ടാണെന്ന് രാവണൻ മനസ്സിലാക്കി. അതിനാൽ രാവണൻ എന്തു ചെയ്തു? എന്തു വിധേനയും ആത്മലിംഗം നേടിയെടുക്കാൻ തീരുമാനിച്ചു. പ്രാർത്ഥനകളിലൂടെയും പൂജകളിലൂടെയും സാക്ഷാൽ പരമശിവനെ പ്രീതിപ്പെടുത്തുവാൻ രാവണനൻ ശ്രമിച്ചു തുടങ്ങി. അവസാനം പരമശിവൻ പ്രത്യക്ഷപ്പെട്ടു. രാവണനോട് ഇഷ്ടമുള്ള വരം ചോദിച്ചുകൊള്ളാൻ പറഞ്ഞു. രാവണൻ ആത്മലിംഗം വരമായി ആവശ്യപ്പെട്ടു. പരമശിവൻ ആ വരം നല്കിയിട്ട് രാവണനോട് പറഞ്ഞു. "രാവണാ, ആത്മലിംഗം ലങ്കയിലെത്തി യഥാസ്ഥാനത്തു സ്ഥാപിക്കുന്നതു വരെ മറ്റൊരിടത്തും നിലത്തു വയ്ക്കാൻ പാടില്ല. പരമശിവന്റെ ഈ നിർദ്ദേശം രാവണൻ തലയാട്ടി സ്വീകരിച്ചു.

ആളുകൾ പൂജാരിയുടെ ഐതിഹ്യകഥനത്തെ ശ്രദ്ധാപൂർവ്വം കേട്ടിരിക്കുകയാണ്. ചിലർ മാറി നിന്ന് ഇത് വീക്ഷിക്കുന്നുമുണ്ട്. പൂജാരി തുടർന്നു.

"ആത്മലിംഗം കൈവശപ്പെടുത്തിയ രാവണന്റെ അഹങ്കാരം ഇനിയും വർദ്ധിക്കുമല്ലോ എന്നു ഭയന്ന് നാരദമുനി ആശങ്കപ്പെട്ടു. അദ്ദേഹം മഹാവിഷ്ണുവിനേയും ഗണപതിയേയും പോയി കണ്ട് കാര്യങ്ങൾ പറഞ്ഞു."

സുധാമണി ടീച്ചർ മനസ്സിലോർത്തു. ഈ വിഷ്ണു ഇല്ലായിരുന്നെങ്കിൽ ബാക്കി ദൈവങ്ങൾക്ക് സ്വസ്ഥത ഉണ്ടാവുമായിരുന്നോ? നൂറ്റിമുക്കോടി ദൈവങ്ങളുണ്ടെന്ന് പറയുന്നു. പക്ഷേ എല്ലാവരും വിഷ്ണുവിനെ ആശ്രയിക്കുന്നു. എന്തിനും വിഷ്ണു തന്നെ പോംവഴി കണ്ടെത്തണം, ഉത്തരം പറയണം. ഇത് ജനാധിപത്യ രീതിയാണോ? ടീച്ചറ് സംശയിച്ചു. പൂജാരി കഥ തുടരുകയാണ്.

"സൂര്യാസ്തമയത്തോടനുബന്ധിച്ചുള്ള പൂജാകർമ്മങ്ങളിൽ വളരെ നിഷ്ഠ പുലർത്തുന്ന ഒരാളാണല്ലോ രാവണൻ. ഇത് എല്ലാദേവന്മാർക്കും അറിയാവുന്നതാണല്ലോ. എപ്പോഴും ശത്രുക്കളുടെ ജീവിത രീതികളും സ്വഭാവവുമെല്ലാം അറിയാൻ മറുഭാഗക്കാർ ശ്രമിക്കുമല്ലോ. ഗണപതി, രാവണന്റെ കൈയ്യിൽ നിന്ന് ആത്മലിംഗം വീണ്ടെടുക്കുവാൻ എന്താണൊരു വഴിയെന്നു ആലോചിച്ചു. ഒടുവിൽ ഒരു ഉപായം കണ്ടെത്തി. ആത്മലിംഗം കൈകളിൽ വഹിച്ചു രാവണൻ ഗോകർണ്ണത്ത് എത്തിയപ്പോൾ മഹാവിഷ്ണു ഭഗവാൻ മായയാൽ സൂര്യനെ മറച്ചു. അസ്തമയ ഛായ സൃഷ്ടിച്ചു. പ്രതീക്ഷിച്ചതിലും വേഗം അസ്തമയം ആയല്ലോ എന്നു കണ്ട് രാവണൻ ആത്മലിംഗം കൈകളിൽ വെച്ചുകൊണ്ട് തന്റെ പൂജ നടത്തുവാൻ പറ്റാതെ വിഷമിച്ചു. ഈ സമയ

ത്ത് ഗണപതി ഒരു ബ്രാഹ്മണ ബാലന്റെ രൂപത്തിൽ അവിടെയെത്തി രാവണനെ സഹായിക്കാമെന്നേറ്റു. ബ്രാഹ്മണ ബാലകന്റെ പെരുമാറ്റത്തിൽ വിശ്വാസം തോന്നിയപ്പോൾ രാവണൻ പറഞ്ഞു. 'താൻ തിരികെ വരുന്നതു വരെ നിലത്തു വയ്ക്കാതെ കൈകളിൽ തന്നെ ആത്മലിംഗം വഹിച്ചു കൊള്ളണമെന്ന അഭ്യർത്ഥനയോടെ അത് കൈമാറി. എന്നാലോ, രാവണൻ പൂജകൾ നിർവ്വഹിച്ചു തിരികെ വരുന്നതിനു മുൻപേ വിഷ്ണുഭഗവാൻ സൂര്യനെ മറച്ചിരുന്ന തന്റെ മായ പിൻവലിക്കുകയും പകൽ വെളിച്ചം വീണ്ടും പരക്കുകയും ചെയ്തു. അബദ്ധം പറ്റിയെന്നു മനസ്സിലാക്കി പരിഭ്രാന്തനായി തിരിച്ചെത്തിയ രാവണന് എന്തെങ്കിലും ചെയ്യാൻ കഴിയുന്നതിനു മുൻപേ ബ്രാഹ്മണ ബാലകൻ ആത്മലിംഗം നിലത്തു വെക്കുകയും ലിംഗം നിലത്തുറച്ചു പോകുകയും ചെയ്തു. കോപിഷ്ഠനായ രാവണൻ അതു പൊക്കിയെടുക്കാൻ ശ്രമിച്ചു. രാവണന്റെ അതിയായ ബലപ്രയോഗം മൂലം ആത്മലിംഗം പല ഖണ്ഡങ്ങളായി പല ദിക്കിലേക്ക് ചിതറിപ്പോയി. ഇതാണ് മഹാവിഷ്ണു സൃഷ്ടിച്ച അസ്തമയ ഛായയുടെ ഐതിഹ്യം."

പൂജാരിയുടെ ഐതിഹ്യം കേട്ട് ഭക്തർ അത്ഭുതപ്പെട്ടിരിക്കുകയാണെന്ന് സുധാമണി ടീച്ചർക്ക് തോന്നി. പൂജാരി ഇനി അടുത്തതായി ഇനി എന്താണ് ചോദിക്കുന്നത് എന്നു കേൾക്കാൻ ആളുകൾ ചെവി കൂർപ്പിച്ചിരിക്കുകയാണ്.

"ഭക്തരെ, ഇവിടെ നമ്മുടെ വിഷ്ണുഭഗവാൻ സൂര്യനെ തന്റെ മായാവിദ്യയിൽ കുറച്ചു നേരത്തേക്ക് മറച്ചത് എന്തിനായിരുന്നു? ലോകത്തിൽ അക്രമങ്ങൾ ഉണ്ടാക്കുന്ന രാവണനിൽ നിന്ന് ആത്മലിംഗം വീണ്ടെടുക്കാനായിരുന്നു. അതുപോലെ ഇന്നു നമ്മുടെ ഭാരതത്തിൽ കാണുന്ന ഈ അന്ധകാരവും ക്ഷണികമാണ്. ഇതും ഭഗവാന്റെ ഒരു ലീലയാണ്. നമ്മളെ ദുഷ്ടരിൽ നിന്നും ശത്രുക്കളിൽ നിന്നും രക്ഷിക്കാൻ വേണ്ടിയുള്ള ഒരു ലീല".

ഭക്തരെല്ലാരും പൂജാരിയുടെ മറുപടിയിൽ ലയിച്ചിരിക്കുകയാണ്. സുധാമണി ടീച്ചർക്ക് ഈ കഥയോട് പ്രതികരിക്കണമെന്ന് തോന്നി. പിന്നെ ആലോചിച്ചപ്പോൾ വേണ്ടാന്ന് വിചാരിച്ചു. എന്നാൽ പൂജാരി ഭക്തരോട് ചോദ്യങ്ങൾ ചോദിക്കാൻ പ്രോത്സാഹിപ്പിച്ചു കൊണ്ടിരുന്നു. അദ്ദേഹത്തിന് ഇനിയും കഥകൾ പറയാനായിരിക്കുമെന്ന് സുധാമണി ടീച്ചർക്ക് തോന്നി. പൂജാരി ആരും സംശയങ്ങൾ ഉന്നയിക്കാത്തതിനാൽ സ്ത്രീകളിൽ നിന്നാരെങ്കിലും ചോദിക്കാൻ പറഞ്ഞ് നിർബന്ധിച്ചു.

സുധാമണി ടീച്ചർ ഈ ചലഞ്ച് ഏറ്റെടുത്തു.

“അങ്ങ് പറഞ്ഞ ശത്രുക്കളും ദുഷ്ടന്മാരുമൊക്കെ ആരാണ്? ശത്രുക്കളിൽ നിന്ന് രക്ഷിക്കാൻ വിഷ്ണു ഭഗവാൻ ഇങ്ങനെ എല്ലാവരേയും ഇരുട്ടിലാക്കണോ?”

“അല്ലാ, ഭക്തേ, സമൂഹത്തിൽ പ്രശ്നങ്ങളുണ്ടാക്കുന്ന ഒരുപാട് ആളുകളുണ്ട്. അതുപോലെ തന്നെ നമ്മുടെ രാജ്യത്തിന് തന്നെ ഭീഷണിയായി മാറിയിരിക്കുന്ന തീവ്രവാദികളുണ്ട്. ഇവരെയൊക്കെയാണ് ശത്രുക്കളെന്നും ദുഷ്ടന്മാരെന്നും ഉദ്ദേശിക്കുന്നത്. പിന്നെ നമ്മളെയൊക്കെ ഇരുട്ടിലാക്കിയതിന് ദൈവത്തിന് നല്ല ഉദ്ദേശ്യം തന്നെയാണുള്ളത്. ഭഗവാൻ ഒന്നും കാണാതെ ഇങ്ങനെയൊന്നും ചെയ്യുല്ലല്ലോ. നമുക്ക് ഭഗവാനിൽ വിശ്വാസമർപ്പിക്കാം. ഇരുട്ടിൽ നിന്ന് വെളിച്ചത്തിലേക്കാണല്ലോ. തിന്മയിൽ നിന്ന് നന്മയിലേക്കാകട്ടെ നാളത്തെ ലോകം”.

സുധാമണിടീച്ചർ വീണ്ടും ചോദിക്കാനായി തുനിഞ്ഞപ്പോഴേക്കും പൂജാരി ‘ഇനി ആരും ചോദിക്കുന്നില്ലല്ലോ’ എന്നുപറഞ്ഞ് എഴുന്നേറ്റു. സുധാമണി ടീച്ചർ ചോദിക്കാനുള്ളത് തൊണ്ടയിൽ തൊടാതെ വിഴുങ്ങി. മൊബൈൽ ഫോണിൽ വന്നുകിടക്കുന്ന മെസേജ് ടീച്ചറെ പെട്ടെന്നു തന്നെ അവിടെ നിന്നു പുറത്താക്കി.

18
ലോക്കൽ കമ്മിറ്റി മീറ്റിംങ്ങ്

ഒടുവിൽ
തോളിൽ കാവിപ്പതാകയും
ഇടതു കയ്യിൽ മനുസ്മൃതിയും
വലതു കയ്യിൽ ശൂലവുമായി
അവർ എന്നെത്തേടി വന്നു
അപ്പോൾ
എനിക്കൊപ്പം നിൽക്കാൻ
ആരും ബാക്കിയുണ്ടായിരുന്നില്ല
–വീരാൻകുട്ടി

കുറുമശ്ശേരി ജംഗ്ഷനു കിഴക്കേ റോഡിലായിട്ട് നാലുസെന്റിൽ പണിത ഒരു ചെറിയ കെട്ടിടമാണ് ലോക്കൽ കമ്മറ്റി ഓഫീസ്. പാർട്ടിയുടെ ഭൂരിപക്ഷമേഖലയിലാണ് ഇതു സ്ഥിതി ചെയ്യുന്നത്. പാർട്ടിയുടെ ആദ്യകാല പ്രവർത്തകരിലൊരാളായ രാജപ്പനാണ് പാർട്ടി ഓഫീസിനുംവേണ്ടി സ്ഥലം കൊടുത്തത്. കമ്മ്യൂണിസ്റ്റ് പാർട്ടിയുടെ വിഭജനത്തിനു ശേഷമാണ് ഈ സ്ഥലത്ത് ആദ്യത്തെ പാർട്ടി ഓഫീസുണ്ടായത്. ഓലകൊണ്ടുണ്ടാക്കിയ ഒരു ചെറിയ ഷെഡ്. അടയ്ക്കാമരം ഇരിപ്പിടമായി വെച്ചു കെട്ടിയുണ്ടാക്കിയിട്ട് സഖാക്കൾ അതിലിരിക്കും. റഷ്യയും ക്യൂബയും വിയറ്റ്നാമും ചൈനയും അമേരിക്കയുമെല്ലാം ഇവിടേയ്ക്ക് വരും. പാർട്ടിയുടെ ബുദ്ധിജീവിയായ ഗോപിനാഥൻ ഈ രാഷ്ട്രങ്ങളിലെ ആഭ്യന്തര പ്രശ്നങ്ങളെയും സമരങ്ങളെയും വിവരിക്കും. ബ്രസീലിന്റെ തലസ്ഥാനമായ റിയോ ഡീജനീറോയിൽ നടന്ന കലാപങ്ങളും ഭരണകൂടഭീകരതയുമെല്ലാം ഗോപിനാഥൻ വിവരിക്കുമ്പോൾ ഇവിടുത്തെ സഖാക്കൾ അന്തം വിട്ടിരിക്കും. ഗോപിനാഥൻ ഇംഗ്ലീഷ് പത്രത്തിന്റെ ഏതോ പ്രധാനപ്പെട്ട പോസ്റ്റിലാണെന്ന് എല്ലാവർക്കുമറിയാം. ഒരുപാട് ഇംഗ്ലീഷ് പുസ്തകങ്ങൾ അദ്ദേഹ

ത്തിന്റെ തറവാട്ടിലുണ്ടായിരുന്നെന്നാ പറഞ്ഞുകേട്ടത്. അതിനു ശേഷവും നിരവധി ലോക്കൽ സെക്രട്ടറിമാര് ഇവിടെണ്ടായിട്ടുണ്ട്. എന്താ കാര്യം. ഒന്നിനും ഒരു വിവരോംണ്ടായിട്ടില്ല. ഇതൊക്കെ മരിക്കണതിനുമുമ്പ് വേലായുധൻ സഖാവ് പറഞ്ഞ കാര്യങ്ങളാണ്. സഖാവ് പറഞ്ഞ ഒരു കാര്യം പ്രധാനപ്പെട്ടതാണെന്ന് എല്ലാവർക്കുമറിയാം. 'വായനയാണ് സഖാക്കളുടെ ഊർജ്ജം'. വായിക്കാതെ രാഷ്ട്രീയ പ്രവർത്തനത്തിനിറങ്ങാൻ പാടില്ലെന്ന് ഗോപിനാഥൻ സഖാക്കൾക്ക് പലപ്പോഴും നിർദ്ദേശം കൊടുത്തിട്ടുള്ളത് ശിവൻ ഓർത്തു. എന്നിട്ടും. ജ്ഞാനദീപം വായനശാലയിലേക്കെത്തുന്ന സഖാക്കൾ വളരെ കുറവാണ്. ചോദിക്കുമ്പോൾ പറയും, വായനയെന്നത് പുസ്തക വായന മാത്രമല്ലല്ലോ സഖാവേ. ഇന്റർനെറ്റ് വായനയുമില്ലേ. അച്ചടിച്ച പുസ്തകങ്ങളുടെ കാലം കഴിഞ്ഞു, ഇനി ഡിജിറ്റൽ വായനയുടെ കാലമാ എന്നൊക്കെ. ശരിയാണ് വായനയുടെ രീതി മാറുന്നുണ്ട്. മാറ്റങ്ങളെ ഉൾക്കൊള്ളേണ്ടതാണ്. പക്ഷേ ഈ പറയുന്നവർക്ക് ഇന്റർനെറ്റിലെ വായന എന്നൊക്കെ പറയുന്നത് ഫേസ്ബുക്കും വാട്സ്ആപ്പും ഒക്കെയാണ്. അത് കഷ്ടമല്ലേ. ഗൗരവപ്പെട്ട ഒരു വായന ഡിജിറ്റൽ മാധ്യമരംഗത്തും നിലവിലുണ്ടല്ലോ. അതിലേക്ക് ഇവർ വരുന്നുമില്ല. നവ മാധ്യമങ്ങളുടെ അടിമകളാവാതെ നോക്കേണ്ടത് ആദ്യം നമ്മുടെ സഖാക്കൾ തന്നെയാണെന്ന് കഴിഞ്ഞകമ്മിറ്റിയിൽ ശ്രീജിത്തും പറയുകയുണ്ടായി. ഓരോന്ന് ആലോചിച്ചാലോചിച്ച് ശിവൻ ലോക്കൽ കമ്മിറ്റി ഓഫീസിലെത്തി.

മീറ്റിംങ്ങ് കൃത്യസമയത്ത് തന്നെ ആരംഭിച്ചു. പതിവിൽ കൂടുതൽ കമ്മിറ്റി അംഗങ്ങൾ ഹാജരായിട്ടുണ്ടായിരുന്നു. ലോക്കൽ കമ്മറ്റി സെക്രട്ടറി മുരളി പറഞ്ഞു തുടങ്ങി.

"ഇന്ത്യ നേരിടുന്ന അസാധാരണമായ ഈ അവസ്ഥയെ എങ്ങനെയാണ് നമ്മുടെ പാർട്ടി നേരിടേണ്ടത് എന്നതാണ് ഇന്നത്തെ അജണ്ട. പെട്ടെന്ന് വിളിച്ചു കൂട്ടിയ ഒരു മീറ്റിംങ്ങായിട്ടും ഇന്ന് മിക്കവരും വന്നിട്ടുണ്ട്. ലോകത്തിന്റെ ചരിത്രം പരിശോധിച്ചാൽ പല കാലഘട്ടത്തിലും ഇത്തരത്തിലുള്ള അവസ്ഥകൾ ഉണ്ടായിട്ടുണ്ട്. അപ്പോഴൊക്കെ പുരോഗമന സ്വഭാവമുള്ളവരും ജനാധിപത്യ സോഷ്യലിസ്റ്റ് സംഘടനകളുമാണ് അതിനെ എതിർത്തിട്ടുള്ളത്. മതേതരത്വത്തെ തകർക്കുന്ന ഏതൊരു അവസ്ഥയേയും നാം എതിർക്കേണ്ടതുണ്ട്. ഉത്തരേന്ത്യയിൽ നിന്നു വരുന്ന വാർത്തകൾ സഖാക്കൾ ശ്രദ്ധിച്ചിട്ടുണ്ടാകുമല്ലോ. അന്ധകാരം പടർന്നിരിക്കുന്ന ഉത്തരേന്ത്യയിൽ സാധാരണ ജ

നങ്ങൾ പീഢനത്തിനും മരണത്തിനും വിധേയമായിക്കൊണ്ടിരിക്കുകയാണ്. സവർണ്ണ ജാതിമത ശക്തികളും കോർപ്പറേറ്റുകളും ഈ അവസരം മുതലാക്കി രാഷ്ട്രത്തിൽ കലാപങ്ങൾ അഴിച്ചിട്ടുകൊണ്ടിരിക്കുന്നു. നമ്മൾക്ക് ഇതിനെയൊക്കെ ചെറുത്തേ മതിയാകൂ. അതിനു നമുക്ക് കഴിയും. സഖാക്കളെ, അഭിവാദ്യങ്ങൾ."

പാർട്ടിയുടെ ഏതു പരിപാടിയ്ക്കും കൃത്യ സമയത്ത് എത്തിച്ചേരുന്ന ഭദ്രൻചേട്ടൻ പറഞ്ഞു തുടങ്ങി.

"ഉത്തരേന്ത്യപോലെ ഇവിടം ആക്കുവാൻ നമ്മൾ അനുവദിക്കുകയില്ല. എന്തൊക്കെയായായും പള്ളിക്കൂടം കണ്ട ഒരു ജനതയാണ് ഇവിടെയുള്ളത്. കുട്ട്യോളെ സ്കൂളിൽ പഠിക്കാൻ കേറ്റാൻ അയ്യൻകാളി സമരം നടത്തിയ സ്ഥലാ ഇത്. എന്തൊക്കെ പറഞ്ഞാലും നമ്മൾ ഇതിനെ ചെറുക്കും".

ആവേശം ഭദ്രൻ ചേട്ടന് ഇത്തിരികൂടുതലാ. കുറച്ചൊക്കെ അഭിനയമാണെന്നും ചിലരൊക്കെ വിചാരിക്കുന്നുണ്ട്. എന്തായാലും ഭദ്രൻ ചേട്ടനെ ഇഷ്ടപ്പെടുന്ന ഒരുപാട് പേർ കുറുമശ്ശേരിയിലുണ്ടെന്ന് ശിവനറിയാം.

"ഫാസിസം നമ്മുടെ പടിവാതില്ക്കലും എത്തിക്കഴിഞ്ഞിരിക്കുന്നു. രാജ്യത്ത് പലയിടത്തായി പ്രശ്നങ്ങൾ ആരംഭിച്ചു കഴിഞ്ഞിരിക്കുന്നു. മതേതരത്വവാദികളും സമാനചിന്തകളുള്ള മറ്റു സംഘടനകളും ഒന്നിക്കേണ്ട സമയം കഴിഞ്ഞിരിക്കുന്നു. രാഹുൽ യുവത്വത്തെ ഒന്നിപ്പിക്കുന്നതിൽ കേമനാണ്. മതകേന്ദ്രങ്ങളിൽ കറങ്ങി നടക്കുന്ന യുവാക്കളെ പുരോഗമന പ്രസ്ഥാനങ്ങളിലേക്ക് കൊണ്ട് വരുന്നതിന്റെ ഭാഗമായി തുടങ്ങിയ 'പുരോഗമന സാംസ്ക്കാരിക സംഘടന'യുടെ ചുമതലയുള്ളവനുമാണ് രാഹുൽ. നാട്ടിൽ കഥാകൃത്ത് എന്ന നിലയിൽ ശ്രദ്ധേയനുമാണ്.

"ജനാധിപത്യ സംവിധാനത്തിലൂടെ അധികാര മേറ്റ ഭരണകൂടം ഫാസിസ്റ്റ് സ്വഭാവത്തിലേക്ക് നീങ്ങിക്കൊണ്ടിരിക്കുന്നു എന്നത് യഥാർത്ഥ്യം തന്നെയാണ്. ഇറ്റലിയിലെ ഫാസിസത്തിന്റെ നേതാവായിരുന്ന മുസ്സോളിനി ആദ്യകാലത്ത് ഒരു സോഷ്യലിസ്റ്റ് പാർട്ടി അംഗമായിരുന്നു. ഇറ്റാലിയൻ സോഷ്യലിസ്റ്റ് പാർട്ടിയുടെ പ്രമുഖ പത്രമായ 'അവന്തി' (മുന്നോട്ട്) യുടെ പത്രാധിപരായിരുന്നു. അദ്ദേഹം അന്ന് സ്റ്റേറ്റിന്റെ ദേശീയതയ്ക്കും ഏകാധിപത്യത്തിനും ദേശീയത്വത്തിനും യുദ്ധത്തിനും മതത്തിനും എന്നുവേണ്ട പിൽക്കാലത്ത് ഫാസിസ്റ്റ് സിദ്ധാന്തങ്ങളായി എന്തെല്ലാം ഉയർത്തിപ്പിടിച്ചുവോ അവയ്ക്കെല്ലാം എതിരായി

ആക്രോശിച്ചിരുന്നു. ഒന്നാംലോക മഹായുദ്ധത്തോടു കൂടിയാണല്ലോ മുസ്സോളിനി സോഷ്യലിസത്തിൽ നിന്ന് ഫാസിസത്തിലേക്ക് മാറിയത്. ഫാസിസ്റ്റു പാർട്ടി രൂപീകരിച്ച് അധികാരത്തിലേറുന്നതിനു മുമ്പുതന്നെ, ജനാഭിലാഷം പ്രതിനിധീകരിക്കുന്ന പാർട്ടിയാണ് ഞങ്ങളെന്ന് അദ്ദേഹം പറയുകയുണ്ടായി. മറ്റു പാർട്ടികളെ അടിച്ചമർത്തിയാണ് അദ്ദേഹം തന്റെ പാർട്ടിയെ വളർത്തിയത്. അത്തരത്തിലുള്ള നീക്കം ഇവിടെ ഇതുവരെ ഉണ്ടായിട്ടില്ല. അതിനാൽ ഇതിനെ ചെറുക്കുന്ന ഒരു ജനാധിപത്യ ബഹുസ്വര സംവിധാനം ഇന്ത്യയിലുണ്ടെന്ന് തന്നെ നാം തിരിച്ചറിയണം. ആ ബഹുസ്വരത്തെയാണ് നാം ഉയർത്തിപ്പിടിക്കേണ്ടത്. അതിനാൽ ഫാസിസത്തോട് എതിരിടുന്ന ഏതു ചെറിയ സംഘടനയായാലും അതിനോട് ചേർന്ന്, അതിനെ ഉൾക്കൊണ്ടാണ് നമുക്ക് മുന്നോട്ടു പോകേണ്ടത്. ഇതാണ് ഈ വിഷയത്തിൽ എന്റെ അഭിപ്രായം". ശിവൻ തന്റെ നീണ്ട പ്രതികരണത്തിലൂടെ ചർച്ചയെ സജീവമാക്കി.

"കുട്ടികളെ അവരുടെ ബാല്യത്തിൽ തന്നെ ഫാസിസ്റ്റ് മന്ത്രം ഉരുവിടാൻ പഠിപ്പിക്കുകയാണല്ലോ, അവർ. അതിനായി മതസ്ഥാപനങ്ങളെയും ദുരുപയോഗപ്പെടുത്തുന്നുണ്ട്.".

ശ്രീജിത്ത് പറഞ്ഞു.

മതസ്ഥാപനങ്ങളെ സ്വഭാവികമായ നിരുപദ്രവകരമായ ഒന്നായിട്ടാണല്ലോ കുടുംബങ്ങൾ കാണുന്നത്. അതിനാൽ അവയുണ്ടാക്കുന്ന മൂല്യങ്ങൾ എപ്രകാരമാണെന് വിലയിരുത്തേണ്ടതുണ്ട്. തന്റെ മതത്തിലേക്കും ജാതിയിലേക്കും മാത്രമായി സ്വത്വത്തെ ചുരുക്കുന്ന ഈ പ്രവണതകളെ തിരിച്ചറിയേണ്ടതിനെക്കുറിച്ച് പാർട്ടി എന്നേ സൂചന നൽകിയിട്ടുണ്ടെന്ന് സെക്രട്ടറി മുരളി ഓർത്തു.

ഐക്യവും, അനുസരണശീലവും, രാഷ്ട്രത്തിനുവേണ്ടിയുള്ള പൗരന്മാരുടെ ത്യാഗവും അർപ്പണ മനോഭാവവുമൊക്കെയാണല്ലോ ഫാസിസ്റ്റുകൾ എപ്പോഴും പറഞ്ഞുകൊണ്ടിരിക്കുന്നത്. ദേശസ്നേഹമാണ് ഇവർ എപ്പോഴും ഉയർത്തിപ്പിടിക്കുന്നത്. 'രാഷ്ട്രത്തിന് എതിരായോ അതീതമായോ ഒന്നുമില്ല, എല്ലാം രാഷ്ട്രത്തിനുവേണ്ടി' എന്ന ഫാസിസ്റ്റ് ആദർശമാണല്ലോ ഇവിടെയും കൊണ്ടുവരാൻ ശ്രമിച്ചുകൊണ്ടിരിക്കുന്നത്. ഭാരതാംബ, പശു എന്നീ ബിംബങ്ങളിലൂടെ രാഷ്ട്രം അവതരിപ്പിക്കപ്പെടുന്നു. സമകാലിക ഇന്ത്യൻ അവസ്ഥയെ കുറിച്ച് ചിന്തിക്കാതെ ഒരു ദിവസം പോലും മുന്നോട്ട്പോകാനാവില്ലെന്ന് ശിവൻ ഓർത്തു. ദാരിദ്ര്യം നടമാടുന്ന അടിസ്ഥാന വർഗത്തിന്റെ മുമ്പിലാണല്ലോ രാഷ്ട്രം ഇതെല്ലാം പറയുന്നതെന്നോർക്കുമ്പോൾ സങ്കടം

വരുന്നു.

"ജനാധിപത്യത്തിന്റെ അടിസ്ഥാന സിദ്ധാന്തമായ വ്യക്തിവാദത്തെയും ആദർശമായ വ്യക്തിസ്വാതന്ത്ര്യത്തെയും ഫാസിസം നിരാകരിക്കുകയാണല്ലോ. ഈ അടുത്ത് കേരളത്തിലെ ചില മാധ്യമങ്ങളെ ഒരു ദിവസത്തേക്ക് അവരുടെ സംപ്രേഷണം തടസ്സപ്പെടുത്തിയില്ലേ. എതിർപാർട്ടിയിലെ നേതാക്കളെ അഴിമതിയിൽ കുടുക്കിയും ഇൻകം ടാക്സിന്റെ പേരു പറഞ്ഞും ജയിലിലാക്കുന്നില്ലേ. സാഹിത്യകാരന്മാരേയും ചിന്തകരേയും വെടിവെച്ചുകൊല്ലുന്നില്ലേ. ആദിവാസി ദലിത് സാമൂഹ്യപ്രവർത്തകരെ മാവോയിസ്റ്റുകളെന്ന് പറഞ്ഞ് ജാമ്യം പോലുമനുവദിക്കാത്ത കേസിൽപെടുത്തി ജയിലിലാക്കിയില്ലേ. രാഷ്ട്രം അന്ധകാരത്തിലൂടെ തന്നെയല്ലേ പോയികൊണ്ടിരിക്കുന്നത്?"

രാഹുലിന്റെ ചോദ്യത്തിന് എന്തു മറുപടിയാണ് നല്കേണ്ടത്?

ഇരുട്ടിനെ വകവെയ്ക്കാതെ സുധാമണി ടീച്ചർ ലോക്കൽ കമ്മിറ്റി ഓഫീസിലെത്തി. അമ്പലത്തിൽ ഒരു പോരാട്ടം നടത്തിയതിന്റെ സങ്കടമോ ദേഷ്യമോ ആ മുഖത്തുണ്ടായിരുന്നു. സെക്രട്ടറി മുരളി ടീച്ചറിന്റെ മുഖം വായിച്ചറിഞ്ഞു.

"സുധാമണി ടീച്ചറ് നാട്ടുകാരുമായി വഴക്കുണ്ടാക്കിയെന്ന് തോന്നുന്നു.

ചിരിച്ചുകൊണ്ടാണ് മുരളി ചോദിച്ചത്.

സെക്രട്ടറി ചെറുപ്പക്കാരനായതുകൊണ്ടോ, താൻ പഠിപ്പിച്ച വിദ്യാർത്ഥിയായതുകൊണ്ടോ ആയിരിക്കാം വളരെ ദേഷ്യപ്പെട്ടാണ് ടീച്ചർ സംസാരിച്ചത്.

"പൂജാരി പറയണത് സത്യമെന്ന് വിചാരിച്ച് കഴിയാനാ നമ്മടെ നാട്ടിലെ പെണ്ണ്ങ്ങടെ വിധി. അയാൾ എത്രയൊക്കെ മണ്ടത്തരം പറഞ്ഞാലും അതൊക്കെ രണ്ടു കൈയ്യും നീട്ടി സ്വീകരിക്കും ഇവർ".

"അല്ലാ, എന്താ ടീച്ചറേ ഇപ്പോഴുണ്ടായ പ്രശ്നം. ഞങ്ങളൊന്നു കേൾക്കട്ടെ.

ഭദ്രൻ ചേട്ടൻ ഇപ്പോ ഇതെല്ലാം കേട്ടിട്ട് ഉടനെ തന്നെ പരിഹരിച്ചു കളയാം എന്ന മട്ടിൽ ചോദിച്ചു.

"നമ്മുടെ ഭാരതത്തിലെ ഇപ്പോഴത്തെ പ്രശ്നങ്ങൾക്കു കാരണം വിശ്വാസങ്ങൾ തെറ്റിച്ചതാണെന്ന്. മലയിലേക്ക് കേറാൻ പെണ്ണുങ്ങൾ ശ്രമിച്ചതാണെന്ന്. ഇതൊക്കെ പറയുമ്പോഴും കുറെയെണ്ണം ഇതുംകേട്ട് ശരിയെന്ന് തലയാട്ടി നില്ക്കാണ്. കുലസ്ത്രീകൾ.

സുധാമണിടീച്ചറിന്റെ വികാരം പെട്ടെന്ന് മനസ്സിലാക്കിയതിനാൽ അ

വിടെയുള്ളവരുടെ മുഖത്ത് അത്ഭുതമൊന്നും വന്നില്ല. നാമജപഘോഷ യാത്ര യാഥാർത്ഥ്യത്തെ താൽക്കാലികമായി മറയ്ക്കുന്ന ഒരു കാർമേഘം മാത്രമാണ് എന്ന് അവർക്കൊക്കെയറിയാമായിരുന്നു. നാട്ടില് ടീച്ചറിന്റെ പ്രവർത്തനം മൂലം കുറേ കുടുംബശ്രീ പ്രവർത്തകരും മൈക്രോ ഫിനാൻസ് സ്ത്രീകളുമൊക്കെ യഥാർത്ഥ്യത്തെ അഭിമുഖീകരിച്ചു തുടങ്ങിയിട്ടുണ്ട്. ആചാരങ്ങൾ എങ്ങനെ സ്ത്രീകളെ മാത്രം ചങ്ങലയ്ക്കിടുന്നുവെന്നതിനെകുറിച്ച് അവരിപ്പോൾ ചർച്ച നടത്താറുണ്ട്.

"ടീച്ചറേ, നമ്മള് നവോത്ഥാനമതിൽ സംഘടിപ്പിച്ച് നവോത്ഥാന ആശയങ്ങളെ കേരളീയ സമൂഹത്തിൽ ഓർമ്മപ്പെടുത്തുവാൻ ശ്രമിച്ചുകൊണ്ടിരിക്കുകയാണ്. കുറേയാളുകൾ നവോത്ഥാനമൂല്യങ്ങൾ സമൂഹത്തിൽ നിന്ന് പോയിക്കൊണ്ടിരിക്കുന്നതിൽ അസ്വസ്ഥരുമാണല്ലോ. ഏതായാലും പുതിയ തലമുറ ഈ സവർണ്ണചാതുർവർണ്ണ്യ വ്യവസ്ഥയെ തകർത്തെറിയുമെന്ന് നമുക്കുറപ്പുണ്ട്."

മുരളി ഉറച്ച ആത്മവിശ്വാസത്തിൽ പറഞ്ഞു.

"യുവത്വമാണ് നമ്മുടെ ശക്തി. യുവത്വമാണ് വെളിച്ചം. ജാതിക്കും മതത്തിനും അതീതമായി എല്ലാ അധികാരത്തോടും എതിരിടുന്ന യുവത്വമാണ് നമ്മുടെ ശക്തി."

മുരളി തന്റെ ആത്മവിശ്വാസത്തെ ഒരിക്കൽ കൂടി ഉറപ്പിച്ചു. അന്ധകാരത്തെ തോല്പിക്കാൻ തങ്ങൾക്കാകുമെന്ന് ആ ജനത വിചാരിച്ചു. ഇങ്ങനെ വിചാരിക്കുന്നവർ തന്നെയാണല്ലോ ലോകത്ത് എന്തെങ്കിലുമൊക്കെ ചെയ്തിട്ടുള്ളത്.

"തല നരയ്ക്കുവതല്ലെൻ വൃദ്ധത്വം
തലനരക്കാത്തതല്ലെൻ യുവത്വവും
പിറവിതൊട്ടു നാളെത്രയെന്നെണ്ണുമ-
പ്പതിവുകൊണ്ടല്ലളപ്പതെൻ യൗവനം
കൊടിയ ദുഷ്പ്രഭുത്വത്തിൻ തിരുമുമ്പിൽ
തലകുനിക്കാത്ത ശീലമെൻ യൗവനം."

സുധാമണിടീച്ചർ ഈ കവിത ചൊല്ലികൊണ്ടുപറഞ്ഞു.

"ഞാനും ഒരു യുവതിയാണേ എന്നെയും നിങ്ങടെയൊപ്പം പരിഗണിക്കണേ സഖാക്കളേ".

ടീച്ചർ ചിരിച്ചുകൊണ്ട് പറഞ്ഞ ഈ തമാശ കേട്ട് പാർട്ട് ആഫീസിന്റെ ചുവരിലിരുന്ന കാൾമാർക്സ് പോലും ചിരിച്ചു.

സെക്രട്ടറി മുരളി കാര്യങ്ങളെല്ലാം സംഗ്രഹിച്ച് മീറ്റിംങ്ങ് അവസാനിച്ചതായി പറഞ്ഞു. പാർട്ടി ഓഫീസിൽ നിന്ന് ഓരോരുത്തരും പുറത്തിറ

ങ്ങി. സുധാമണി ടീച്ചർ യാത്രപറഞ്ഞ് മുന്നേപോയി. ശ്രീജിത്തും ശിവനും മുരളിയും ഓഫീസിനു പുറത്ത് നിന്ന് സംസാരം തുടർന്നു.

"നാരായണേട്ടന്റെ മോനേ കാണാനില്ലാലേ. ഞാൻ ജില്ലാ സെക്രട്ടറിനെ വിവരമറിയിച്ചിട്ടുണ്ട്. ആള് പോലീസുമായി ബന്ധപ്പെട്ടോളും."

മുരളി സിഗരറ്റിനു തീ കൊളുത്തിയിട്ട് പറഞ്ഞു.

നാരായണേട്ടനെ കുറിച്ചോർക്കുമ്പോൾ സങ്കടം തോന്നുന്നു. കുറുമശ്ശേരിയെ ഈ ജില്ലയ്ക്കു പുറമേ എത്തിച്ച മനുഷ്യനല്ലേയെന്ന് ശിവൻ ഓർത്തു. നെടുമ്പാശ്ശേരി ഏരിയാ കമ്മറ്റി വരെ പോകണമെന്ന് പറഞ്ഞ് മുരളി ബൈക്ക് സ്റ്റാർട്ട് ചെയ്തു. കുറുമശ്ശേരി ജംഗ്ഷനിലൂടെ ആലപ്പടി ലക്ഷ്യമാക്കി അവർ രണ്ടു പേരും നടന്നു.

19
പള്ളിയ്ക്കൽ കുന്ന്

അവിടെ ഞാനാദ്യമായ് അക്ഷരപ്പൂവിലെ
ചെറുതേനെടുത്തു തേനീച്ചപോലെ
അതുവരെക്കാണാത്ത ഗുരുവരൻ അറിവിന്റെ
മധുരം വിളിമ്പിയതവിടെയല്ലോ
-പി.ഭാസ്ക്കരൻ

ആകാശം വെളുത്ത് കാണാൻ കൊതിയാകുന്നു. സമയം രണ്ടരയോടടുക്കുന്നു. നല്ല വെയിൽ കിട്ടേണ്ട സമയം, ഇന്ത്യ വലിയൊരു പ്രതിസന്ധി ഘട്ടത്തിലൂടെയാണ് കടന്നുപോയ്ക്കൊണ്ടിരിക്കുന്നത്. ഈ അസാധാരണ ചരിത്രമുഹൂർത്തത്തെയും നമുക്ക് തരണം ചെയ്യേണ്ടതുണ്ട്. നാം തോറ്റ ജനതയല്ല. ബ്രിട്ടീഷ്കാരുടെ തോക്കിന്റെ മുമ്പിൽ നമ്മുടെ അഹിംസാ മന്ത്രങ്ങൾ മാത്രമേയുണ്ടായിരുന്നുള്ളൂ. നാം അതുകൊണ്ട് പൊരുതി നിന്നു. അഹിംസയെ മന്ത്രമാക്കിയ ആ ജനതയുടെ ജീവിത വീര്യത്തെ തകർക്കാനാണ് ഭരണകൂടം ശ്രമിക്കുന്നത്. ആകാശം കൂടുതൽ കൂടുതൽ ഇരുട്ടായിക്കൊണ്ടിരിക്കുന്നു. എവിടെ നിന്നോ ഒരു കൊച്ചുകുട്ടിയുടെ കരച്ചിൽ കേൾക്കുന്നു. അവൻ ഇരുട്ടിനെകണ്ട് പേടിച്ചിട്ടാണോ കരയുന്നത്? അതോ അതിനെ എതിരിടാനുള്ള അവന്റെ കുഞ്ഞു ശ്രമമോ?

ഇരുട്ട് പോയി വെളിച്ചം വരും
വെളിച്ചം കെട്ട് ഇരുട്ടും വരും
ഇരുട്ട് കരിഞ്ഞ് വെളിച്ചം വരും

സ്വാഭാവികമായി നാം കരുതിയ ഇരുട്ടും വെളിച്ചവും ഇനി മുതൽ അങ്ങനെയല്ലായെന്ന് നാം മനസ്സിലാക്കേണ്ടിയിരിക്കുന്നു. ഇരുട്ടിന്റെ അനന്തത വെളിച്ചത്തിന്റെ മേലുള്ള കടന്നു കയറ്റമാണ്.

"ശിവൻചേട്ടാ, നിങ്ങടെ വീട്ടുപേര് പള്ളിപുരയ്ക്കൽ എന്നല്ലേ. നാരായണേട്ടന്റെ ഭാര്യ ഗൗരി ചേച്ചീടെം വീട്ടുപേര് അതു തന്നെയാണ

ല്ലോ. നിങ്ങളുമായിട്ട് എന്തെങ്കിലും ബന്ധം അവർക്കുണ്ടാകുമല്ലോ."

ശിവൻ ഭൂതകാലത്തിലെ ചില പ്രണയനാടകങ്ങളുടെ തിരശ്ശീല ഉയർത്തിനോക്കി. അതിൽ നാരായണനും ഗൗരിയും ഒടിയപാടത്തിന്റെ തെക്കേയറ്റത്തെ കലുങ്കിൽ ഇരിക്കുന്നതു കണ്ടു. തന്റെ ചേച്ചീടെ മോളാണ് ഗൗരി. അവൾ എങ്ങനെയാണ് പ്രണയിച്ചതെന്ന് ഇന്നും എനിക്കറിയില്ല. ഞാനതൊട്ടും അവരോട് ചോദിക്കാനും പോയില്ല. വേണമെങ്കിൽ ചോദിക്കാമായിരുന്നു. അവരുടെ വിവാഹം നടത്തിക്കൊടുത്തത് ഞാനായിരുന്നു. പക്ഷേ ചോദിച്ചില്ല. ചില കാര്യങ്ങളുടെ യാഥാർത്ഥ്യം അറിയുന്നതോടെ അതിന്റെ ഭംഗി പോകും. അവരുടെ അനശ്വരമായ പ്രണയത്തിന്റെ നിഗൂഢസൗന്ദര്യങ്ങൾ വെളിപ്പെടാതെയിരിക്കട്ടെ.

"ഇവിടത്തെ അയ്യങ്കാളി പ്രസ്ഥാനത്തിന്റെ നേതാവൊക്കെയായിരുന്നു നാരായണേട്ടൻ എന്നു കേട്ടിട്ടുണ്ടല്ലോ. ശരിയാണോ ശിവൻ ചേട്ടാ. അല്ലാ. പുള്ളീനെ സംഘടനയിൽ അങ്ങനെയൊന്നും ഇപ്പോൾ കാണാറില്ലല്ലോ."

"നാരായണേട്ടൻ, കോളേജിൽ പോയൊക്കെ പഠിച്ച്, കൃഷിവകുപ്പിൽ ജോലി ചെയ്യുന്ന കാലം. ഇവിടത്തെ ഭൂരിഭാഗം കൃഷി സ്ഥലങ്ങളും കടമ്പനാട്ടും പ്ലാവിങ്കൽ തറവാടുമൊക്കെയായിട്ടാണ് കിടക്കുന്നത്. എന്നാൽ ഒടിയപാടത്തും ഉണ്ണിപ്പാടത്തും ഒക്കെയായി നിരവധി ചെറുകിട കർഷരുമുണ്ട്. സ്വന്തമായി പാടമുള്ളവരും പാട്ടത്തിനെടുത്തവരും ഇതിലുണ്ട്. അവർക്ക് കൃഷിവകുപ്പിൽ നിന്നുള്ള വിത്തുകളോ വളമോ ധനസഹായമോ ലഭിക്കാറില്ല. എല്ലാം കടമ്പനാട്ടും പ്ലാവിങ്കലും കൊണ്ടുപോകും. നാരായണൻ നമ്മടെ കൃഷിവകുപ്പിൽ വന്നതിനു ശേഷമാണ് ഇതിൽ മാറ്റമുണ്ടാകുന്നത്. പാടത്തിൽ പണീട്ക്കണ അടിമപെലേനും മോഹനനും ചാമച്ചോനും പറങ്കിച്ചേട്ടത്തിയുമൊക്കെ നാരായണേട്ടനെ ദൈവമായി കണ്ടു. ഇതിൽ അടിസ്ഥാനവർഗക്കാർ നാരായണേട്ടനെ അയ്യനായി കണ്ടു. മുടങ്ങികിടന്ന അയ്യങ്കാളിപ്രസ്ഥാനത്തിന് പുനർജന്മമുണ്ടായി. നാരായണേട്ടൻ പ്രസ്ഥാനത്തിന്റെ നേതാവായി. പിന്നീട് പ്രസ്ഥാനം വലതുപക്ഷ രാഷ്ട്രീയത്തോടും സംഘടനകളോടുമാണ് കൂറ് കാണിക്കുന്നതെന്ന തർക്കമാണ് പ്രശ്നങ്ങളുണ്ടാക്കിയത്. നാരായണേട്ടനെതിരെ വലിയ വിമർശനങ്ങളുണ്ടായി. സംഘടനയെ ഇടതുപക്ഷത്തേക്കു കൊണ്ടുചെന്നാൽ നാരായണേട്ടന് സ്ഥാനമാനങ്ങൾ കൊടുക്കാമെന്ന് പാർട്ടി പറഞ്ഞിട്ടുണ്ടെന്ന് ആരോപണം നാട്ടിൽ ഉയർന്നു. നാരായണേട്ടൻ സംഘട

നയുടെ സാമ്പത്തിക കാര്യത്തിലും അഴിമതി നടത്തിയെന്ന് നാട്ടിൽ ഒരു വിഭാഗം പറഞ്ഞു പരത്തി. ഇത്തരം ആരോപണങ്ങൾ താങ്ങുവാനുള്ള തന്റേടം ആ പാവത്തിനില്ലായിരുന്നു. പുള്ളി സംഘടനേന്ന് രാജിവച്ചു. ഇടതിലും വലതിലുമില്ലാതെ തന്റെ ജോലിചെയ്യുന്നു. പാർട്ടി കുറേ തവണ ചെന്നു കണ്ടിരുന്നു. ആളിനി ഒന്നിലുമില്ലെന്ന് തീർത്തു പറഞ്ഞു. ഇതാണ് നാരായണേട്ടൻ."

ഒരു ഭൂതകാലത്തെ മുഴുവൻ ചെറിയ ചെപ്പിലാക്കിയിട്ട് ശിവൻ ശ്രീജിത്തിനെ വിസ്മയിപ്പിച്ചു. കഴിഞ്ഞ കാലത്തിലെ തെളിയാതെ കിടന്നിരുന്ന സമരപാതകൾ ശ്രീജിത്തിന്റെ മുമ്പിൽ കണ്ടു. ആരൊക്കെയാണ് ചരിത്രത്തിൽ സമരങ്ങൾ നടത്തിയിട്ടുള്ളത്. ചിലതു മാത്രം എന്തുകൊണ്ട് നമ്മൾ നിരന്തരം ഉരുവിടുന്നു.

"നാരായണേട്ടന്റെ ഇപ്പോളത്തെ താല്പര്യം കൃഷിയാണല്ലോ. പുള്ളി ഉള്ള സ്ഥലത്ത് കുറെയൊക്കെ ചെയ്യണ്ണ്ടട്ടാ".

"അതാണ് നാരായണേട്ടന്റെ ഒരു സന്തോഷം. എല്ലാവർക്കും എന്തെങ്കിലുമൊക്കെ ചെയ്തുകൊണ്ടിരിക്കണ്ടേ. അല്ലെങ്കിൽ ജീവിച്ചെന്ന് തോന്നുമോ." ശിവൻ പറഞ്ഞു.

അവർ നടന്ന് നടന്ന് തൃക്കല്ലൂർ കുന്നിനടുത്തെത്തി. തൃക്കല്ലൂർ കുന്നിൽ അമ്പതോളം വീടുകളുണ്ട്. തൃക്കല്ലൂർ കുന്നിൽനിന്ന് മുകളിലേക്ക് ഒരു കിലോമീറ്റർ കൂടി നടന്നാൽ പള്ളിക്കൽ കുന്നിലെത്താം. പള്ളിക്കൽ കുന്നിൽ ജനവാസമില്ല. കാടുപിടിച്ചുകിടക്കുന്ന ഒരു കുന്ന്. കാരപ്പഴവും മൂക്കട്ടപ്പഴവും പറിക്കാനായി കുട്ടികൾ കൂട്ടമായി ചിലപ്പോഴൊക്കെ അങ്ങോട്ടുപോകും. പ്രാചീനമായൊരു ക്ഷേത്രത്തിന്റെ അവശിഷ്ടങ്ങൾ അവിടെ കാണാം. ഇടയ്ക്കിടയ്ക്ക് പുരാവസ്തുവകുപ്പിന്റെ വാഹനം അങ്ങോട്ടുപോകുന്നതു കാണാം. നാരായണേട്ടന്റെ പൂർവ്വികർ താമസിച്ചിരുന്നത് അവിടെയായിരുന്നെന്ന് കേട്ടിട്ടുണ്ട്. വേനൽക്കാലമാകുമ്പോഴേക്കും അവിടെയുള്ള പൊട്ടകിണറുകളിൽ വെള്ളമില്ലാതാകും. സ്വാഭാവികമായി വെള്ളമില്ലാത്ത സ്ഥലങ്ങളിൽ ജനവാസമുണ്ടാകുകയില്ലല്ലോ. ഇതുകൊണ്ടാണ് പള്ളിക്കൽ കുന്നിൽ വർഷങ്ങളായി ജനങ്ങൾ വസിക്കാത്തത്. സർക്കാർ രേഖകളിൽ അത് ആരുടേയും ഭൂമിയാണെന്നതിന് രേഖകളില്ല. ഈഴവർ, പറയർ, പുലയർ എന്നിവരൊക്കെ പണ്ടവിടെ വസിച്ചിരുന്നതിന്റെ കഥകൾ ഇപ്പോഴും നാട്ടിലുണ്ട്. ഒരു ജനസംസ്ക്കാരം തന്നെ അവിടെയുണ്ടായിരുന്നിരിക്കാം. അവിടെ ഒരുപാട് കഥകൾ ഉണ്ടായിരുന്നിരിക്കാം. അവിടെത്തെ ചരിത്രം പെറുക്കാനായിരിക്കുമല്ലോ പുരാവസ്തുവകുപ്പ് വരുന്നത്.

ഷാപ്പിന്റെ ഇറക്കം ഇറങ്ങുമ്പോൾ ശിവൻ അങ്ങകലെ ഒരു നക്ഷത്രത്തിന്റെ വെളിച്ചം കണ്ടു. അടുത്തേക്കടുത്തേക്ക് ചെല്ലുമ്പോൾ ആ നക്ഷത്രം അകലേക്കകലേക്ക് പോകുന്നതായും തോന്നി. കുറച്ചു സെക്കന്റിനകം നക്ഷത്രവും കാണാതായി. ഇതെന്റെയൊരു തോന്നലാകുമോ? ഇരുട്ടിൽ ഒരു നുറുങ്ങ് വെളിച്ചത്തെ തേടുന്നതിന്റെ തോന്നൽ?

“ശിവൻചേട്ടാ, ഇരുട്ട് ഇങ്ങനെ തുടർന്നു പോയാലോ? അങ്ങനെയൊക്കെ ഉണ്ടാകുമോ?”

“ഇരുട്ടിന് അധികം നാൾ നിൽക്കാനാവില്ല. പ്രപഞ്ചത്തിലെ ഏതെങ്കിലും നക്ഷത്രം വെളിച്ചം വിതറികൊണ്ട് കടന്നുവരും. സൂര്യനേക്കാൾ വലിയ എത്രയോ നക്ഷത്രങ്ങൾ ഈ ആകാശഗംഗയിലുണ്ട്. ശിവൻ തന്റെ കണ്ണിൽ നിന്ന് മറഞ്ഞ ആ നക്ഷത്രത്തെ ഓർത്തു.

“ഞാനോർക്കുകയാണ് അറിവും വെളിച്ചവും തമ്മിലുള്ള ബന്ധത്തെ കാണിക്കുന്നതല്ലേ നമ്മുടെ വായനശാലയെന്ന്. ‘ജ്ഞാനദീപം വായനശാല. നല്ല പേര്.” ശ്രീജിത്ത് വായനശാലയുടെ പേരിനെ വളരെയധികം ഇഷ്ടപ്പെടുന്നുണ്ടെന്ന് അവന്റെ സംസാരത്തിലൂടെ തന്നെ അറിയാം.

“പണ്ടത്തെ വായനശാലകളുടെ പേരിലൊക്കെ അറിവും വെളിച്ചവും കടന്നുവരുന്നുണ്ടെന്നുള്ളത് നേരാണ്. ജ്ഞാനഭാരതി വായനശാല, വിജ്ഞാനപോഷിണി വായനശാല, വിജ്ഞാനവർദ്ധിനി വായനശാല, അക്ഷരം വായനശാല എന്നിങ്ങനെയൊക്കെയുള്ള പേരുകളാണ് അന്നിട്ടിരുന്നത്. കൂടാതെ സന്മാർഗ ദർശിനി വായനശാല, ഗ്രാമബന്ധു ഗ്രന്ഥശാല, സുഗുണപോഷിണി വായനശാല, സനാതനധർമ്മവായനശാല എന്നിങ്ങനെയുള്ള പേരുകളിലും അക്കാലത്ത് വായനശാലകളുണ്ടായിരുന്നല്ലോ. ഈ പേരുകളിലൂടെ, വായനയിലൂടെ മനുഷ്യന്റെ സ്വഭാവവും മൂല്യവുമൊക്കെ വർദ്ധിക്കുമെന്നാണല്ലോ അവർ വിചാരിച്ചിരുന്നത്. പിന്നീട് വായനശാലകളുടെ പേരൊക്കെ സാമുദായിക സാംസ്ക്കാരിക രാഷ്ട്രീയക്കാരുടെ പേരോട് ചേർത്തിടുന്നത് പതിവായി. നാരായണ ഗ്രന്ഥശാല, പണ്ഡിറ്റ് കെ.പി. കറുപ്പൻ വായനശാല, വാഗ്ഭടാനന്ദൻ ഗ്രന്ഥശാല, എ.കെ.ജി. വായനശാല, പി.എൻ. പണിക്കർ സ്മാരക വായനശാല, ഇ.എം.എസ്. സ്മാരക വായനശാല എന്നൊക്കെ. വായനശാലകളുടെ പേരുകളുടെ ചരിത്രം പരിശോധിച്ചാലും കേരള ചരിത്രത്തിന്റെ ചില വഴികൾ തെളിഞ്ഞു കിട്ടും.” ശിവൻചേട്ടന്റെ ഈ വിശദീകരണം കേട്ടപ്പോൾ ശ്രീജിത്തിന് അത്ഭുതം തോന്നി. പേരുപോലെ വായനശാലയിലെ പുസ്തകങ്ങൾ

നോക്കിയാൽ ആ ഗ്രാമത്തിന്റെ ചില സ്വഭാവങ്ങളും തിരിച്ചറിയാൻ പറ്റില്ലേ എന്നും ശ്രീജിത്ത് ആലോചിച്ചു. ഇങ്ങനെ ആലോചിച്ചു കൊണ്ടിരുന്നപ്പോഴാണ് ശ്രീജിത്തിന്റെ മൊബൈൽ ഫോൺ റിങ്ങ് ചെയ്തത്.

"ശ്രീജിത്തേ, മോനേ നീയൊന്നു വീടുവരെയൊന്നു വന്നേ.. അമലിന്റെയൊരു പഴയ ഫോൺ കിട്ടിയിട്ടുണ്ട്. ഞാനത് ചാർജാക്കി ഓൺചെയ്ത് നോക്കിയപ്പോൾ ചില ഫോട്ടോകളും കോളുകളുടെ ഡീറ്റെയിൽസും കിട്ടിയിട്ടുണ്ട്. നീയൊന്നു ഇങ്ങട് വാ".

വ്യസനസ്വരത്തിൽ നാരായണേട്ടനാണ് സംസാരിച്ചത്.

"നാരായണേട്ടനാണ് വിളിച്ചത്. ഞാനൊന്നു അങ്ങ്ട് ചെല്ലട്ടേ ശിവൻ ചേട്ടാ. വായനശാലയിൽ കാണാം".

ശ്രീജിത്തിന്റെ ചിന്തയിലപ്പോൾ മൊബൈൽ ഫോണിലുള്ള ഫോട്ടോകളും കോൾലിസ്റ്റുമായിരുന്നു.

20
അമലിനെ കണ്ടെത്താനുള്ള ശ്രമം

എല്ലാം ചലിപ്പിച്ചിടേണ്ട
കാറ്റേ നീയുമുറങ്ങിയോ?
കൊടുങ്കാറ്റിനുമുമ്പുള്ള
ശാന്തിതൻ തിരനോട്ടമോ ?

-പുതുശ്ശേരി രാമചന്ദ്രൻ

നാരായണേട്ടൻ കൂടുതൽ അവശനായി തുടങ്ങിയെന്ന് എനിക്ക് തോന്നി. ഗൗരിചേച്ചിയാണ് സ്മാർട്ട് ഫോൺ കൊണ്ടുവന്നത്. കുറച്ചു നാളായിട്ട് അത് ഉപയോഗിക്കാറില്ല എന്നു തോന്നിച്ചു. ഞാനത് ഓണാക്കി. ഫോണിന്റെ മുൻവശത്തെ ഗ്ലാസ് പൊട്ടിയിരുന്നു. എന്നിരുന്നാലും ഓണാക്കിയപ്പോൾ കാണാൻ ഭംഗി തോന്നി. കോൾ ലിസ്റ്റെടുത്തു. പരിചയമില്ലാത്ത ഒരുപാട് പേരുകൾ. സുധീഷിന്റെ പേരാണ് അതിൽ പരിചയമുള്ളത്. കൂടാതെ ഒരു പേര് ആവർത്തിച്ച് വരുന്നു. ദേവി എന്ന പേരും ദേവി.കെ.നായർ എന്ന പേരും. ഇത് രണ്ട് പേരാണോ അതോ ഒരാളു തന്നെയോ? കോൾ ലിസ്റ്റിലെ പേരുകളുടെ ക്രമമനുസരിച്ച് ദേവി എന്ന നമ്പറിൽ വിളിച്ചിട്ട് കിട്ടാത്തതിനാൽ ദേവി കെ.നായർ എന്ന നമ്പറിൽ വിളിച്ചതായി വേണമെങ്കിൽ തോന്നാം. കോൾ ലിസ്റ്റിൽ നിന്ന് ഗാലറിയിലേക്ക് കടന്നപ്പോൾ കുറേ ഫോട്ടോകൾ കണ്ടു. അതിൽ അസ്വാഭാവികമായി എനിക്ക് ഒന്നും തന്നെ തോന്നിയില്ല. കൂട്ടുകാരുമൊരുമിച്ചുള്ള ഫോട്ടോകൾ. ക്ലാസ്റൂമിൽ, റെസ്റ്റോറന്റിൽ എന്നിങ്ങനെ. വാട്ട്സ്ആപ്പിലെ ഇമേജ് നോക്കിയപ്പോൾ പഠിക്കുന്ന കാര്യങ്ങളുടേതെന്നു തോന്നുന്ന കുറേ ഫോട്ടോകൾ. പിന്നെ ഫ്രണ്ട്സിന്റെ ഫോട്ടോകൾ. ശ്രീജിത്തിന് ഈ ഫോട്ടോകൾ കണ്ടിട്ട് അമലിന്റെ തിരോധാനത്തിലേക്കുള്ള മറുപടി കിട്ടിയില്ല.

"ഗൗരിചേച്ചി, ഞാനീ ഫോണൊന്നു കൊണ്ടുപോകാണ്. ഏതായാലും ഇതൊന്നു സുധീഷിനെ കാണിക്കട്ടെ. അവന് ഇതു കണ്ടാൽ

എന്തെങ്കിലും പറയാൻ സാധിക്കായിരിക്കും."

ശ്രീജിത്ത് ഗൗരിചേച്ചിയോടായി പറഞ്ഞു. നാരായണേട്ടനും ഇതു കേട്ടു ചിറകൊടിഞ്ഞ് പറക്കാനാവാത്തപോലെ.

മൊബൈലിന്റെ ടോർച്ച് ഓണാക്കി ഞാൻ നാരായണേട്ടന്റെ വീട്ടിൽ നിന്ന് റോഡുവരെയെത്തി. ഈ ഭാഗത്ത് ഇരുട്ട് കൂടുതൽ ശക്തമായി തോന്നി. സ്ട്രീറ്റ് ലൈറ്റുകൾ പലയിടത്തും കത്താതെ കിടക്കുന്നത് ഇന്നത്തെ ദിവസത്തിൽ കൂടുതലായി ശ്രദ്ധിക്കപ്പെട്ടു. നാരായണേട്ടന്റെ വീടിന്റെ മുമ്പിലുള്ള റോഡിലെ സ്ട്രീറ്റ് ലൈറ്റ് ഫ്യൂസായി പോയത് മാസങ്ങൾക്ക് മുമ്പ് തന്നെ ഞങ്ങളെല്ലാം അറിഞ്ഞിരുന്നതാണല്ലോയെന്ന് ഓർത്തു. പല വെളിച്ചങ്ങളിൽ ഒരു നുറുങ്ങുവെട്ടം ഇല്ലാതായാലും ആരും ശ്രദ്ധിക്കുകയില്ല. എന്നാൽ ഇന്നിപ്പോൾ ഈ കൂരിരുട്ടിൽ ഒരു ചെറിയ ലൈറ്റിനുപോലും വലിയ പ്രകാശമുണ്ടെന്ന് എനിക്കു തോന്നി. പണ്ടൊരു ഗ്രാമത്തിൽ വിദ്യുച്ഛക്തി വന്നപ്പോൾ ആ സമയങ്ങളിൽ അവിടെ ജനിച്ച ആൺകുട്ടികൾക്ക് ഗ്രാമപ്രകാശ് എന്നു പേരിട്ടിരുന്നെന്ന് ആരോ പറഞ്ഞത് ഓർമ്മവന്നു. ഒരു ഗ്രാമത്തിൽ തന്നെ വെളിച്ചം വന്നതിനെ ചരിത്രപരമായി അടയാളപ്പെടുത്തുന്ന പേര്. ചരിത്രം പേറി നടക്കേണ്ടിവരുന്ന സ്വത്വങ്ങൾ.

സുധീഷിനെ കാണാൻ പോകുമ്പോൾദിനേശനെ കുറിച്ചോർത്തു. അവനുമായി പലപ്പോഴും ഏറ്റുമുട്ടേണ്ടി വന്നിട്ടുണ്ട്. അവൻ ഇവിടുത്തെ കുറേപിള്ളേരെ ചാക്കിട്ട് പിടിച്ചിട്ടുണ്ട്. വളർന്നു വരാൻ സാധ്യതയുള്ള ഒരു നേതാവാണവൻ. സാധാരണ ഞാൻ ഓട്ടോയ്ക്കുപോയി സുധീഷിനെ അവിടെന്ന് കേറ്റി പാർട്ടി ആഫീസിൽ പോയി സംസാരിക്കുകയാണു പതിവ്. ഇപ്പോഴവൻ കിടപ്പിലായ സാഹചര്യമായതുകൊണ്ടാ വീട്ടിൽ പോവേണ്ടി വന്നതെന്ന് ശ്രീജിത്ത് ഓർത്തു. ദിനേശൻ അവിടെ ഇല്ലായിരുന്നാൽ മതിയാർന്നു. ശ്രീജിത്തിന്റെ ചിന്തകളിൽ കറുപ്പ്പടർന്നു.

"ഇപ്പോയെങ്ങനെണ്ട് ശരീരവേദന കുറവൊണ്ടോ? ഉച്ചക്കൽത്തെ ഭക്ഷണമൊക്കെ കഴിച്ചില്ലേ?"

"ഓ... കഴിച്ചു, അമൽ... അവനെകുറിച്ചെന്തെങ്കിലും...."

സുധീഷിന്റെ ശബ്ദമിടറിയിരുന്നു. "ഇല്ലാ, ഒന്നുമറിഞ്ഞില്ല. അന്വേഷിക്കണ്ണ്ണ്ട്. നീ വിഷമിക്കാതെ".

ശ്രീജിത്ത് ആത്മധൈര്യം നല്കികൊണ്ട് പറഞ്ഞു.

കീശയിൽ നിന്ന് ഫോണെടുത്ത് സുധീഷിന് കൊടുത്തിട്ട് ശ്രീജിത്ത്പറഞ്ഞു.

"അമലിന്റെ ഫോണാണ്. നീയൊന്നു നോക്കിയോ. കോൾ ലിസ്റ്റും ഗാലറിയും പ്രത്യേകം നോക്ക്".

സുധീഷ് കുറേ നേരം ഫോൺ പരിശോധിച്ചു കൊണ്ടിരുന്നു. സുധീഷിന് ഇതിൽ നിന്ന് എന്തെങ്കിലും കണ്ടെത്താൻ പറ്റുമെന്ന് ശ്രീജിത്തിന് തോന്നിയിരുന്നു. ഓരോ ഫോണും ഉടമസ്ഥൻ ഉപേക്ഷിച്ചാലും അയാളുടെ സ്വത്വത്തിന്റെ അവശിഷ്ടത്തിന്റെ അടയാളങ്ങൾ പേറികിടക്കുമെന്ന് ശ്രീജിത്ത് കരുതി.

"ഇത് അമലിന്റെ ഫോൺ തന്നെയാണ്. ഇതിന്റെ സ്ക്രീൻ പൊട്ടിയതും മെമ്മറി കുറവായതിനാൽ എപ്പോഴും ഹാങ്ങാവുന്നതുമൊക്കെയാണ് ഉപേക്ഷിക്കാൻ കാരണം. ഇവൻ ഇതിലൂടെ ദേവിയെ പലപ്രാവശ്യം വിളിച്ചിട്ടുണ്ട്. അവര് തമ്മിൽ പണ്ടെന്തൊരിഷ്ടമൊക്കെ ഉണ്ടായിട്ടുണ്ട്. ഇപ്പോളില്ലെന്നു തോന്നുന്നു. ദേവി കെ. നായരിപ്പോ വേറെ കോളേജിലാണല്ലോ.".

സുധീഷിന്റെ ഉത്തരങ്ങളിൽ നിന്ന് അമലിനെ കണ്ടെത്താനാവശ്യമായ ഒന്നും കിട്ടുന്നില്ലല്ലോയെന്നാണ് ശ്രീജിത്ത് ആലോചിച്ചുകൊണ്ടിരുന്നത്.

"സുധീഷേ, ഏതായാലും ഈ ഫോൺ നിന്റെ കൈയ്യിൽ വയ്ക്ക്. എന്നിട്ട് ഒന്നുകൂടി വിശദമായി നോക്ക്. പോലീസ് ചോദിക്കാണെങ്കിൽ കൊടുക്കണമല്ലോ.

ശ്രീജിത്ത് അവിടെ നിന്നിറങ്ങി. അമലിനെപ്പോലൊരു പയ്യന് പറയാനായി ശത്രുക്കളൊന്നുമില്ലല്ലോ. കോളേജിലാണെങ്കിൽ രാഷ്ട്രീയപ്രവർത്തനമോ അടിപിടി കൂട്ടുകെട്ടുകളോ ഒന്നും തന്നെയില്ല. പിന്നെയെന്താണ് അവന് പറ്റിയത്. വായനശാലയിലേക്ക് നടന്നുകൊണ്ടിരുന്നപ്പോൾ റോഡിന്റെ ഒരു വശത്ത് രണ്ട് നായകൾ കടിപിടികൂടുന്നത് കണ്ടു. ഇവർക്ക് രാത്രിയും പകലുമില്ലേ. രാത്രിയുടെയും പകലിന്റെയും വ്യത്യാസം അറിയാതിരുന്നാൽ എന്തു സുഖമായേനേ. അന്ധന്മാരുടെ ജീവിതത്തെക്കുറിച്ചോർക്കുമ്പോൾ ഇപ്പോൾ ഭയം തോന്നുന്നു. ജീവിതത്തിൽ ഇരുട്ട് മാത്രമുള്ളവർ. നമുക്ക് ഒരു ദിവസത്തെ ഇരുട്ട് പോലും സഹിക്കാനാവുന്നില്ലല്ലോ.

വായനശാലയുടെ അടുത്തെത്തിയപ്പോൾ ശ്രീജിത്തിന്റെ മൊബൈൽ ഫോൺ ശബ്ദിച്ചു.

"ഈ ഫോൺ അവസാനമായി ഉപയോഗിച്ചതിന്റെ സമയത്താണെന്നും തോന്നുന്നു, ഇൻസ്റ്റാഗ്രാമിലേക്ക് രണ്ട് പടങ്ങൾ അപ്‌ലോഡ് ചെയ്തിട്ടുണ്ട്. ഗാലറിയിലെ ഇൻസ്റ്റാഗ്രാം ഫോൾഡറിൽ അതുകാണാം.

അമലും ദേവിയും ഒരുമിച്ച് ഏതോ റെസ്റ്റോറന്റിൽ ഭക്ഷണം കഴിക്കുമ്പോൾ എടുത്ത സെൽഫിയാണത്. ദേവീടെ വീട് മള്ളുശ്ശേരിയിലോ മറ്റോ ആണെന്നു തോന്നുന്നു. അതിലിത്ര അസ്വഭാവികതയൊന്നുമില്ല. എങ്കിലും അമൽ അവളെ കാണുന്നുണ്ടെന്നും അവർ തമ്മിലുള്ള കോൺടാക്ട് ഇപ്പോഴുമുണ്ടെന്നുമല്ലേ അതർത്ഥമാക്കുന്നത്? ചിലപ്പോൾ നമ്മുടെ സംശയമായിരിക്കും".

സുധീഷ്, നമുക്ക് അത്രയ്ക്ക് സംശയിക്കാനായിട്ട് കാര്യമായ വകുപ്പൊന്നും ഇവിടെ കാണുന്നില്ല. എന്നാലും... ങ്ങാ... ആലോചിക്കട്ടെ".

ശ്രീജിത്ത് ഫോൺ കട്ട് ചെയ്തു. ഇനി എന്താണൊരു വഴി പോലീസ്കാർക്ക് പിടിപ്പത് പണീണ്ടാവും. അവരുടെ അന്വേഷണം എന്താകുമാവോ? ഏതായാലും ശിവൻ ചേട്ടനെ വിളിച്ച് കാര്യങ്ങൾ പറയാം.

ശിവൻ വീട്ടിൽ മീനാക്ഷിയുമായി സംസാരിച്ചുകൊണ്ടിരുന്നപ്പോഴാണ് ശ്രീജിത്തിന്റെ ഫോൺ വന്നത്. ശ്രീജിത്ത് പറഞ്ഞതെല്ലാം ശിവൻ മൂളികേട്ടു.

"ശിവൻചേട്ടാ, എനിക്കൊരു സംശയമുണ്ട്. സുധീഷ് പറഞ്ഞ വിവരം വെച്ചുനോക്കുമ്പോൾ കോൾലിസ്റ്റിൽ കണ്ട ദേവി.കെ.നായർ എന്ന പെൺകുട്ടിയുമായി അമലിനെന്തോ അടുപ്പമുണ്ട്. ചിലപ്പോൾ നമ്മുടെ തോന്നലാവാം. മള്ളുശ്ശേരിയിലെ മറ്റോ ആണ് അവളുടെ വീടെന്ന് സുധീഷ് പറഞ്ഞു. ചിലപ്പോൾ കല്ലാറ്റ് തറവാട്ടുകാരോ മറ്റോ ആകാം. ചേട്ടനൊന്ന് അന്വേഷിച്ചേര്".

ശിവന്റെ ആലോചനപോയത് കല്ലാറ്റ് തറവാട്ടുകാരെകുറിച്ചായിരുന്നു. രാധാകൃഷ്ണന്റെയോ ഉണ്ണികൃഷ്ണന്റെയോ മക്കളായിരിക്കുമോ അതോ ഞാനറിയാത്ത വേറെ ആരുടെയോ? മീനാക്ഷിയുടെ ഒക്കെ അകന്ന ബന്ധക്കാരല്ലേ കല്ലാറ്റുകാർ?

ഞാനീ സംശയം മീനാക്ഷിയോട് പറഞ്ഞു. അവൾ ഉടനെ തന്നെ പറഞ്ഞു.

"അത് ഉണ്ണികൃഷ്ണന്റെ മോളല്ലേ. അവിടെ മൂത്തത് ഒരാണും. താഴെപെണ്ണുമാ. ദേവീന്നാ അവളെ പേര്. രാധാകൃഷ്ണന് രണ്ട് ആൺപിള്ളാരാ. ആ പിള്ളേര് ഇവിടെണ്ട്. ഉണ്ണികൃഷ്ണന്റെ പയ്യൻ വിദേശത്തായിരുന്നു. ഇപ്പോൾ നാട്ടിൽ വന്നെന്ന് ആരോ പറഞ്ഞായിരുന്നല്ലോ. ആരാണാവോ?"

മീനാക്ഷി ആലോചനയിലാണ്ടു. "ഞാൻ അന്വേഷിച്ചോളാം" എന്നു പറഞ്ഞ് ശിവൻ വായനശാലയിലേക്ക് നടന്നു.

21
മതേതരത്വത്തെക്കുറിച്ചൊരു ചർച്ച

നാനാജാതി മതങ്ങളും
ഒരേ നാരിൽ കോർത്ത നറും -
സൂനാമല മാലപോലെ
കാലം കാണട്ടെ

–പള്ളത്തു രാമൻ

വായനശാലയിൽ ഭയങ്കര ചർച്ച നടക്കാണ്. മിശ്ര വിവാഹത്തെക്കുറിച്ചാണ്. ഇക്കാലത്ത് വ്യത്യസ്ത മതങ്ങൾ തമ്മിലുംജാതികൾ തമ്മിലുമുള്ള വിവാഹം വല്യപ്രശ്നങ്ങളാണുണ്ടാക്കുന്നതെന്ന് സുധാകരേട്ടൻ കട്ടായം പറഞ്ഞു. പോലീസ് സ്റ്റേഷനിലൊക്കെ ഇത്തരം കേസുകൾ കൊണ്ട് നിറഞ്ഞിരിക്കുന്നുവെന്നും പുള്ളിപറയ്ണ്ടായി. എന്തായാലും വിഷയം ചൂടായികൊണ്ടിരിക്യാണ്. ചെറുപ്പക്കാര് പിള്ളേര് രണ്ടുതരമായി നിൽക്കുന്നു. ശ്രീജിത്ത് സുധാകരേട്ടന്റെ വാദങ്ങളെ കണക്കിന് പൊളിക്ക്യാൻ നോക്കാണ്.

"ഏതുകാലത്തും ഇത്തരം വിവാഹങ്ങൾ നടന്നിട്ടുണ്ട്. വീട്ടുകാര്ടേം നാട്ടുകാര്ടേം എതിർപ്പുകളുമ്ണ്ടായിട്ടുണ്ട്. അതൊക്കെണ്ട്ന്ന് വച്ച് പ്രേമം ഇല്ലാണ്ട്ര്ന്നിട്ടില്ല്യാ".ഒരുത്തൻ വീറോടെ പറഞ്ഞു.

ശ്രീജിത്തിന്റെ വാദങ്ങളെ ശരിവെച്ച് രാഹുലും സംസാരിച്ചു തുടങ്ങി.

"എല്ലാവരും അറേജ്ഡ് മാര്യേജ് മാത്രം കഴിച്ചോണ്ടിരുന്നാൽ സമൂഹം ഇതുപോലെ തന്നെ ജാതീംമതോംമായി പോകും. ഇത്തരം കാര്യങ്ങളിലൊക്കെ ഒരു പുനരാലോചനയുണ്ടാക്കാനായി മിശ്രവിവാഹങ്ങൾക്ക് സാധിക്കുന്നുണ്ടല്ലോ."

കുറച്ചുപേർ അതിനെ തലയാട്ടി ശരിവെച്ചു. എന്നാലും സുധാകരേട്ടൻ വിട്ടു കൊടുക്കാൻ തയ്യാറില്ല.

"നമ്മളീ പറയ്ണ മതേതരത്വം മതേതരത്വമെന്നൊക്കെ പറയ്ണ

തിന്റെ ഇന്നത്തെ അവസ്ഥയെന്താണ്?

"അല്ലാ, മതത്തിന്റെയോ വിശ്വാസത്തിന്റെയോ അടിസ്ഥാനത്തിൽ വിവേചനം കാട്ടുന്നതിനെതിരെയുള്ള തത്ത്വശാസ്ത്രമാണല്ലോ ഈ മതേതരത്വമെന്നു പറയുന്നത്. എന്നാൽ ഇന്ന് ഓരോ മത-ജാതികളും ഭരണകൂടവുമൊക്കെ ഇത് കാണിക്കുന്നുണ്ടെങ്കിലും രാഷ്ട്രത്തിന്റെ ആരോഗ്യകരമായ വളർച്ചയെ ഇത് തടയിടുന്നുവെന്ന് ഇന്ന് വ്യക്തമാണ്. നമ്മളെപ്പോലെയുള്ള ചെറുപ്പക്കാരല്ലേ ഇതു തിരിച്ചറിയേണ്ടത്".

രാഹുൽ വളരെ യുക്തിയോടു കൂടി കാര്യങ്ങളെ അവതരിപ്പിക്കുകയാണ്.

"ഭരണകൂടം ഏതെങ്കിലും മതവിശ്വാസത്തെയോ ഏതെങ്കിലും മതമൂല്യങ്ങളെയോ പ്രോത്സാഹിപ്പിക്കുകയോ ഭരണകൂടത്തിന്റെ അധികാരമുപയോഗിച്ച് മതങ്ങളെ പീഢിപ്പിക്കുകയോ ചെയ്യില്ല എന്ന മുഖ്യലക്ഷ്യത്തോടെയുള്ള ആശയങ്ങളെയും മൂല്യങ്ങളെയുമാണ് മതേതരത്വം എന്നു പറയുന്നത്. എല്ലാ മതവിശ്വാസികൾക്കും തുല്യ പ്രാധാന്യവും ബഹുമാനവും നൽകുന്നതായിട്ടാണ് ഇന്ത്യൻ മതേതരത്വം വിഭാവനം ചെയ്യപ്പെട്ടിരുന്നത്. എന്നാൽ ഇതിൽ നിന്നുള്ള മാറ്റങ്ങൾ ശക്തമായി തുടങ്ങിയത് തൊണ്ണൂറുകൾ മുതലാണല്ലോ. ഇന്ന് രാഷ്ട്രം മതത്തിലും ജാതിയിലും കൂടുതലായി വിഭജിക്കപ്പെട്ടുകൊണ്ടിരിക്കുന്നു"

മൂത്തമോൾ അന്യമതസ്ഥന്റെ കൂടെ ഒളിച്ചോടി പോയതിൽ പണ്ട് ദു:ഖിതനായിരുന്ന മോഹനേട്ടൻ ചർച്ചയിൽ പങ്കുചേർന്നു തന്റെ അഭിപ്രായം രേഖപ്പെടുത്തി.

"മതമേതായാലും ജാതിയേതായാലും മനുഷ്യൻ നന്നായാൽ മതിയെന്ന നാണുഗുരുവിന്റെ വാക്യമാണ് നമുക്ക് നല്ലത്. രാഷ്ട്രീയപാർട്ടികൾക്കും മതമേലാധികാരികൾക്കുമെല്ലാം മതം കൊണ്ട് പ്രയോജനമുണ്ട്. നമുക്കെന്ത് പ്രയോജനാ ഉള്ളത്? പ്രേമിക്കുന്നവർ ആരായാലും അവരങ്ങ്ട് പ്രേമിക്കട്ടെന്ന്. മനുഷ്യനൊക്കെ ഇണ്ടായപ്പിന്നെയല്ലേ മതോം ജാതീംയൊക്കെ ഇണ്ടായത്. ഹല്ലാ പിന്നെ...".

പാരമ്പര്യമായിട്ട് പള്ളിക്ക് മണവാട്ടിമാരെ സംഭാവന ചെയ്തിട്ടുള്ള വരിക്കാട്ടിൽ തറവാട്ടിലെ വർക്കി സുധാകരേട്ടന് സപ്പോർട്ട് കൊടുത്തു.

വർക്കീടെ നിലപാട് കണ്ടതോടെ രാഹുലിന് കലി കയറി. ചരിത്രത്തിൽ നിന്ന് ഉദാഹരണമെടുത്ത് രാഹുലങ്ങട് കസറി.

"ഇന്ത്യൻ മതേതരത്വത്തെക്കുറിച്ചുള്ള രണ്ട് പ്രധാന കാഴ്ചപ്പാടുകൾ ഞാൻ പറയാം. ഒന്ന്, നെഹ്റുവിന്റെ കാഴ്ചപ്പാടാണ്. അതെന്തെന്നുവെച്ചാൽ നമ്മുടെ ഭരണകൂടം മതേതരമായാൽ നമ്മുടെ രാഷ്ട്രത്തിന്റെ അടിത്തറ ബലപ്പെടുത്താനും നമ്മുടെ സമൂഹത്തിന്റെ ഭാവി ഭാഗധേയം സൃഷ്ടിച്ചെടുക്കാനും കഴിയുമെന്നുള്ള വിശ്വാസം. രണ്ട്, ഗാന്ധിജിയുടെ കാഴ്ചപ്പാടാണ്. അദ്ദേഹം പറയുന്നത് മതേതരത്വം നമ്മുടെ പൗരസമൂഹത്തിന്റെ ഭാഗമാകണം, അതിന്റെ അറിവാകണം എന്നാണ്. ഭരണകൂടവും പൗരസമൂഹവും മതേതരമല്ലെങ്കിൽ എന്താണ് സംഭവിക്കുന്നതെന്ന് നാം ഗുജറാത്തിൽ കണ്ടതാണ്. നമ്മൾ ചെറിയ കാര്യങ്ങളെന്ന് കരുതുന്ന ഇത്തരം മിശ്ര വിവാഹങ്ങൾ സമൂഹത്തിലെ മതേതരത്വത്തിന്റെ ദീപങ്ങൾ തന്നെയാണ്. മതത്തേക്കാൾ, ജാതിയേക്കാൾ മനുഷ്യനാണ് പ്രധാനമെന്ന് ഇത്തരം ബന്ധങ്ങൾ നമ്മെ ഓർമ്മിപ്പിച്ചുകൊണ്ടിരിക്കും. ഇത്തരം ബന്ധങ്ങളിലേർപ്പെടുന്നവർക്ക് തീർച്ചയായും ഒരുപാട് ബുദ്ധിമുട്ടുകളുണ്ടായേക്കാം. പക്ഷേ, സമൂഹത്തിന്റെ മുന്നോട്ടുള്ള പോക്കിന് ഇത് അനിവാര്യമാണ്."

മോഹനേട്ടനും ഹരികൃഷ്ണനും ശ്രീജിത്തും രാഹുലിന്റെ വാദത്തെ തലയാട്ടി ശരിവെച്ചു. സ്വാതന്ത്ര്യത്തെ സ്വാഗതം ചെയ്തുകൊണ്ട് 1947 ആഗസ്ത് 15-ാം തിയ്യതി ജവഹർലാൽ നെഹ്റു പ്രസംഗിച്ച കാര്യങ്ങൾ ശിവന് അപ്പോൾ ഓർമ്മ വന്നു. ഇത് എത്രയോ പ്രാവശ്യം പലരും ഉദ്ധരിച്ചിട്ടുള്ളതാണല്ലോ.ഇരുട്ടിൽ നിന്ന് വെളിച്ചത്തിലേക്കുള്ള കാൽവെപ്പായിട്ടാണല്ലോ നെഹ്റു സ്വാതന്ത്ര്യത്തെ വിഭാവനം ചെയ്തത്. കൊളോണിയലിസം സൃഷ്ടിച്ച ഇരുട്ട്. സ്വാതന്ത്ര്യം വാഗ്ദാനം ചെയ്യുന്ന വെളിച്ചം. അടിച്ചമർത്തപ്പെട്ടു കിടന്ന ഒരു ജനതയുടെ ഭാവി സ്വപ്നങ്ങളെആലങ്കാരികമായ ഭാഷയിലവതരിപ്പിക്കുകയാണല്ലോ നെഹ്റു ചെയ്തത്. നെഹ്റു അവതരിപ്പിച്ച ആ സ്വാതന്ത്ര്യം ഇന്ത്യൻ ജനതയ്ക്ക് കിട്ടിയോ?

"കൊളോണിയലിസം സൃഷ്ടിച്ച പിന്നോക്കാവസ്ഥയിൽ നിന്ന് ഇന്ത്യയ്ക്ക് രക്ഷപ്പെടുവാൻ സോഷ്യലിസത്തിലൂടെ മാത്രമേ സാധിക്കുകയുള്ളൂവെന്ന് നെഹ്റു കരുതിയിരുന്നു. മാർക്സിസത്തിന്റെ സാമൂഹ്യ രാഷ്ട്രീയ സാധ്യതകളെക്കുറിച്ച് ബോധവാനായിരുന്ന നെഹ്റു സോഷ്യലിസത്തിന്റെ ഒരു ഇന്ത്യൻ പാത കണ്ടെത്തുവാനായിരുന്നു ശ്രമിച്ചിരുന്നത്. പൊതുമേഖലയ്ക്കും വ്യവസായവൽക്കരണത്തിനും സ്വയം പര്യാപ്തതയ്ക്കും ഉൽപാദന സംരക്ഷണത്തിനുമെല്ലാം പ്രാധാന്യം നൽകികൊണ്ടുള്ള ഒരു ഇന്ത്യയ്ക്കായിട്ടാണ് അദ്ദേഹം ശ്രമിച്ചുകൊണ്ടിരു

ന്നത്. എന്നാൽ ഇതിൽ നിന്നെല്ലാം പിന്നീട് ഭരണാധികാരികൾ പിൻമാറുകയാണല്ലോ ചെയ്തത്. സോഷ്യലിസ്റ്റ് വ്യവസ്ഥ സ്ഥാപിക്കാൻ കഴിയാത്തതിലുള്ള ദു:ഖവും മുതലാളിത്ത കുത്തകകൾ വളർന്നുകൊണ്ടിരിക്കുന്നതിലെ അതൃപ്തിയും അദ്ദേഹം പലപ്പോഴും പ്രകടിപ്പിക്കുകയും ചെയ്തത്രേ. ഇന്നിപ്പോൾ നമ്മൾ ഇരുട്ടിൽ തന്നെയാണ് നിന്നുകൊണ്ടിരിക്കുന്നത്".

ശിവന്റെ ഈ സംഭാഷണം വായനശാലയിൽ കുറച്ചുനേരത്തേക്ക് നിശബ്ദത പരത്തി. തങ്ങളെ ചുറ്റിയിരിക്കുന്ന ഇരുട്ടിനെക്കുറിച്ച് ഒരോരുത്തരും ചിന്തിക്കാൻ തുടങ്ങി. ഇരുട്ടിനും ഒരു ചരിത്രമുണ്ട്. ആ ചരിത്രത്തെയാണല്ലോ നമ്മൾ മറികടക്കേണ്ടതെന്ന് അപ്പോൾ വായനശാലയിൽ കൂടിയിരിക്കുന്നവരിൽ ആരെങ്കിലും ആലോചിച്ചിട്ടുണ്ടാവില്ലേ?

"യുക്തിവാദവും ശാസ്ത്രമനോഭാവവുമൊക്കെയായിരുന്നു നെഹ്റുവിന്റെ ആശയലോകം. ഒരു പ്രധാനമന്ത്രി എന്ന നിലയിൽ മതചടങ്ങുകളിലൊന്നും അദ്ദേഹം പങ്കെടുത്തിരുന്നില്ല. ഇന്നത്തെ ഭരണാധികാരികൾ എന്താണ് ചെയ്യുന്നതെന്ന് നമുക്കറിയാമല്ലോ. നെഹ്റു ക്ഷേത്രങ്ങളായികണ്ടിരുന്നത് ഫാക്ടറികളും അണക്കെട്ടുകളുമായിരുന്നല്ലോ. നെഹ്റു ദേശീയതയുടെ വൈവിധ്യത്തിനുവേണ്ടിയാണല്ലോ ശ്രമിച്ചിരുന്നത്. ഇന്നെന്താണ് സംഭവിച്ചുകൊണ്ടിരിക്കുന്നത്? ദേശീയതയുടെ പേരിൽ രാഷ്ട്രത്തിനകത്ത് ശത്രുക്കളെ സൃഷ്ടിക്കാനല്ലേ ഭരണകൂടം ശ്രമിച്ചുകൊണ്ടിരിക്കുന്നത്?"

വളരെ ക്ഷോഭാകുലനായിട്ടാണ് രാഹുൽ ഇങ്ങനെ പ്രതികരിച്ചത്. ഇതിനിടയിൽ ശ്രീജിത്തിനുവന്ന കോൾ അയാൾ കട്ട് ചെയ്ത് ആ അന്തരീക്ഷവുമായി കൂടിചേർന്നു. ഒരു ചെറിയ നിശബ്ദതയ്ക്കുശേഷമാണ് ഹരികൃഷ്ണൻ മാഷിന്റെ കവിത അവിടെ ചുറ്റിയിരുന്ന നിശബ്ദതയെ ലംഘിച്ചത്.

"കുടിയിറക്കപ്പെടും കൂട്ടരെ പറയുവിൻ
പറയുവിൻ ഏത് ദേശക്കാർ നിങ്ങൾ?
പ്രസവിച്ചതിന്ത്യയായി പ്രസവിച്ചതിങ്ഗ്ലണ്ടായി
പ്രസവിച്ചതാഫ്രിക്കൻ വൻകരയായി
അതിലെന്തുണ്ടാർക്കാനുമുടമയോരാത്ത
ഭൂപടമേലും പാഴ്വരയ്ക്ക് അർത്ഥമുണ്ടോ?
എവിടെവിടങ്ങളിൽ ചട്ടികലങ്ങൾ
എടുത്തെറിയപ്പെടുന്നുണ്ടീ പാരിടത്തിൽ."

അവിടെയിവിടങ്ങളിൽ കൂട്ടി വരയ്ക്കുക
പുതിയൊരു രാഷ്ട്രത്തിന്റെ അതിർവരകൾ"

ആലപ്പടിയിലെ ജ്ഞാനദീപം വായനശാലയെ പ്രകാശമണിയിക്കുമാറ് വടക്കേയില്ലത്തെ ഹരികൃഷ്ണൻ മാഷിന്റെ കവിത അന്തരീക്ഷത്തിലങ്ങട് മുഴങ്ങികൊണ്ടിരുന്നു. ചർച്ചയുടെ ഉപസംഹാരം ഇനി ആവശ്യമില്ലായെന്ന മട്ടിൽ കവിതകൊണ്ട് തൃപ്തരായി ഓരോരുത്തർ ഇരിപ്പിടത്തിൽ നിന്ന് എണീറ്റുതുടങ്ങി.

ഹരികൃഷ്ണൻമാഷ് സയൻസ് അദ്ധ്യാപകനാണെങ്കിലും സാഹിത്യം നന്നായി വായിക്കാറുണ്ട്. കുട്ടിക്കാലം മുതലേ രാമായണം വായിക്കുകയും പലഭാഗങ്ങളും മനഃപാഠമാക്കുകയും ചെയ്തിട്ടുണ്ട്. അതിന്റെയൊക്കെ ഗുണം ഹരികൃഷ്ണൻമാഷ് സയൻസ് ക്ലാസ്സിൽ കാണിക്കാറുമുണ്ട്. കുട്ടികൾക്ക് മാഷിന്റെ ക്ലാസ് വലിയ ഇഷ്ടമാണെന്ന് പറഞ്ഞ് കേട്ടിട്ടുണ്ട്. കവിതകൾ മനഃപാഠമാക്കി അതൊക്കെ എഴുതിവയ്ക്കുകയും ക്ലാസ്സിൽ സന്ദർഭത്തിനനുസരിച്ച് പ്രയോഗിക്കാറുമുണ്ട്. ഈ വായനശാലയിൽ നിന്ന് കവിതാസമാഹാരങ്ങൾ പൊതുവെ വായിക്കാനെടുക്കുന്ന ആളുകൾ കുറവാണ്. എന്നാൽ ഹരികൃഷ്ണൻ മാഷ് ഇവിടെത്തെ എല്ലാ കവിതാപുസ്തകങ്ങളും വായിച്ചിട്ടുണ്ടാകുമെന്ന് ശിവൻ ഓർത്തു.

മതേതരത്വത്തെ കുറിച്ചുള്ള ചർച്ച ഏതായാലും നന്നായി എന്നു ശിവനു തോന്നി. ഈ അസാധാരണ ദിവസത്തിൽ പരിപാടികളൊക്കെ മുടങ്ങിയെങ്കിലും കുറച്ചുപേർക്കെങ്കിലും ഇങ്ങനെ കൂടിയിരിക്കാൻ കഴിഞ്ഞല്ലോ. ശിവന്റെ ചിന്തകളെ ഖണ്ഡിച്ചുകൊണ്ടാണ് മൊബൈൽ റിംങ്ങ് ചെയ്തത്. സുധാമണിടീച്ചറിന്റെ ഫോണാണല്ലോ.

"ശിവാ, ഞാൻ ശ്രീജിത്തിനെ വിളിച്ചിരുന്നു. എന്തോ ഫോണെടുത്തില്ല. കടമ്പനാട്ട് ക്ഷേത്രത്തിലെ ഗോശാലയിൽ നിന്നൊരു പശുവിനെ കാണാതായെന്ന്. അവിടെയെല്ലാവരും തെരച്ചിലിലാണ്. നമ്മളൊന്നു ശ്രദ്ധിച്ചിരിക്കണമെന്ന് ഓർമ്മിപ്പിക്കാനാണ് വിളിച്ചത്.

22
അമ്പലപശുവിനെ കാണാതാകുന്നു

ആർഷസംസ്കാരം - നോക്കൂ, ജാതിയും മതങ്ങളു-
മായുധമാക്കുന്നിതന്യോന്യം കുത്തിക്കീറാൻ

-ഒളപ്പമണ്ണ

അമ്പലത്തിലെ ഗോശാലയിൽ നിന്ന് തള്ളപശുവിന്റെ ഒച്ച കേട്ടാണ് അമ്പലകമ്മറ്റി അംഗങ്ങൾ അന്വേഷിച്ച് ചെന്നത്. പശുവിനെ ഒന്നായി എണ്ണിതുടങ്ങി. ഒരു പശുവിന്റെ കുറവുണ്ട്. ഈ അന്ധകാരത്തിൽ അത് എവിടെപ്പോയി ലയിച്ചുവെന്ന് എങ്ങനെ പറയാനാകും. ഉണ്ണിപ്പാടം വഴി അതിന് എങ്ങോട്ട് വേണമെങ്കിലും പോകാം. പക്ഷേ കമ്മറ്റി അംഗങ്ങളെ അത്ഭുതപ്പെടുത്തിയത് അത് കെട്ടഴിഞ്ഞ് പോയതല്ലായെന്നതാണ്. പശുവിനെകെട്ടിയ കവർ അവിടെ കിടക്കുന്നുണ്ട്. ആരോ പശുവിനെ കയറഴിച്ച് കൊണ്ടുപോയതായിരിക്കുമോ?

പൂജാരി ഗോശാലയിൽ വന്ന് നിരീക്ഷണം നടത്തി. പടിഞ്ഞാറ് ഭാഗത്തു നിന്ന് വന്നൊരാൾ ആണെന്ന് നിരീക്ഷണത്തിനു ശേഷം പ്രസ്താവിച്ചു. എന്താണ് ആ പ്രസ്താവനയുടെ കാരണമെന്ന് ആരും ചോദിച്ചില്ല. എല്ലാവരും അതങ്ങട് ശരിവെച്ചു. അടിയന്തിര ക്ഷേത്രകമ്മറ്റി മീറ്റിംങ്ങ് ആരംഭിക്കാമെന്ന് തീരുമാനിച്ചു. ക്ഷേത്രത്തിന്റെ ഒരു ഭാഗത്ത് നടന്നുകൊണ്ടിരിക്കുന്ന പ്രാർത്ഥനയിൽ മുഴുകിയിരിക്കുന്ന ഭക്തരെ ഈ കാര്യം അറിയിക്കേണ്ടെന്ന് കമ്മറ്റി തീരുമാനിച്ചു. ഭക്തരെ അറിയിക്കാതിരിക്കുന്നത് ശരിയല്ലാ എന്ന് തലനരച്ച ഒരു കമ്മറ്റി അംഗം അപ്പോൾ തന്നെ മറുപടിയും പറഞ്ഞു. കമ്മറ്റി കൂടാനായി അവർ ഓഫീസിൽ കൂടി.

"ക്ഷേത്ര കമ്മറ്റി അംഗങ്ങളെ, ഈ അസാധാരണമായ ദിവസത്തിൽ അനർത്ഥങ്ങൾ ഓരോന്നും സംഭവിച്ചുകൊണ്ടിരിക്കുകയാണ്. ഹിന്ദുവിശ്വാസമനുസരിച്ച് പശുക്കളുടെ മാതാവാണ് കാമധേനു. ഈ കാമധേനുവിന്റെ മക്കളാണ് ഭൂമിയിലുള്ള എല്ലാ ഗോക്കളും. പശു ദിവ്യശ

ക്തിയുള്ള ഒന്നാണെന്ന് ഞാൻ പ്രത്യേകം പറയേണ്ടതില്ലല്ലോ. കാമധേനുവിനെ ദേവിയായിട്ടാണല്ലോ നമ്മൾ ആരാധിക്കുന്നത്. മഹാലക്ഷ്മി മുതൽ എല്ലാ ദേവന്മാരും ഗോമാതാവിൽ വസിക്കുന്നു എന്നാണല്ലോ നമ്മുടെ വിശ്വാസം. ആ നമ്മുടെ അമ്മയെ, ദേവിയെയാണ് ഇന്ന് കാണാതായിരിക്കുന്നത്. ഇത് നമുക്ക് കണ്ടുപിടിക്കണം. ആരാണിത് ചെയ്തത്? അയാൾക്ക് ദൈവം കടുത്തശിക്ഷ കൊടുക്കുക തന്നെ ചെയ്യും. നമ്മളെല്ലാവരും നമ്മുടെ ദേവിയെ കണ്ടെത്താൻ വേണ്ടി ശ്രമിക്കണമെന്ന് പറഞ്ഞ് നിറുത്തുന്നു. അടുത്തതായി നമ്മുടെ ബഹുമാനപ്പെട്ട പൂജാരി സംസാരിക്കുന്നു."

ക്ഷേത്രപ്രസിഡന്റിന്റെ ആമുഖ സംസാരത്തെ ഓർമ്മപ്പെടുത്തികൊണ്ട് പൂജാരി തുടർന്നു.

"ഒരു പശുവിനെയല്ലാ ഇവിടെന്ന് ഇപ്പോൾ കാണാതായിരിക്കുന്നത്. നമ്മുടെ ദേവിയെ തന്നെയാണ്. ഒരു പശുവിനെ സംരക്ഷിക്കാൻ പറ്റാത്ത നമ്മൾ ഹിന്ദുക്കളല്ലാ. ഒരു പശുവിനെപ്പോലും സംരക്ഷിക്കാൻ പറ്റാത്ത നമ്മളെങ്ങനെ രാജ്യം സംരക്ഷിക്കും? മറ്റു രാജ്യങ്ങൾ നമ്മളെ കളിയാക്കും. അതിനാൽ കമ്മറ്റി അംഗങ്ങളെ, ഭക്തരെ ഇപ്പോൾ തന്നെ നമ്മൾ, നമ്മുടെ ഗോമാതാവിനെ അന്വേഷിക്കുക. അന്ധകാരത്തിന്റെ കറുത്ത കൈകളിൽ നിന്ന് അതിനെ മോചിപ്പിക്കുക."

പൂജാരിയുടെ സംഭാഷണത്തിനു ശേഷം മറ്റു ക്ഷേത്രകമ്മറ്റി അംഗങ്ങളും തങ്ങളുടെ അഭിപ്രായങ്ങൾ രേഖപ്പെടുത്തി. ക്ഷേത്രഭരണസമിതി സെക്രട്ടറി തിരച്ചിലിനു വിശ്വസ്തരായ അഞ്ചുഭക്തരെകൂടി വിളിക്കാമെന്നു പറഞ്ഞ് മീറ്റിംങ്ങ് അവസാനിപ്പിച്ചു. ഒടിയപ്പാടത്തിന്റെ അന്ധകാരത്തിലേക്ക് കുറച്ചു സമയത്തിനുശേഷം കുറച്ചുപേർ അന്വേഷിച്ച് ഇറങ്ങി. അവർ ഗോമാതാവിനെ സംരക്ഷിക്കുവാൻ, പ്രത്യേക ശിക്ഷണം ലഭിച്ചവർ തന്നെയായിരുന്നു.

പശുവിനെ കാണാതാവുക എന്നത് ഭയക്കേണ്ട ഒരു സംഭവമൊന്നുമല്ല. എങ്കിലും ശിവന് എന്തോ ഒരു ഭയം തോന്നി. അസാധാരണമായ പലതും സംഭവിച്ചുകൊണ്ടിരിക്കുന്നു. ഈ ഇരുട്ടിൽ പശു എവിടെയായിരിക്കും. ആളുകൾ എവിടെയാകും ഇപ്പോൾ തെരഞ്ഞുകൊണ്ടിരിക്കുന്നത്. ഉണ്ണിപ്പാടം വഴി എവിടെയ്ക്കും എങ്ങോട്ടും പോകാം. ഒടിയപ്പാടത്തേക്കും കയറാമല്ലോ. ഈ കൂരിരുട്ടത്ത് പശുവിനെ തേടുന്നത് ദുഷ്ക്കരമാണെന്ന് ശിവൻ ഓർത്തു.

"അപ്പോ, സുധാമണി ടീച്ചർ എന്നെ വിളിച്ചത് ഈകാര്യം പറയാനായിരുന്നല്ലോ? നമ്മളൊക്കെ കേരളത്തിലായതോണ്ട് സുഖാ. വല്ല

ഉത്തരേന്ത്യയിലോ മറ്റോ ആയിരുന്നെങ്കില് കാണായിരുന്നു. പശുവിനെ കാണാനില്ലാന്നോ മോഷ്ടിച്ചോ ഒക്കെ പറഞ്ഞ് കണ്ട ദലിതുകളെയും ന്യൂനപക്ഷങ്ങളെയും ഒക്കെ തല്ലിച്ചതച്ചേനേ".

ശ്രീജിത്തിന്റെ കണ്ണുകളിൽ ഇന്ത്യൻ യുവത്വത്തിന്റെ ദയനീയത നിഴലിക്കുന്നുണ്ടായിരുന്നു. എങ്ങനെ ഭയപ്പെടാതിരിക്കും. കാലിക്കച്ചവടക്കാരെ ദേശീയ സുരക്ഷാനിയമപ്രകാരം അറസ്റ്റ് ചെയ്ത് വിചാരണ ഇല്ലാതെ തോന്നുന്ന കാലത്തോളം തടവിൽ വയ്ക്കാവുന്ന രാജ്യമായി ഇന്ത്യ മാറിയിരിക്കുകയല്ലേ.

ഡൽഹിയിലെ പരിസരപ്രദേശമായ ദാദ്രിയിലെ മുഹമ്മദ് അഖ്ലാക്കിന്റെ വീട്. രക്തം തളംകെട്ടികിടക്കുന്നമുറ്റം. ആൾവാറിൽ കൊലചെയ്യപ്പെട്ട പെഹ്‌ലൂഖാൻ. ഇതുപോലെ എത്രപേർ.... ഗുജറാത്തിലെ അംറേലി ജില്ലയിലെ ഉനയ്ക്കടുത്ത മോട്ട സമാധ്യാല എന്ന ഗ്രാമം. ചത്ത പശുവിന്റെ തോലുരിച്ച നാലു ദളിതരെ ഗോരക്ഷകർ എന്നു അവകാശപ്പെടുന്നവർ മർദ്ദിച്ച് അവശരാക്കുന്നതും പിന്നീട് വാഹനത്തിന്റെ പിന്നിൽ വച്ചുകെട്ടി, റോഡിലൂടെ വലിച്ച് പോലീസ് സ്റ്റേഷനിലേക്ക് കൊണ്ടുപോകുന്ന ദൃശ്യം വാട്ട്സ്ആപ്പ് വീഡിയോയിലൂടെ കണ്ടത് ശിവനോർത്തു.

"ഉത്തരേന്ത്യയിലെ ചില സംസ്ഥാനങ്ങളുടെ കാര്യം നോക്കൂ. അവിടെ ഗോശാലകൾ പണിയാൻ സർക്കാർ തന്നെ കൂട്ടുനിൽക്കുന്നു. ഗോശാലയിലുള്ള പശുക്കളുടെ അലവൻസ് കൂട്ടികൊടുക്കുന്നു. ഇവയ്ക്കുവേണ്ടി സംസ്ഥാന ബജറ്റിൽ പണം നീക്കി വയ്ക്കുന്നു. 600 കോടി രൂപയല്ലേ ഉത്തർപ്രദേശ് മുഖ്യമന്ത്രി യോഗി ആദിത്യനാഥ് പശു സംരക്ഷണത്തിനായി മാറ്റിവെച്ചത്. ദലിതരും ന്യൂനപക്ഷങ്ങളുമെല്ലാം പട്ടിണി കിടക്കുമ്പോഴാണ് ഇത്തരം പരിപാടികൾ നടത്തുന്നത്."

"പശു ഇന്ത്യൻ പാരമ്പര്യത്തിന്റെ അവിഭാജ്യഘടകമാണെന്ന പ്രഖ്യാപനം നാം കേട്ടതാണല്ലോ. കർഷകരെ പണ്ട് അന്നദാതാവ് എന്ന് വിളിച്ചിരുന്നു. ഇന്ന് അങ്ങനെയൊന്നുമില്ലല്ലോ. കർഷകരെ ഇന്ത്യൻ പാരമ്പര്യത്തിന്റെ അവിഭാജ്യഘടകമായി അംഗീകരിക്കാത്ത സമൂഹമാണ് പശുവിന് പിന്നാലെ പോകുന്നത്.

ശ്രീജിത്തിനോടുള്ള പ്രതികരണമെന്ന രീതിയിൽ ശിവൻ പറഞ്ഞു. കർഷകർ ദിനംപ്രതി ആത്മഹത്യ ചെയ്തുകൊണ്ടിരിക്കുന്ന ഭാരതത്തിലാണല്ലോ ഇത്തരം പ്രഖ്യാപനങ്ങൾ നടക്കുന്നതെന്ന് ശിവൻ ഓർത്തു.

"ശിവൻ ചേട്ടാ, ഗുജറാത്തിൽ മാത്രം ഇരുനൂറോളം ഗോരക്ഷ സം

ഘങ്ങളാണു പൊട്ടിമുളച്ചിരിക്കുന്നതെന്നാ പറയപ്പെടുന്നത്. മനുഷ്യനെക്കാൾ വല്യ വെലയല്ലേ പശുക്കൾക്കുള്ളത്. ഹരിയാനയിൽ പശുവിറച്ചി കൊണ്ടുപോയെന്നാരോപിച്ച് രണ്ടുപേരെ മൂത്രം കലർന്ന ചാണകം തീറ്റിച്ചത് അവിടെത്തെ ഗോരക്ഷകരല്ലേ? ഝാർഖണ്ഡിൽ കന്നുകാലി കച്ചവടക്കാരെ മർദ്ദിച്ച് മരത്തിൽ കെട്ടിത്തൂക്കിയില്ലേ? ഇതിലുമെത്രയോ സംഭവങ്ങൾ ദിനംപ്രതി പത്രങ്ങളിൽ വന്നുകൊണ്ടിരിക്കുന്നു. ഇതൊക്കെ നമ്മൾ കണ്ടില്ലെന്നു നടിച്ച് ജീവിതം നയിക്കുകയല്ലേ? ഈ അടുത്ത കാലത്ത് ഗോ രക്ഷക് എന്ന സംഘടനയുടേതായി വന്ന വീഡിയോ നമ്മൾ കണ്ടതല്ലേ. പശുവിറച്ചി കൈവശം വച്ചെന്ന് പറഞ്ഞ് രണ്ടുപേരെ ഗോമൂത്രം, പാൽ, തൈര്, ചാണകം എന്നിവയൊക്കെ കഴിപ്പിക്കുന്നതിന്റെ ദൃശ്യങ്ങളായിരുന്നില്ലേയത്. എന്നാണാവോ ഇത്തരം വിശ്വാസങ്ങളിൽ നിന്ന് ആളുകൾ മോചിതരാവുക."

മാറും. മാറാതെ തരമില്ലല്ലോ.വിശ്വാസങ്ങളെല്ലാം ചോദ്യം ചെയ്യപ്പെടുന്ന ഒരു കാലം വരും. മനുഷ്യനെക്കാൾ വലുതാണോ വിശ്വാസമെന്ന് ചോദ്യം ചെയ്യുന്ന കാലം. ശിവൻ വിചാരിച്ചു. കാലത്തിന്റെ ആ പരിണാമത്തെക്കുറിച്ച്, അന്ധകാരത്തിനുശേഷം തീർച്ചയായും വെളിച്ചം കടന്നുവരുമല്ലോ. അന്ധകാരത്തിന്അധികസമയം വെളിച്ചത്തെ മൂടിവയ്ക്കാൻ സാധ്യമല്ലല്ലോ.

വായനശാലയുടെ അടുത്തുള്ള മോഹനേട്ടന്റെ കടയുടെ തിണ്ണയിൽ പ്രകാശും രാഹുലുമിരുന്ന് സംസാരിക്കുന്നുണ്ട്. അവധി ദിവസങ്ങളിലും ഹർത്താൽ ദിവസങ്ങളിലുമെല്ലാം മോഹനേട്ടന്റെ കടയുടെ തിണ്ണകൾ നാട്ടിലെ പിള്ളേരുടേതാണ്. അവര് രാവിലെ മുതൽ രാത്രിവരെ അവിടെ ഇരുന്ന് എന്തൊക്കെയോ പറയുന്നുണ്ടാവും. മൊബൈൽ ഫോൺ വന്നതോടെ തിണ്ണയിൽ കൂടണപിള്ളേരുടെ എണ്ണത്തിൽ കുറവുവന്നിട്ടുണ്ട്. പണ്ടൊക്കെ ഞാനും ഈ തിണ്ണയിൽ എത്രനേരമിരുന്നതാണെന്ന് ശിവൻ ഓർത്തു. മോഹനേട്ടന്റെ ഈ കട പുള്ളീടെ അച്ഛനായിട്ടുള്ളതാ. മോഹനേട്ടനും നാരായണേട്ടനും ഞാനുമൊക്കെ കുട്ടിക്കാലം മുതൽ കളിച്ചുവളർന്ന പരിസരം കൂടിയല്ലേയിത്. ഇപ്പോൾഇവിടെ രണ്ടുമൂന്ന് കടകൾ കൂടി വന്നിട്ടുണ്ട്.

കടയുടെ തിണ്ണയിൽ നിന്ന് അവരുടെ പൊട്ടിച്ചിരികൾ ഉയരുന്നു. അവിടെ അമലും ഉണ്ടാവാറുണ്ടായിരുന്നു. എവിടെയാണിവൻ. മള്ളുശ്ശേരിയിൽ സുഹൃത്ത് വഴി അന്വേഷിച്ചപ്പോൾ ഉണ്ണികൃഷ്ണന്റെ മോൻ വിദേശത്തുനിന്ന് വന്നിട്ടുണ്ടെന്നാണ് അറിഞ്ഞത്. ദേവിയെ പുറത്തൊന്നും അങ്ങനെ കാണാറില്ലെന്നും ആ കുട്ടിക്ക് കല്ല്യാണാലോചന ന

ടക്കുന്നുണ്ടെന്നും. ശ്രീജിത്ത് പറഞ്ഞുവല്ലോ. കേട്ടിടത്തോളം ദേവിടെ ചേട്ടനത്ര നല്ലവനൊന്നുമല്ലാ. എന്തെങ്കിലും വിവരക്കേട് അവനുണ്ടാക്കി യിട്ടുണ്ടോ? ഷബ്നയെക്കുറിച്ച് ഒന്നുമറിഞ്ഞില്ലല്ലോ. സുധാകരേട്ടൻ വി ളിച്ച് അന്വേഷിച്ചോ ആവോ? വായനശാലയിലിരിക്കുമ്പോൾ ശിവന്റെ ചിന്തകളിലൂടെ ഇതെല്ലാം കടന്നുപോയി.

23
അന്വേഷണം

മരണമാർക്കുമുണ്ടൊരിക്കലൂഴിയിൽ
മരണമേറ്റപോലിരിക്ക നല്ലതോ ?
–ബോധേശ്വരൻ

സുധാകരേട്ടൻ ഫോണിൽ ആരോടോ സംസാരിച്ചുകൊണ്ടിരിക്കുകയായിരുന്നു. മുഖത്ത് ദു:ഖചരായ കാണാം. ഫോൺ കട്ടാക്കി ഞങ്ങളെ നോക്കി കുറച്ചു നേരം ഇരുന്നു. വീടിന്റെ വരാന്തയിൽ ഞങ്ങളിരുന്നു.

"ബോംബെയിലേക്ക് ഞാൻ വിളിച്ചിരുന്നു. ഞാൻ പറഞ്ഞില്ലേ എന്റെ രണ്ട് കൂട്ടുകാർ അവിടെ ഉണ്ടെന്ന്. അവർ പോലീസിൽ ഇപ്പോഴുമുണ്ട്.പ്രശ്നം ഗുരുതരമാ. ഷബ്നയെക്കുറിച്ചുള്ള ഒരു വിവരം പോലും അവർക്കിതുവരെ ലഭിച്ചിട്ടില്ല.അവർ അന്വേഷിക്കുന്നുണ്ട്. പക്ഷേ അന്വേഷണം കാര്യക്ഷമമല്ലായെന്നാണ് ഇവർ പറയുന്നത്.മഹാരാഷ്ട്ര ഭരണകൂടത്തിന് അത്ര താല്പര്യമില്ലായിരിക്കും.മറുഭാഗത്തെ ആളുകൾ ശക്തരാണല്ലോ. എന്തായാലും ഷബ്ന ജോലി ചെയ്ത മീഡിയയിലെ ആളുകൾ ഇതിനെതിരെ ശബ്ദമുയർത്തുന്നുണ്ട്. പക്ഷേ, എത്ര നാൾ"

സുധാകരേട്ടൻ ഇതു പറഞ്ഞു കഴിയുമ്പോഴേക്കും വിതുമ്പലിന്റെ വക്കോളമെത്തിയിരുന്നു. സുധാകരേട്ടന്റെ മനസ്സ് പരിചയമുള്ള ബോംബെയിലെ തെരുവുകളിലെവിടെയ്ക്കോ പോകുന്നുണ്ടെന്ന് എനിക്ക് തോന്നി. ഒരാളെ കാണാതാകുക എന്നത് ഈ കാലത്ത് സർവ്വസാധാരണമായിരിക്കുന്നു. കാണാതാവുന്നത് നമുക്കൊരു പ്രശ്നമല്ലാതായിരിക്കുന്നു.

"സാരമില്ലാ സുധാകരേട്ടാ, നമ്മൾക്ക് അന്വേഷിക്കാതെ തരമില്ലല്ലോ. ഞാനാ അലിക്കുട്ടിയുടെയും ഫാത്തിമയുടേയും മുഖത്തെങ്ങനെ നോക്കും"

ആരോടെന്നില്ലാതെ ഇതു പറഞ്ഞ് ഞാനെഴുന്നേറ്റു.ഇരുട്ട് പൂർവ്വാ

ധികം ശക്തിയായി വളരുകയാണല്ലോ.ശ്രീജിത്തും ഞാനും നടന്ന് നടന്ന് ഒടിയപ്പാടം കലുങ്കിനടുത്തെത്തി. അകലെ ഒരു ചെറിയ നക്ഷത്രത്തെ പ്രതീക്ഷിച്ചെന്നപ്പോലെ ആകാശത്തേക്ക് കുറച്ചു നേരം ഞാൻ നോക്കി.

"അല്ലാ, ശിവൻ ചേട്ടാ മുബൈയില് നീതീം നിയമോന്നും ഇല്ലേ. എന്താലേ. ഒരാളെ കാണാതായിട്ട്, അതും ഒരു പ്രശസ്ത മാധ്യമ സ്ഥാപനത്തിലെ റിപ്പോർട്ടറെ. അധികാരം ആരുടെ കയ്യിലാണിരിക്കുന്നത്, അവർ അതു കൊണ്ട് ജനാധിപത്യത്തെയും വിലക്കു വാങ്ങുകയല്ലേ?"

ജനാധിപത്യവും ഫാസിസവും വിരുദ്ധ ദ്വന്ദങ്ങളല്ലാ ശ്രീജിത്തേ, അവ നേർത്ത, അടുത്ത അധികാരങ്ങൾ തന്നെയാണ്.ജനാധിപത്യത്തിലൂടെയും ഇന്ത്യയിൽ എങ്ങനെ ഫാസിസം നടത്താമെന്ന പരീക്ഷണമാണ് നടന്നുകൊണ്ടിരിക്കുന്നത്."

ശ്രീജിത്ത് ഷബ്നയുടെ കുട്ടിക്കാല ഓർമ്മകിലേക്ക് പോയി. കൊക്കരണ്ണിയിലൂടെ എളുപ്പവഴിയിൽ സ്കൂളിൽ തങ്ങൾ ഒരുമിച്ച് പോയ കാലം ശ്രീജിത്ത് ഓർത്തു.അവളുടെ നീണ്ട തർക്കങ്ങൾക്കു മുന്നിൽ താൻ പരാജയപ്പെട്ടതും.പരാജയം ഇപ്പോഴും പരാജയം തന്നെ.

ഏതായാലും അലിക്കുട്ടിയുടെ വീടു വരെയൊന്നു പോകാമെന്ന് ശിവൻ തീരുമാനിച്ചു.അലിക്കുട്ടിയുടെ വീടിന്റെ മുറ്റത്തു നിന്നു നോക്കിയാൽ ജ്ഞാനദീപം വായനശാല കാണാം.തന്റെ പൂർവ്വികന്മാർ തുടക്കം കുറിച്ച വായനശാലയുടെ ദീപം അലിക്കുട്ടിയിലും കാണാം. മറ്റു ബന്ധുക്കളെല്ലാവരും പോയിട്ടും അലിക്കുട്ടി ഇവിടെ ഒറ്റപ്പെട്ടു നിൽക്കുന്നത് എന്തിനാണ്. ഈ ദീപം കാണുവാനാണോ?

അകത്ത് ഫാത്തിമയോട് ആരോ സംസാരിക്കുന്ന ശബ്ദം കേൾക്കുന്നുണ്ടായിരുന്നു. അല്ലായിത്, മീനാക്ഷിയുടെ ശബ്ദമല്ലേയെന്ന് എനിക്ക് തോന്നി. അതെ, മീനാക്ഷി ഫാത്തിമയോട് സംസാരിക്കുകയാണ്.

"മോളെ, വന്ന് ഭക്ഷണം കഴിക്ക്, ഉച്ചയ്ക്ക് ഒന്നും കഴിച്ചിട്ടില്ല. അവരന്വേഷിക്കുന്നുണ്ടല്ലോ. അലിക്കായോട് പറഞ്ഞിട്ടും കേൾക്കണില്ലാ. നിങ്ങൾ ഇങ്ങനെ ഇരുന്നാലോ '

ഞങ്ങളെ കണ്ടപ്പോൾ മീനാക്ഷി സംസാരം നിർത്തി.

"ശിവൻ ചേട്ടാ,ഞാനിവർക്കുള്ള ഭക്ഷണവുമായി ഇങ്ങോട്ടു വന്നതാ. ഇവിടെയൊന്നും വച്ചില്ലെന്നും കഴിച്ചില്ലെന്നും പറയണകേട്ടു .അതോണ്ടാ '

ആവട്ടെ മീനാക്ഷി, ഞങ്ങള് ചുമ്മാ ഇറങ്ങീതാ. ബോംബെയില് അന്വേഷണം നടക്കണ്ണ്ട്'. അലിക്കുട്ടി കേൾക്കെ ഞാൻ പറഞ്ഞു

"നമ്മടെ സുധാകരേട്ടന്റെ ഫ്രണ്ട്സ് അവിടെണ്ടല്ലോ. അവര് അന്വേഷിക്കണ്ടേ."
ശ്രീജിത്തും പറഞ്ഞു.

അലിക്കുട്ടി ഏതോ ലോകത്തിലായിരുന്നു. ഞങ്ങള് പറയണ്ത് അദ്ദേഹം കേട്ടോ ആവോ

കുറച്ചു നേരം അവിടെയിരുന്നതിനു ശേഷമാണ് ഞങ്ങൾ അവിടെന്ന് പോന്നത്.

രാജ്യം ഏകാധിപത്യത്തിലേക്ക് കടക്കുമ്പോൾ പൗരന്മാർ അപ്രത്യക്ഷരാകുമെന്ന് എവിടെയോ എഴുതിയിട്ടുള്ളത് ശിവന് ഓർമ്മ വന്നു.

അമൽ എവിടെയാണ്. അവനെക്കുറിച്ച് ഒന്നും അറിയുന്നില്ലല്ലോ. എസ്.ഐ. അനിരുദ്ധനെ ഒന്നു വിളിച്ചാലോയെന്ന് ശിവൻ ഓർത്തു. വേണ്ട, ഈ അസാധാരണ ദിവസത്തിൽ എസ്.ഐയ്ക്ക് പിടിപ്പത് പണിയുണ്ടല്ലോ.

'ശിവൻ ചേട്ടാ, അമലിനെക്കുറിച്ച് ഒരു വിവരവുമില്ലല്ലോ. അവൻ എവിടെയാവോ"

ശ്രീജിത്തിന്റെ ഉത്കണ്ഠയെ എനിക്ക് മനസ്സിലാക്കാനാകും. അവന്റെ കൂട്ടുകാരനെ എങ്ങനെ മറക്കാനാകും.

അമലിനെക്കുറിച്ചുള്ള ഞങ്ങളുടെ ആകുലതകൾക്ക് ഉത്തരമെന്നോണമാണ് എസ്.ഐ അനിരുദ്ധന്റെ ഫോൺ കടന്നു വന്നത്.

"സഖാവെ, അമൽ എന്ന പയ്യനും കൂട്ടുകാരും അന്ന് കോളേജ് വിട്ട് പോയത് പുറകിലെ റോഡിലൂടെയാണ്. ഒരു ആൾപ്പാർപ്പില്ലാത്ത വഴിയാണത്. അവിടെ വെച്ചാണ് ഇവരെ ആരോ അക്രമിച്ചത്.അവർ മുഖം മൂടി ധരിച്ചിരുന്നതുകൊണ്ടാണല്ലോ അമലിന്റെ കൂട്ടുകാരന് ,അതായത് സുധീഷിന് അവരെ തിരിച്ചറിയാൻ പറ്റാത്തത്.ഈ കാര്യങ്ങളൊക്കെ വാസ്തവങ്ങൾ തന്നെയാണ്. അവർ പോയ സ്ഥലത്തെ ,ആ സമയത്തുപയോഗിച്ചിരുന്ന ചില മൊബൈൽ കോളുകൾ ഞങ്ങൾ പരിശോധിച്ചു. കുറേ കോളുകൾ അവിടങ്ങളിൽ താമസിക്കുന്നവർ വിളിച്ചതാണ്. എന്നാൽ രണ്ട് കോളുകൾ മള്ളുശ്ശേരിയിലുള്ള അഡ്രസ്സിലുള്ളതാണ്. ഒരു നമ്പർ ഉണ്ണികൃഷ്ണന്റെ പേരിലുള്ളതാണ്. മറ്റേ നമ്പർ ഫേക്ക് ആണെന്നു തോന്നുന്നു. ഉണ്ണികൃഷ്ണന്റെ മകനാണ് ആ ഫോൺ ഉപയോഗിച്ചതെന്ന് അയാൾ പറഞ്ഞു. മകൻ വിദേശത്തു നിന്ന് വന്നതാണ്. നാട്ടില് ഫോൺനമ്പർ ഇല്ലാത്തതിനാൽ താൻ കൊടുത്തതാണെന്നും അയാൾ പറഞ്ഞു. മകൻ കൂട്ടുകാരന്റെ വീട്ടിൽ പോയതാണെന്നും അയാൾ പറഞ്ഞു.'

ശിവനാകെ തരിച്ചു കേട്ടു .ഞാൻ വിചാരിച്ച പോലെയാണോ സംഭവം നീങ്ങുന്നതെന്ന്?

"സഖാവേ, ആ പയ്യൻ വിദേശത്തു നിന്നു വന്നിട്ട് കൂട്ടുകാരനെ കാണാൻ പോയതു തന്നെയാണ്. ഞങ്ങൾ അവനെ വിളിച്ചു അന്വേഷിച്ചു.കൂടാതെ കൂട്ടുകാരന്റെ വീട്ടിലും പോയിരുന്നു."

"അല്ലാ, അവർ ഉപയോഗിച്ച വണ്ടിയെക്കുറിച്ച് എന്തെങ്കിലും വിവരങ്ങൾ?"

ശിവൻ ചോദിച്ചു

"അവൻ ഒരു ബുള്ളറ്റിലാണ് അവിടെ ചെന്നത്.കൂട്ടുകാരനും അതു പറഞ്ഞു' അനിരുദ്ധൻ വ്യക്തമാക്കി

"സഖാവിന് സംശയം സുധീഷിനെ ഇന്ന് ഇറക്കിവിട്ട ആ വാഹനമായിരിക്കുമല്ലേ. സുധീഷിനെയും അമലിനെയും തട്ടിക്കൊണ്ടുപോയി എന്നു പറയുന്ന ആ വാഹനം. അതുപോലത്തെ എത്രയോ വാഹനങ്ങൾ ആ പ്രദേശത്തു തന്നെയുണ്ട്. അതിനാൽ വാഹനത്തെ കണ്ടു പിടിക്കുക ശ്രമകരമാണ്. എന്നാലും ഞാൻ അന്വേഷിക്കുന്നുണ്ട്."

ശിവൻ ഇനി എന്താണ് പറയേണ്ടതെന്ന് അറിയാതെ കുഴങ്ങി.

അനിരുദ്ധൻ ഫോൺ വെച്ചതായി ശിവന് മനസ്സിലായി.

ശ്രീജിത്ത് ശിവൻ ചേട്ടന്റെ സംസാരത്തിനായി കാത്തു.

24
ആൾക്കൂട്ട ആക്രമണം

ഞാൻ എല്ലാ മതങ്ങളെയും
പ്രതിനിധാനം ചെയ്യുന്നു.ഞാൻ എത്രത്തോളം
ഹിന്ദുവായിരിക്കുന്നുവോ അത്രത്തോളം
മുസ്ലീമും ക്രിസ്ത്യനും സിക്കും പാഴ്സിയുമാണ്.
–ഗാന്ധിജി

ഫാത്തിമ റിങ്ങ് ചെയ്തു കൊണ്ടിരുന്ന ഫോൺ എടുത്തു. മൊഹമ്മദ് നസീർ ആണ്.ബാപ്പാന്റെ അനിയന്റെ മകൻ. അവൻ ഇവിടെ അടുത്ത് മാഞ്ഞാലിയിൽ അലുവാ കച്ചവടം തൊടങ്ങീട്ടുണ്ട്. വന്നിട്ട് ഒരാഴ്ചയേ കഴിഞ്ഞിട്ടുള്ളൂ. ഇവിടേയ്ക്കൊന്നു വരാൻ ഇതുവരെ അവന് പറ്റിയിട്ടില്ല. അവൻ ഓരോന്നു ചോദിച്ചപ്പോൾ ഷബ്നയുടെ സംഭവവും പറഞ്ഞു. അപ്പോൾ അവൻ ഇങ്ങോട്ട് വരാമെന്ന് പറഞ്ഞു.

ബാപ്പയോട് ഞാനിത് പറഞ്ഞപ്പോൾ ആ കണ്ണിൽ നിന്ന് കണ്ണീർ വന്നുവോ?

മൊഹമ്മദിന് ഷബ്നയെ വല്യ ഇഷ്ടമാണെന്നു കേട്ടിട്ടുണ്ട്

അതോണ്ടാകുമോ?

അറിയില്ല.

ബാപ്പയുടെ കണ്ണിൽ നിന്ന് കണ്ണീർ വന്നു. അത്ര തന്നെ.

ഷബ്ന എന്നേക്കാൾ അധികം വയസ്സു മൂത്തതൊന്നുമല്ല. ഞാൻ പേരു വിളിക്കുന്നതാണ് ഷബ്നയ്ക്കിഷ്ടം. എവിടെയും ഒറ്റയ്ക്ക് പോകുവാൻ ഷബ്നയ്ക്ക് ഒരു പേടിയുമില്ല. പത്രപ്രവർത്തകയാകണമെന്ന അവളുടെ മോഹം ആദ്യം മുതലേയുണ്ട്. അവൾ അത് ആകുമെന്നും എനിക്കു തോന്നിയിരുന്നു. ഷബ്നയുടെ ധൈര്യവും തന്റേടവും യുക്തിപൂർവ്വം തർക്കിക്കാനുള്ള അവളുടെ കഴിവും ഞാൻ വളരെ അത്ഭുതത്തോടെയാണ് കണ്ടിരുന്നത്.ആ അവൾ, ഇപ്പോൾ എവിടെയാണ്.മഹാരാഷ്ട്രയിലെ ഏതു മറവിലാണ് നീ ഒളിഞ്ഞിരിക്കുന്നത്?

അതോ, നിന്നെ ആരെങ്കിലും ഒളിപ്പിച്ചു വച്ചോ

അതോ ?

ഫാത്തിമയുടെ തോന്നലുകൾ ഇങ്ങനെ കാടുകയറി സഞ്ചരിച്ചു. ചരിത്രത്തിൽ കാണാതായ അനേകായിരം പേരുടെ ഒപ്പം തന്റെ ഷബ്നയും മാറുമോ?

ഒരു പൗരന്റെ തിരോധാനത്തിന് ഈ ഇന്ത്യാ മഹാരാജ്യത്തിൽ ഒരു വിലയുമില്ലേ? ഒരു പശു കാണാതായാൽ കിട്ടുന്ന പരിഗണന പോലും മനുഷ്യനു കിട്ടുന്നില്ലല്ലോ...

ഫാത്തിമയുടെ തോന്നലുകൾ ഇങ്ങനെ കണ്ടം കടന്നു പോയി. ഒടിയപ്പാടത്തെ ബാപ്പാന്റെ കൃഷി അവസാനിച്ചിട്ട് എത്ര നാളായിയെന്നു ഫാത്തിമ ഓർത്തു. താൻ ഏഴാം ക്ലാസ്സിലോ മറ്റോ പഠിക്കുമ്പോഴായിരിക്കും.

അടുത്തുള്ള പ്രഭാകരൻ നായരുടെ പാടത്തിൽ നിന്ന് വെള്ളം എടുത്തതുമായി ബന്ധപ്പെട്ടായിരുന്നു പാടം വിറ്റത്.പിന്നീട് എന്തൊരു സ്വസ്ഥതയായിരുന്നു ബാപ്പായ്ക്ക്. വീട്ടിൽ സമാധാനം, എന്റെ വായനയൊക്കെ തിരിച്ചുവന്നപോലെ.

തന്നോട് വായനശാലയിൽ പോയിരിക്കാൻ ബാപ്പ നിർബന്ധിച്ചുകൊണ്ടിരുന്നു. ആ നിർബന്ധം പിന്നീട് വായനശാലയുടെ ചാർജ് എടുക്കാനുള്ള ധൈര്യം തന്നു.

പുസ്തകങ്ങൾ വായിച്ച്, വായിച്ച് പുതിയ ലോകത്തിലേക്ക് കടന്നു ചെന്നു.

എല്ലാ അറിവും അപ്രത്യക്ഷമാകുന്ന കാലമാണോയിത്?

അറിവു കൊണ്ടൊന്നും പ്രയോജനമില്ലായെന്ന് വരുമോ?

അന്ധകാരം സകല മനുഷ്യാവകാശത്തേയും വിഴുങ്ങുമോ?

എന്തുകൊണ്ടാണ് അന്ധകാരത്തെക്കുറിച്ച് നാം സംസാരിക്കുമ്പോൾ അന്ധകാരം എല്ലാം വിഴുങ്ങുന്ന ഒരു ജീവിയെന്ന രൂപകം നാം സ്വീകരിക്കുന്നത്? ഫാത്തിമ ഇങ്ങനെയൊക്കെ വെറുതെയൊന്നാലോചിച്ചു.

മൊഹമ്മദ് നസീർ മാഞ്ഞാലിയിൽ നിന്ന് ഒരു ബൈക്കിലാണ് കുറുമശ്ശേരിയിലേക്ക് പോയത്.ആദ്യമായിട്ടാണ് അങ്ങോട്ടു പോയത്. വഴിയിൽ ചിലയിടങ്ങളിൽ സ്ട്രീറ്റ് ലൈറ്റ് കാണാം. ഇരുണ്ട പാതയിലൂടെ പോകുമ്പോൾ ഒരു ഭയം മൊഹമ്മദിനെ വന്നു മൂടി.ആരും ഇല്ലാത്ത വിജനമായ റോഡുകൾ. ഇന്നത്തെ ദിവസത്തെ ഈ യാത്ര അത്ര പന്തിയല്ലായെന്നു മൊഹമ്മദിന് അറിയാം

എങ്കിലും പോവാണ്ട് എങ്ങനെ? അയാൾ ആലോചിച്ചു. ഷബ്നയെ രണ്ടാഴ്ച മുമ്പ് വിളിച്ചതാണ്. അവൾ ജോലിയിൽ കേറിയാൽ പിന്നെ തെരക്കാണല്ലോ. അയാളുടെ ഉള്ളിലെ ദേഷ്യം പുറത്തുവന്നു. കുത്തിയ തോട് പള്ളീടെ അടുത്തെത്തിയപ്പോൾ വഴി രണ്ടായി പിരിയുന്നു. ദൈവമേ, ഇനി എങ്ങോട്ടു തിരിയും ഞാൻ. ഭൂമി ശാസ്ത്രത്തിന്റെ ഊഹം വെച്ച് ഞാൻ കിഴക്കോട്ട് വണ്ടി തിരിച്ചു. ഊഴം കവല കടന്ന് ഞാൻ ഒടിയ പാടത്തെത്തി. എന്തോ കേറി, ഒച്ചയും വണ്ടി നിയന്ത്രണംതെറ്റിയപ്പോലെ ഒന്നു കുതറിയതും ഒന്നിച്ചായിരുന്നു. ബ്രേക്ക് പിടിച്ചതുകൊണ്ട് വണ്ടി നിന്നു. എന്നാൽ പേടി കാരണം ഞാനൊന്നു വണ്ടി നിർത്തി.

ഓ, വണ്ടിയ്ക്കൊന്നും പറ്റിയിട്ടില്ല. എന്തോ പ്ലാസ്റ്റിക് സാധനത്തിൽ മേൽ കയറിയതു കൊണ്ട് വണ്ടിതെന്നിയതാ .അതിന്റെ ഒച്ചയാണല്ലോ ഞാൻ കേട്ടതും. മൊഹമ്മദ് വണ്ടിയുടെ ടയർ സൂക്ഷ്മമായി പരിശോധിച്ചു. ഭാഗ്യം ഒന്നും പറ്റിയിട്ടില്ല. വിറയലും പേടിയും ആശ്വാസവും കലർന്ന ഒരവസ്ഥ. ഇനി പോകാമെന്ന് വിചാരിച്ചു.

' ആരെടാ നീ? നിന്നെ ഇവിടെ കണ്ടിട്ടില്ലല്ലോ. നീ എവിടെന്ന് വരുന്നു? നിന്റെ പേരെന്താ?" ഇങ്ങനെ ഒരു പാട് ചോദ്യങ്ങൾ ഇരുട്ടിൽനിന്ന് ഒറ്റയടിയ്ക്ക് എന്റെ നേരെ വന്നു.

ഏതിനാണ് ആദ്യമുത്തരം നൽകേണ്ടതെന്ന് ഞാൻ സംശയിച്ചു.

അവര് എന്റെയടുത്തെത്തി. ഒരുത്തൻ എന്നോട് വീണ്ടും ചോദിച്ചു. "എന്തിനാടാ നീ ഇവിടെ വണ്ടി നിറുത്തിയത്."

"അത് വണ്ടിയൊന്നു സ്ലിപ്പ് ആയി. ടയർ പഞ്ചറായൊന്നു ഞാൻ സംശയിച്ചു."

ഞാൻ പറഞ്ഞു

"എടാ, നന്ദാ നീ വണ്ടീടെ ടയർ ഒന്നു നോക്കിയേ, പഞ്ചറായായോന്ന് '

ഒരു താടിക്കാരൻ പറഞ്ഞു.

"അല്ലാ, ചേട്ടാ വണ്ടിക്ക് കുഴപ്പമൊന്നുമില്ലാ. ടയറ് പഞ്ചറായിട്ടില്ല"

" നീയല്ലേ ആദ്യം പറഞ്ഞത് ടയറ് പഞ്ചറായെന്ന്. ഇപ്പൊ യെന്തടാ മാറ്റി പറയണത് '

കരണത്ത് അടി കിട്ടിയപ്പോളാണ് പാടത്തിലെ ഇരുട്ടിൽ നിന്ന് പശുവിന്റെ കരച്ചിൽ മുഴങ്ങിയത്. പശുവിന്റെ കരച്ചിലിൽ മൊഹമ്മദിന്റെ ശബ്ദം ആരും കേട്ടില്ല. നിന്റെ പേരന്തെടാ വീണ്ടും ചോദ്യമുയർന്നു.

പേരു പറഞ്ഞപ്പോൾ വീണ്ടും അടിപൊട്ടി

എണീക്കെടാ, ആരോയെന്നെ നിലത്തു നിന്ന് ഏണിപ്പിച്ചു നിർത്തി.

ഇപ്പോൾ ആളുകൾ കൂട്ടിയിട്ടുണ്ട്.

ആദ്യം കണ്ട മുഖങ്ങളൊന്നുമല്ലല്ലോയിതെന്നു എനിക്കു തോന്നി.അവരൊക്കെ എവിടെപ്പോയി? മൊഹമ്മദ് നസീർ കണ്ണു മിഴിച്ചു.

ശ്രീജിത്ത് ടോർച്ചടിച്ചു.

കുറച്ചു പേർ പശുവിനെയും കൊണ്ട് ഒടിയപ്പാടത്തിന്റെ വടക്കേവഴിയിലൂടെ പോകുന്നതു കണ്ടു.

25
വായനശാലയുടെ ചരിത്രം

"വിശക്കുന്ന മനുഷ്യാ,
പുസ്തകം കയ്യിലെടുക്കൂ
പുത്തനൊരായുധമാണ്
നിനക്കത് "

–ബെർത്തോൾഡ് ബ്രഹ്ത്

വായനശാലയിൽ ഇരുന്നു കൊണ്ട് പ്രകാശ് ചൈനീസ് സിനിമയായ 'ബാൽസാക് ആന്റ് ദ ലിറ്റിൽ ചൈനീസ് സീംസ്ട്രെസ്സ് ' ന്റെ കഥ രാഹുലിനോട് പറഞ്ഞു തുടങ്ങി.

1971 നും 74 നും ഇടയിലുള്ള കാലഘട്ടത്തിൽ ചൈനീസ് കൾച്ചറൽ റെവലൂഷന്റെ ഫലമായി ഫീനിക്സ് മലനിരകളിലെ ഗ്രാമത്തിലേക്ക് മാവോ സേതുങ്ങിന്റെ ആശയങ്ങൾ പഠിക്കാനായി പുനർവിദ്യാഭ്യാസത്തിനായി അയക്കപ്പെട്ട രണ്ട് യുവാക്കളുടെ കഥ. "മാ"യും "ലൂവോ"യും എന്നു പേരുള്ള രണ്ട് ചെറുപ്പക്കാരുടെ കഥ. പട്ടണത്തിൽ ജനിച്ചു വളർന്ന രണ്ടു പേരും പഠിക്കാൻ മിടുക്കരാണ്. ഗ്രാമത്തിലെത്തിയ അവർ അവിടുത്തെ തയ്യൽക്കാരന്റെ കൊച്ചുമകളെ പ്രേമിക്കുന്നു. അവൾ എന്നാൽ ഒരാളെ മാത്രമേ സ്നേഹിച്ചുള്ളൂ. ഇവരെ പോലെ വിദ്യാഭ്യാസമുള്ളയാളല്ല അവൾ. അതു കൊണ്ട് അവളെ നോവലുകൾ വായിച്ചു കൊടുത്തും സിനിമാക്കഥകൾ പറഞ്ഞും സംസ്കാര സമ്പന്നയാക്കാൻ അവർ ശ്രമിക്കുന്നു. സാംസ്കാര സമ്പന്നയായ അവൾ അവസാനം ഗ്രാമമുപേക്ഷിച്ച് ഹോങ്കോങ്കിലേക്ക് പോകുന്നു.

"അപ്പോ, വിദ്യാഭ്യാസം നേടിയ അവൾ അവൻമാരെ തേച്ച് പോയ്ക്കളഞ്ഞുല്ലേ ". രാഹുൽ ചിരിച്ചിട്ട് പറഞ്ഞു

" അതിന് വിദ്യാഭ്യാസമുള്ള ആണുങ്ങളും തേച്ചിട്ട് പോകാറുണ്ടല്ലോ. എന്തിന് സ്ത്രീയെ മാത്രം കുറ്റം പറയുന്നു.' പ്രകാശ് ക്ഷോഭിച്ചു

"അല്ലാ, അതു ശരി തന്നെയാ. ദലിതുകൾ എം എൽ എ യോ മന്ത്രിയോ, എന്തിന് പഞ്ചായത്ത് മെമ്പറായാൽ എന്തെങ്കിലും തെറ്റുപറ്റിയാലോ അഴിമതി ആരോപണം വന്നാലോ അപ്പോ കേൾക്കാം അവൻ ദലിതനായതുകൊണ്ടാണ് ഇങ്ങനെ വന്നതെന്ന്.ദലിതൻ ഒരുത്തൻ കൂടുതൽ മാർക്കു വാങ്ങി ഏതെങ്കിലും പരീക്ഷ ജയിച്ചാലോ ഉദ്യോഗത്തിൽ വന്നാലോ നല്ലൊരു വർത്തമാനം ഉണ്ടാവാറില്ല. ചിലയിടങ്ങളിൽ കാണാമെങ്കിലും. എന്നാൽ അവന്റെ ആത്മഹത്യ വൈകാരികമായി, ആവിഷ്ക്കരിച്ച് മാധ്യമങ്ങളും ജനങ്ങളും കൊണ്ടാടും".

രാഹുൽ പറഞ്ഞതിനോട് പ്രകാശും യോജിച്ചു.

"നമ്മുടെ നാട്ടിലെ ദലിതുകളുടെ പ്രശ്നങ്ങളെ എങ്ങനെയാണ് ഉദ്യോഗസ്ഥന്മാർ പെരുമാറുന്നതെന്ന് നോക്കുക. ഒരു ആദിവാസി പയ്യന് വിദേശത്ത് പോയി പഠിക്കുവാൻ അവസരം ലഭിച്ചപ്പോൾ മന്ത്രിയടക്കം ഇടപെട്ട് ഫെലോഷിപ്പ് കൊടുക്കാമെന്ന് വെച്ചു. എന്നാൽ ഉദ്യോഗസ്ഥമേധാവിത്വം പല ന്യായീകരണങ്ങൾ പറഞ്ഞ് അത് മുടക്കാനല്ലേ ശ്രമിച്ചുകൊണ്ടിരിക്കുന്നത്. നമ്മൾ ഇപ്പോഴും അതു കാണുന്നില്ലേ "

"അല്ലാ .പ്രകാശേ അതേ പോലെ തന്നെ നമ്മൾ നിരന്തരം കാണുന്ന ഒരു രീതിയാണ്, ഒരു ദലിതന് ഒരു പ്രശ്നം വന്നാൽ അവനെ മാത്രം സഹായിച്ച് ആ പ്രശ്നം ഒതുക്കിത്തീർക്കുന്ന രീതി. സത്യത്തിൽ ദലിത് വിഭാഗത്തിന്റെ ഒരു പ്രശ്നമായി കണ്ട് അത് പരിഹരിക്കാനുള്ള തീരുമാനമല്ലേ ഉദ്യോഗസ്ഥർ എടുക്കുന്നത്."രാഹുലിന്റെ മറുപടിയ്ക്കു ശേഷം ഒരു കറുത്ത നിശബ്ദത അവിടെ ബാധിച്ചു.

പടിഞ്ഞാറ് ഇങ്ങനെ കൂരിരുട്ട് പടർന്നു തന്നെ നിൽക്കുന്നു. ജ്ഞാനദീപം വായനശാലയുടെ മുമ്പിലെ ഇലക്ട്രിക് പോസ്റ്റിലെ വെളിച്ചം അപ്പോഴും ആ കൂരിരുട്ടിൽ അല്പം വെളിച്ചം ചൊരിഞ്ഞ് നിന്നുകൊണ്ടിരുന്നു.

ശിവൻ ആ ഇരുട്ടിൽ നിന്ന് വായനശാലയുടെ വെളിച്ചത്തേക്ക് കടന്നു വന്നു.

വായനയുടെ ഭാവനാലോകത്തെക്കുറിച്ചാണ് ഞങ്ങൾ സംസാരിച്ചുകൊണ്ടിരുന്നതെന്ന് പ്രകാശ് അച്ഛനോട് പറഞ്ഞു. അറിവ് നേടുന്നവർ അത് സാമൂഹ്യ പുരോഗതിക്കു ഉപയോഗിക്കാത്തതിന്റെ പ്രശ്നത്തെക്കുറിച്ച് പ്രകാശ് അച്ഛനോട് പറഞ്ഞു.പ്രകാശിന്റെ ഓരോ ചോദ്യത്തിനും മറുപടി പറയാനാവാതെ താൻ കുഴങ്ങിയിരുന്ന ഭൂതകാല ദിനങ്ങളെ ശിവൻ ഓർത്തു. എല്ലാ ചോദ്യത്തിനും ഉത്തരങ്ങളില്ലല്ലോ. ഉത്തര

ങ്ങളില്ലാത്ത ചോദ്യങ്ങളാണല്ലോ യഥാർത്ഥത്തിൽ ചോദ്യങ്ങൾ.

അവന്റെ സംശയങ്ങൾ തന്റെ അന്വേഷണങ്ങൾ കൊണ്ട് തേടാവുന്നതിനപ്പുറമാണല്ലോ. ഒരു നീണ്ട നിശബ്ദത കുറച്ചു നേരത്തേക്ക് അവിടെ ബാധിച്ചിരുന്നു. അതിനു വിള്ളൽ വീഴ്ത്തിക്കൊണ്ട് രാഹുൽ സംസാരിച്ചു തുടങ്ങി

"ശിവൻ ചേട്ടാ, ആദ്യകാലത്ത് സവർണ്ണ വിഭാഗക്കാരാണ് വായനശാലയ്ക്ക് നേതൃത്വം കൊടുത്തിരുന്നതെന്ന് കേട്ടിട്ടുണ്ട്. അവരാണ് പലയിടത്തും വായനശാലകൾ തുടങ്ങിയതും.എന്നാൽ പിന്നീട് പലയിടത്തും വായനശാലകൾ കത്തിച്ചതിന്റെ പിന്നിലും അവരാണെന്ന് കേട്ടിട്ടുണ്ടല്ലോ.എന്തായിതിന്റെയൊക്കെ അർത്ഥം."

ശിവൻ ഒരു ചിരി ചിരിച്ചു കൊണ്ട് സംസാരിച്ചു.

"'നമ്മുടെ ഈ ജ്ഞാനദീപം വായനശാല ഒരിക്കൽ കത്തി നശിച്ചിട്ടുണ്ട്. ആ ചരിത്രം പറയുന്നതിനു മുമ്പ് നിങ്ങൾ ചില കാര്യങ്ങൾ അറിയണം. ചരിത്രം കുറച്ചു ബോറാണെങ്കിലും ഒന്ന് കേട്ടു നോക്കൂ."

ശിവൻ വായനശാലകളുടെ ചരിത്രങ്ങളിലേക്കു കടന്നു.

"1829-ൽ സ്വാതി തിരുനാൾ മഹാരാജാവ് തിരുവനന്തപുരത്ത് സ്ഥാപിച്ച വായനശാലയാണ് കേരളത്തിലെ ആദ്യത്തെ പൊതുവായനശാലയായി പറയുന്നത്. നോക്കൂ, ഒരു ഭരണാധികാരി തന്നെ വായനശാലയുടെ പ്രാധാന്യം മനസ്സിലാക്കി അതിനു നേതൃത്വം കൊടുത്തത്. ചിലപ്പോൾ ബ്രിട്ടീഷുകാരുടെ ഭരണത്തിന്റെ അന്ധതയിൽ നിന്ന് തദ്ദേശവാസികൾക്ക് മോചനം കിട്ടാനും വെളിച്ചം കിട്ടാനുമായിരിക്കാം. 1945ൽ പി.എൻ പണിക്കർ സെക്രട്ടറിയായി തിരുവിതാംകൂർ ഗ്രന്ഥശാലാ സംഘം രൂപികരിച്ചു. പിന്നിട് കേരള സംസ്ഥാനം രൂപീകരിക്കപ്പെട്ടതോടെയാണ് കേരള ഗ്രന്ഥശാല സംഘം രൂപവത്കൃതമായത്. കേരള സർക്കാർ 1977 ൽ ഈ സംഘത്തെ ഏറ്റെടുത്തു."' ഇതാണ് വായനശാലകളുടെ ചരിത്രത്തിന്റെ സംക്ഷിപ്തം

"പി.എൻ.പണിക്കരുടെ പ്രവർത്തനങ്ങളല്ലേ സഖാവേ വായനശാലകളെ മുന്നോട്ടു കൊണ്ടുപോയത്". ചോദിച്ചത് വാസുവേട്ടനാണ്. കണ്ണിന് കാഴ്ച കുറവാണെങ്കിലും ഇപ്പോഴും വായനശാല കയറി ഇറങ്ങുന്ന പഴയൊരു എൽ.പി.സ്കൂൾ വാധ്യാർ.

"'അതേ, വാസൂവേട്ടാ.1945ൽ സെപ്റ്റംബർ 14 ന് അമ്പലപ്പുഴ പി.കെ.മെമ്മോറിയൽ ഗ്രന്ഥശാലയിൽ വച്ച് അഖില തിരുവിതാംകൂർ ഗ്രന്ഥശാല സമ്മേളനം വിളിച്ചുകൂട്ടി. സർ സി.പി രാമസ്വാമി അയ്യരാണ് ആ സമ്മേളനം ഉദ്ഘാടനം ചെയ്തത്. കേരളത്തിലെ ഗ്രന്ഥശാല

പ്രസ്ഥാനത്തിന്റെ എല്ലാമെല്ലാമായ പി.എൻ.പണിക്കരും കൂട്ടരുമൊക്കെയാണ് ആ പരിപാടി നടത്തിയത്.ഈ സമ്മേളനമാണ് സത്യത്തിൽ കേരള ഗ്രന്ഥശാലാ പ്രസ്ഥാനത്തിന്റെ പിറവിക്ക് കാരണമായത്.തിരുവിതാംകൂറിൽ ഉടനീളം വായനശാലകൾ രൂപീകരിക്കുന്നതിന് അദ്ദേഹം നടത്തിയ പ്രവർത്തനങ്ങൾ അങ്ങനെ നമുക്ക് മറക്കാനാവുല്ലാ"

ശിവൻ ചരിത്ര സ്മരണകളിലൂടെ സഞ്ചരിച്ചു.

"പണ്ട് ശ്രീ നാരായണ ഗുരുവിന്റെയും വാഗ്ഭടാനന്ദന്റെയും ഉദ്ബോധനങ്ങൾ തിരുവിതാംകൂറിലും മലബാറിലുമെല്ലാം വായനശാലകൾ രൂപം കൊള്ളാൻ ഇടയാക്കിയിട്ടുണ്ട്. അറിവിലൂടെ മാത്രമേ ഉയർച്ചയുണ്ടാകുകയുള്ളൂവെന്ന സാമൂഹ്യ പരിഷ്കർത്താക്കളുടെ ചിന്തയാണ് ഇത്തരം വായനശാലകൾ നിർമ്മിക്കപ്പെട്ടതിന്റെ പിന്നിലുളളത്. '

വാസുവേട്ടൻ കൂട്ടിച്ചേർത്തു

"ശരിയാണ്.,കെ.കേളപ്പന്റെ നേതൃത്വത്തിലായിരുന്നുവല്ലോ 1937 ജൂൺ 14ന് ഒന്നാം മലബാർ വായനശാല സമ്മേളനം നടന്നത്. കെ. കേളപ്പനെ കൂടാതെ ഇ.എം.എസ്, കെ.ദാമോദരൻ, എ.കെ.ജി തുടങ്ങിയ പ്രമുഖ രാഷ്ട്രീയ നേതാക്കളൊക്കെ ഗ്രാമ ഗ്രാമാന്തരങ്ങളിൽ തങ്ങളുടെ രാഷ്ട്രീയ പ്രവർത്തനങ്ങളിൽ വായനശാല സ്ഥാപനത്തിനും മുൻഗണന നൽകിയിട്ടുണ്ടല്ലോ "

ശിവന്റെ മറുപടി നവോത്ഥാന ചരിത്രത്തിന്റെ ഒരു ഓർമ്മപ്പെടുത്തലായ് മാറി.

"ശിവൻ ചേട്ടാ, നമ്മുടെ വായനശാല എങ്ങനെയാ കത്തിയത്? ആരാണ് അതു ചെയ്തത് "

ചോദ്യം രാഹുലാണ് ചോദിച്ചതെങ്കിലും അത് പലരും അറിയാൻ ആഗ്രഹിച്ച ചോദ്യമായിരുന്നു.

" വായനശാലകളുടെ ചരിത്രം പരിശോധിച്ചാൽ എല്ലാ രാഷ്ട്രങ്ങളിലും അവിടങ്ങളിലെ വായനശാലകൾക്കു നേരെ ആക്രമണങ്ങൾ ഉണ്ടായിട്ടുണ്ടെന്നു കാണാം. അറിവ് സമൂഹത്തെ ഉയർത്തുമെന്നും ജനാധിപത്യത്തെ ശക്തിപ്പെടുത്തുമെന്നും എല്ലാ മതങ്ങളും ഭരണകൂടങ്ങളും വിചാരിച്ചിരുന്നു. അറിവ് അഗ്നിയാണെന്നു പറയുന്നതിന്റെ പിന്നിലുള്ളത് അതിന്റെ വിപ്ലവ മൂല്യമാണെന്നു നമുക്കെല്ലാം അറിയാമല്ലോ. ഈജിപ്റ്റിലെ അലക്സാണ്ഡ്രിയയിലെ ഗ്രന്ഥശാല മുതൽ ഇന്ത്യയിലെ നളന്ദ ഗ്രന്ഥശാല വരെ നശിപ്പിക്കപ്പെട്ടതിന്റെ കണക്കുകളിൽ പെടും. നമ്മുടെ ജ്ഞാനദീപം വായനശാല നശിപ്പിക്കപ്പെട്ടത്

അടിയന്തിരാവസ്ഥ കാലത്താണ്. വാസുവേട്ടന് കുറച്ചൊക്കെ ഓർമ്മ യുണ്ടാവും അല്ലേ"

വാസുവേട്ടൻ യൗവനകാലത്തെ ഓർമ്മയിലേക്ക് ഒരു നിമിഷം ക ടന്നു.എന്നാൽ ഇഷ്ടപ്പെടാത്ത ഒരു കാലമായതിനാൽ അയാൾ ആ കാലത്തിൽ നിന്ന് പൊടുന്നനെ പുറത്തുചാടി

"സവർണ്ണരുടെ പാടങ്ങളിൽ പണിയെടുത്ത പുലയർ കൂലി വർദ്ധ ന ആവശ്യപ്പെട്ടു പണിമുടക്കി. നമ്മുടെ നാട്ടിലെ പാടങ്ങളധികവും അന്ന് സവർണ്ണരുടെതായിരുന്നുവല്ലോ. ഈ വാസുവേട്ടന്റെ ഒരു ചേ ട്ടനായിരുന്നു കർഷകരുടെ നേതാവ്. കക്ഷി നമ്മുടെ വായനശാലയു ടെ അന്നത്തെ സെക്രട്ടറിയുമായിരുന്നു. അങ്ങേരോടുള്ള ദേഷ്യം തീർ ക്കാനാണ് അവർ വായനശാല കത്തിച്ചത്. പിന്നെ കേസും കൂട്ടോ മൊക്കെയായി കുറച്ചു നാൾ കശപിശ നാട്ടിൽ നടന്നു. അതിനു ശേ ഷമൊക്കെയാണ് നാട്ടുകാരുടെ സഹായത്തോടെ വായനശാല നിന്നി ടത്തു തന്നെ പുതിയ വായനശാല പണിതത്. ഇത് ഞാൻ കുട്ടിക്കാല ത്ത് കേട്ടതാണ്. കഥയല്ലാ സത്യം തന്നെയാണ് '

ശിവന്റെ ചരിത്ര കഥനം രാഹുലിന്റെ ഞരമ്പുകളെ ഉണർത്തി.

26
മാധ്യമ നിയന്ത്രണം

ഇല്ല സാമ്രാജ്യവുമില്ലടിമത്തവു-
മില്ല മാത്സര്യവും മൂഷികരിൽ
-എൻ.വി.കൃഷ്ണവാരിയർ

മീനാക്ഷി, ചാനലിൽ വാർത്ത കണ്ടുകൊണ്ടിരിക്കുകയായിരുന്നു. 'ബോംബെയിലും ഗുജറാത്തിലും കലാപം' എന്ന വാർത്ത കണ്ട് ഞെട്ടി. ആളുകൾ കടകൾ കുത്തിത്തുറന്ന് സാധനങ്ങൾ എടുത്തു കൊണ്ട് പോകുന്നതിന്റെ സിസി ടിവി ദൃശ്യങ്ങൾ.കൂടാതെ തെരുവിൽ കിടക്കുന്നവരെ മുഖം മൂടി ധരിച്ചവർ വന്ന് വാൾ ഉപയോഗിച്ച് വെട്ടുന്ന ദൃശ്യങ്ങൾ. ഓട്ടോയിൽ പോകുന്ന സ്ത്രീകളെ ഓട്ടോ തടഞ്ഞു നിർത്തി വലിച്ചിഴച്ചു ഇരുട്ടിലേക്കു കൊണ്ടു പോകുന്നതിന്റെ ദൃശ്യങ്ങൾ. ഒരു മുസ്ലിം പള്ളിയുടെ സമീപത്തിലൂടെ വരുന്ന കുറച്ചു പേരെ ഒരാൾ ബോംബ് എറിയുന്ന ദൃശ്യങ്ങൾ. പിന്നെ ഒരു ഞരക്കത്തോടെ ചാനൽ കട്ടാകുന്നു. ഒന്നും തന്നെ കാണുന്നില്ല. ആ ബോംബ് ഏറിൽ സകല ചാനലുകളും തകർന്നെന്ന് മീനാക്ഷിയ്ക്കു തോന്നി. എന്തു പറ്റി ചാനലുകൾക്ക് എന്നറിയാതെ മീനാക്ഷി റിമോട്ടിന്റെ ചാനൽ മാറ്റിക്കൊണ്ടിരുന്നു. പക്ഷേ ഒന്നും കിട്ടുന്നില്ല. സാധാരണ തടസ്സത്തിന്റെ കാരണം എഴുതി കാണിയ്ക്കുന്നതിനു പകരം ഇപ്പോൾ ടി വി യിൽ ഇരുട്ട് ബാധിച്ചു കൊണ്ടിരിക്കുന്നു.പുറത്തും ഇരുട്ട്, ചാനലിലും ഇരുട്ട്.

മീനാക്ഷി എന്തെന്നറിയാതെ സോഫയിൽ ഇരുന്നപ്പോഴാണ് ലാൻഡ് ഫോൺ ബെല്ലടിച്ചത്. ഫോണെടുക്കണോ വേണ്ടയോ എന്ന ചിന്ത എന്തുകൊണ്ടോ ഒരു നിമിഷം മീനാക്ഷിയുടെ മനസ്സിൽ കടന്നു വന്നു. പതുക്കെ ചെന്നു ഫോണെടുത്തു. മകനാണ്, മഹേഷ്. വിദേശത്തു നിന്ന്, അല്പം ആശ്വാസം തോന്നി

'അമ്മേ, അവിടെത്തെ ചാനലുകളൊക്കെ കട്ടായല്ലേ?ഇനി ഉടനെ

ലാൻഡ് ഫോണും മൊബൈലുമെല്ലാം കട്ടാകും.ഇന്ത്യ അതിഭീകരമായ പ്രതിസന്ധിയിലേക്കാണ് പോകുന്നതെന്നാണ് ഇവിടെത്തെ വാർത്തകൾ പറഞ്ഞു കൊണ്ടിരിക്കുന്നത്. അമ്മാ, പേടിക്കേണ്ടാ എല്ലാം മാറും.'

പെട്ടെന്ന് ഫോൺ കട്ടായി .മീനാക്ഷി ഹലോ,ഹലോയെന്ന് പറഞ്ഞ് കരഞ്ഞു.താൻ സ്വപ്നം കണ്ടതാണോ അതോ യാഥാർത്ഥ്യമാണോ എന്നറിയാതെ മീനാക്ഷി കുഴങ്ങി. തന്നോട് സംസാരിച്ചത് മഹേഷ് തന്നെയാണോയെന്നും ഒരു നിമിഷമവർ സംശയിച്ചു. തന്റെ മൊബൈൽ ഫോൺ എവിടെയാണെന്ന് മീനാക്ഷി ആലോചിച്ചു. അത് റിംങ്ങ് ചെയ്തുവോയെന്ന് മീനാക്ഷി സംശയിച്ചു.

പള്ളിയുടെ മുന്നിലെ സ്ഫോടനത്തിനു ശേഷം എന്താണു സംഭവിച്ചേക്കാവുന്നതെന്ന് മീനാക്ഷിയ്ക്ക് ഓർക്കാൻ തോന്നി. അതു ഷൂട്ട് ചെയ്ത ക്യാമറമാന്റെ അവസ്ഥ എന്താണാവോയെന്നും മീനാക്ഷി വെറുതെ ഓർക്കാൻ ശ്രമിച്ചു. സ്ഫോടനത്തിന്റെ ശബ്ദം മീനാക്ഷിയുടെ ചെവിയിൽ മുഴങ്ങിക്കൊണ്ടിരുന്നു.

വായനശാലയിലിരുന്ന ശിവന്റെ മൊബൈൽ ശബ്ദിച്ചു.

എസ്.ഐ. അനിരുദ്ധന്റെ ഫോണാണ്. അമലിനെ കാണാതായതിനെപ്പറ്റിയുള്ള ഏന്തെങ്കിലും വിവരം കിട്ടിക്കാണും എന്നു വിചാരിച്ച് ശിവൻ ഫോണെടുത്തു.

“സഖാവേ, ഒരാൾ ഒരു ‘സ്കോർപ്പിയോ’ വഴി, നന്മൾ പറഞ്ഞ സമയത്ത് അതിലൂടെ കടന്നുപോയതായി മൊഴി തന്നിട്ടുണ്ട്.റബർ ടാപ്പ് തൊഴിലാളിയായ ഒരു അന്തോണി. വർഷങ്ങളായി അയാൾക്ക് ഇതാണ് പണി. അയാൾ സ്കോർപ്പിയോയിൽ ഇരിക്കുന്ന രണ്ടു പേരെ ശ്രദ്ധിച്ചുവെന്നും അവരുടെ മുഖം ഇപ്പോഴും ഓർമയുണ്ടെന്നും പറഞ്ഞു. അന്വേഷണം..”

ഫോൺ കട്ടായ ശബ്ദം കേട്ടു. ശിവൻ തിരിച്ചു വിളിക്കാൻ ശ്രമിച്ചു.കോൾ പോകുന്നില്ല. വീണ്ടും വിളിച്ചു. കോൾ പോകണില്ല.

അപ്പോഴാണ് അങ്ങോട്ടേക്കു വന്ന ശ്രീജിത്ത് പറഞ്ഞത്

“ശിവൻ ചേട്ടാ, ആ ഫോണൊന്നു തന്നേ, എന്റെ ഫോൺ ഇപ്പോൾ വിളിച്ചുകൊണ്ടിരുന്നതാ. എന്തോ പെട്ടെന്ന് കട്ടായി .ഇപ്പോൾ വിളിച്ചിട്ടും വിളിച്ചിട്ടും കിട്ടുന്നില്ല. എന്തോ ’

‘എന്റെ ഫോണും ഇപ്പോൾ വിളിക്കാൻ പറ്റുന്നില്ല. എന്താണാവോ സംഭവിച്ചുകൊണ്ടിരിക്കുന്നത്? അല്ലാ, നീ എവിടെയായിരുന്നു?”

ഞാൻ ഒന്ന് ഫാത്തിമേടെ വീടു വരെ പോയേക്കായിരുന്നു. അവളുടെ ബന്ധത്തിലുള്ള മൊഹമ്മദ് നസീർ മാഞ്ഞാലിയിൽ നിന്ന് ഇ

ങ്ങോട്ട് വരികയായിരുന്നു. ഒടിയപ്പാടത്തു വച്ച് ആ കടമ്പനാട്ട് തറവാട്ടിലെ പിള്ളേരാണെന്നു തോന്നുന്നു ഒന്നു പൊട്ടിച്ചു.നസീറാണെങ്കിൽ ഇങ്ങോട്ടു ഇതുവരെ വന്നീട്ടില്ലാ, അവർക്കൊട്ടു പരിചയവുമില്ല. എന്നാലും അവന്മാർ ചെയ്തത് തീരെ ശരിയായില്ല. ശിവൻ ചേട്ടാ, നമ്മളങ്ങനെ വിട്ടാൽ ശരിയാവില്ല. ചോദിക്കണം. ഞാൻ നസീറിനെ ഫാത്തിമടെ വീട്ടിൽ കൊണ്ടാക്കീട്ടുണ്ട്. ചെക്കൻ നന്നായി പേടിച്ചിട്ടുണ്ട്. അവൻ ഷബ്നടെ വിവരമറിഞ്ഞ് വന്നതാണേ. ഇവിടെ വന്ന് അടീം മേടിച്ചു."

ശ്രീജിത്തിന്റെ ഉള്ളിലെ ദേഷ്യം ശിവന് മനസ്സിലായി.എന്നാലും ഇന്നത്തെ ദിവസം ഒന്നിനും പോകണ്ടായെന്ന് അയാൾ വിചാരിച്ചു.

അസാധാരണ ദിവസങ്ങളിൽ അസാധാരണ സംഭവങ്ങളാണ് നടക്കുന്നത്

അസാധാരണമായ സംഭവങ്ങളെ സാധാരണ സംഭവങ്ങളായി കാണാൻ സാധിക്കുകയില്ല.

ഫെയ്സുബുക്കിലും വാട്സ്ആപ്പിലുമെല്ലാം മാധ്യമ നിരോധനത്തിനെതിരെയുള്ള പോസ്റ്റുകൾ വന്നു തുടങ്ങിയെന്ന് പ്രകാശ് പറഞ്ഞു. വീടുകളിലെ ചാനലുകളിൽ പരിപാടികൾ പോയതോടെ ആളുകൾ കൂടുതലായി വായനശാലയിലേക്ക് വന്നു തുടങ്ങി. എല്ലാവരും മൊബൈൽ ഫോണുകളിലേക്ക് കൂപ്പുകുത്തി. രാഷ്ട്രീയക്കാരുടേയും സെലിബ്രിറ്റികളുടെയും പ്രതിഷേധ പോസ്റ്റുകൾ ഓൺ ലൈൻ മാധ്യമങ്ങളിലും സോഷ്യൽ നെറ്റ് വർക്ക്കളിലും വന്നു കൊണ്ടിരിക്കുന്നു.

ടി വി ചാനലുകൾ നിലച്ചിരിക്കുന്നുവെന്ന് മോഹനേട്ടൻ വന്നു പറഞ്ഞു. കടയിൽ സ്ഥിരം ചാനല് വച്ചിരിക്കുന്ന ഒരാളാണ് മോഹനേട്ടൻ.

വായനശാലയുടെ വാട്സ് ആപ്പ് ഗ്രൂപ്പിലും പിള്ളേര് മാധ്യമ നിരോധനത്തിന്റെ വാർത്തയിട്ടിരിക്കുന്നതായി പ്രകാശ് പറഞ്ഞു.പ്രതിഷേധത്തിന്റെ അലകൾ എങ്ങും ആഞ്ഞുവീശുന്നു.

എല്ലാവരും വാട്സ്ആപ്പിലേയും ഫെയ്സ് ബുക്കിലേയും വാർത്തകളിലേക്കും പ്രതികരണത്തിലേക്കും മുങ്ങുന്നത് മോഹനേട്ടൻ കണ്ടു.

പെട്ടെന്ന് എല്ലാവരും സ്തഭംരായി പോകുന്നത് അവരുടെ മുഖഭാവങ്ങളിലൂടെയും നിശ്ചല വിരലുകളിലൂടെയും ശിവൻ കണ്ടു.

ശിവൻ പ്രതീക്ഷിച്ച പോലെ അതും സംഭവിച്ചിരിക്കുന്നു.

ഇന്റർനെറ്റും കട്ടായിരിക്കുന്നു.

27
പ്രാർത്ഥനകൾ നിലയ്ക്കുന്നു.

ഒരൊറ്റ തീപ്പൊരിക്ക്
കാട്ടുതീയായി പടരാൻ കഴിയും
-മാവോ സേ തുങ്

അഞ്ചു മണിയായപ്പോഴേക്കും അമ്പലത്തിൽ നിന്ന് ഭക്തർ അവര വരുടെ വീടുകളിലേക്ക് പോകാൻ തുടങ്ങി. രാവിലെ മുതൽ ഭജനയ്ക്കെന്നോണം വന്നിരിക്കുന്ന വൃദ്ധരായ ഭക്തർ അവരുടെ കാലുകളെ നിവർത്തി വെച്ച് തടവി തുടങ്ങി. കൈകാലുകൾ മരവിച്ച അവസ്ഥയിലേക്കു നീങ്ങി തുടങ്ങുന്നു. പ്രാർത്ഥനാഗീതികൾ അന്തരീക്ഷത്തിൽ മുഴങ്ങുന്നുണ്ട്.ഒരു കിലോമീറ്റർ അകലെയുള്ള പള്ളിയിൽ നിന്നുള്ള പ്രാർത്ഥനകളും അന്തരീക്ഷത്തിൽ ചെന്ന് ലയിക്കുന്നുണ്ട്.

കലികാലത്തിന്റെ ദുരിതങ്ങളെക്കുറിച്ച് പൂജാരിയും അമ്പലം കമ്മറ്റി പ്രസിഡൻറും സ്ഥലത്തെ പ്രധാന ജ്യോതിഷനുമെല്ലാം സംസാരിച്ചു കഴിഞ്ഞു.വെളിച്ചത്തെ രാക്ഷസന്മാർ വിഴുങ്ങിയേക്കാണെന്നും ആ ഇരുട്ടിൽ നിന്ന് പുറത്തു കടക്കാനുള്ള യുദ്ധമാണ് ഇപ്പോൾ ദേവന്മാരുടെ നേതൃത്വത്തിൽ നടക്കുന്നതെന്നുമെല്ലാം അവിടെ പറയുകയുണ്ടായി. രാവിലെ മുതൽ ഇരിക്കുന്ന കുട്ടികളെല്ലാം ക്ഷീണിച്ചു തുടങ്ങി.അവരേയും കൊണ്ട് അമ്മമാർ പോയി തുടങ്ങി. ഭക്തജനങ്ങൾ കുറഞ്ഞു തുടങ്ങി. ഇനി അധികനേരം പ്രാർത്ഥന തുടർന്നു കൊണ്ടു പോകുവാൻ പറ്റില്ലെന്ന് സെക്രട്ടറി, പ്രസിഡന്റിനോട് പറഞ്ഞു. പ്രാർത്ഥനാ യോഗം പിരിച്ചുവിടുന്നതായിരിക്കും ഉചിതമെന്നവർ തീരുമാനിച്ചു.

“പ്രിയ ഭക്തജനങ്ങളെ,രാവിലെ മുതലാരംഭിച്ച നമ്മുടെ പ്രാർത്ഥനാ യോഗം ഇവിടെ സമാപിക്കുകയാണ്. അന്ധകാര തിരസ്കരണി മന്ത്രമുപയോഗിച്ച് നാം നടത്തിയ പൂജകളും കീർത്തനങ്ങളുമെല്ലാം ഫലംകണ്ടു തുടങ്ങുവാൻ കുറച്ചു സമയമെടുക്കും. ഇപ്പോൾ ഭാ

രതത്തിൽ നടന്നുകൊണ്ടിരിക്കുന്ന യുദ്ധത്തിൽ തീർച്ചയായും നമ്മൾ വിജയിക്കുക തന്നെ ചെയ്യും. അന്ധകാരത്തെ, ഇരുട്ടിനെ, കറുപ്പിനെ തോല്പിച്ച് നമ്മൾ വെളിച്ചത്തെ, പ്രകാശത്തെ ,വെളുപ്പിനെ മുന്നിൽ കൊണ്ടുവരും. നമ്മൾ ഈ യുദ്ധത്തിൽ ജയിക്കും.ഈ പ്രാർത്ഥനാ യോഗത്തിൽ പങ്കെടുത്ത എല്ലാ ഭക്തർക്കും ആയുർ ആരോഗ്യ സൗഖ്യം ആശംസിക്കുന്നു. നന്ദി, നമസ്കാരം"

ആളുകളെല്ലാം പിരിഞ്ഞു പോയിരിക്കും. അമ്പലത്തിലെ ഗോശാലയിൽ നിന്നുള്ള പശുക്കളുടെ കരച്ചിൽ കേൾക്കുന്നുണ്ട്. അമ്മയെ കാണാത്തതിലുള്ള സങ്കടമായിരിക്കാം. പശുവിനെ തേടിപ്പോയ നന്ദനും സംഘവും വന്നെത്തിയിരിക്കുന്നു. അവർക്ക് പശുവിനെ കണ്ടെത്താൻ പറ്റിയില്ലെന്നും അന്വേഷണം മൂഴിക്കുളം പള്ളിയ്ക്കു സമീപത്തേക്ക് നീങ്ങിയിരിയ്ക്കാണെന്നും നന്ദൻ പറഞ്ഞു.പ്രസിഡൻറ് എല്ലാം തല കുലുക്കി സംസാരിച്ചു. അന്വേഷണ സംഘം അമ്പലത്തിനു പുറത്തു കടന്നു.

പള്ളിയിലെ പ്രാർത്ഥന കഴിഞ്ഞ് പോകുന്നവരോട് വർഗ്ഗീസ് സംസാരിച്ചു.

"അച്ചൻ ഇപ്പോഴും പ്രാർത്ഥനയിൽ തന്നെയാ വർഗീസേ... ഞങ്ങളൊക്കെ പോന്നു.രാവിലെ പോയി ഇരിക്കുന്നതാ. പ്രാർത്ഥിച്ച് പ്രാർത്ഥിച്ച് ഞാൻ മാറ്റുമെന്ന് പറഞ്ഞ് പച്ചവെള്ളം പോലും കഴിക്കാണ്ട് അച്ചൻ ഇരിക്കുവാ, നമുക്കൊക്കെ വീട്ടിപോവേണ്ടേ. ഞങ്ങൾ പോന്നു." ലിസി ചേച്ചി പറഞ്ഞു

"അച്ചനോട് നമുക്കെന്ത് പറയാനാ. പ്രാർത്ഥിക്കട്ടെയെന്ന് വിചാരിക്കാ.അതിൽ അവസാനിച്ചാൽ നന്ന് ' വർഗ്ഗീസ് അവരോട് പറഞ്ഞു.

"അല്ലാ, വർഗ്ഗീസേ ഇനി രാവ് പുലരില്ലേ?എന്താ ഇവിടെ നടക്കുന്നത്?"

വർഗ്ഗീസിന്റെ മറുപടി കാക്കാനൊന്നും നിക്കാതെ അവർ നടന്നു നീങ്ങി.

വർഗ്ഗീസ് ആ റോഡിൽ ഏകനായി നിന്നു.

ദിനേശനും കൂട്ടരും അപ്പോൾ ആലപ്പടിയിലേക്കു നടന്നു പോകുന്നുണ്ടായിരുന്നു.

ദിനേശൻ ഉറച്ച തീരുമാനത്തോടെ അവരോടു പറഞ്ഞു

"ജനാധിപത്യത്തിനും മനുഷ്യാവിഷ്ക്കാരത്തിനും ആവിഷ്ക്കാര സ്വാതന്ത്ര്യത്തിനുമെതിരേയുള്ള ഭരണകൂടത്തിന്റെ ഈ കൈയ്യേറ്റത്തെ നമുക്ക് കണ്ടില്ലെന്നു നടിക്കാനാവില്ല. നമുക്കെന്തെങ്കിലും

ചെയ്തേ മതിയാകൂ. നമ്മൾ മനുഷ്യരാണെങ്കിൽ എന്തെങ്കിലും പ്രതികരിക്കണം,പ്രതിഷേധിക്കണം."

"ദിനേശാ, ശരിയാ നമുക്കെന്തെങ്കിലും ചെയ്യണം. രാജ്യമെങ്ങും പ്രതിഷേധങ്ങൾ നടക്കുന്നുണ്ട്. ഉത്തരേന്ത്യയിലെ പല നഗരങ്ങളിലെയും ഗ്രാമങ്ങളിലെയും ദലിത്കോളനികളിൽ തീവെപ്പും ആക്രമണങ്ങളും നടക്കുന്നുണ്ട്. വാട്സ്ആപ്പിലും ഫെയ്സ് ബുക്കിലുമൊക്കെയല്ലേ ഈ വാർത്തകളൊക്കെ വരുന്നത്. ഇപ്പോ ദാ, ഇൻറർനെറ്റും കട്ടാക്കിയിരിക്കുന്നു. എന്തെങ്കിലും ചെയ്യണം ദിനേശാ '

ഹരിദാസിന്റെ പ്രതികരണത്തോട് എല്ലാവരും യോജിച്ചു.

ആലപ്പടിയിലെ വായനശാലയ്ക്കു മുമ്പിലെത്തിയപ്പോൾ അവിടെ ശ്രീജിത്ത് നില്പുണ്ടായിരുന്നു.

ശ്രീജിത്തിനെ കണ്ടപ്പോൾ ദിനേശൻ പറഞ്ഞു.

"നീ എന്റെ അനിയനെ കാണാനെന്നും പറഞ്ഞ് വീട്ടിലേക്ക് ഇനി വരണ്ടാട്ടാ. അതങ്ങ്ട് നിർത്തിയേര്. അവന് തല്ല് മേടിച്ചു കൊടുത്ത് വീട്ടിലിരുത്തിയപ്പോൾ നിനക്കൊക്കെ സമാധാനമായില്ലേ?"

ശ്രീജിത്തിന് ദിനേശന്റെ വർത്തമാനമത്ര പിടിച്ചില്ല. അവൻ തിരിച്ചു പറഞ്ഞു.

"നീ ഇവിടെത്തെ പാവപ്പെട്ട പിള്ളേരെയെല്ലാം നിന്റെ പാർട്ടിയിലാക്കി അങ്ങട് ഒലത്താമെന്നൊന്നും വിചാരിക്കണ്ടാ. അത് ഞങ്ങള് സമ്മതിക്കൂലാ. പിന്നെ നിന്റെ അനിയനെ കാണാൻ നിന്റെ സമ്മതമൊന്നും പാർട്ടിക്കാവശ്യമില്ലാ."

ദിനേശനും എന്തൊക്കെയോ പറഞ്ഞു.ശ്രീജിത്തും വിട്ടുകൊടുത്തില്ല. ബഹളം കേട്ട് വായനശാലയിലിരുന്നവർ അങ്ങോട്ടു ചെന്നു അവരെ മാറ്റി നിർത്താൻ ശ്രമിച്ചു. ബഹളം കേട്ടാണ് ശിവൻ അങ്ങോട്ട് ചെല്ലുന്നത്.ശ്രീജിത്തിന്റെ വെല്ലുവിളി ഇപ്പോൾ അന്തരീക്ഷത്തിൽ മുഴങ്ങുന്നുണ്ട്.ശിവന്റെ ഒറ്റ ഒച്ചയിൽ ശ്രീജിത്ത് നിശബ്ദനായി. അവനെ പിടിച്ചു വലിച്ച് വായനശാലയിൽ കൊണ്ട് ഇരുത്തി.ദിനേശനും പിള്ളേരും ഇറക്കത്തിലേക്ക് നടന്നു പോകുന്നത് ശിവൻ കണ്ടു. ജ്ഞാനദീപം വായനശാലയ്ക്കടുത്തുള്ള വഴിവിളക്ക് അപ്പോഴും കത്തിനിൽക്കുന്നുണ്ടായിരുന്നു.

28
അജ്ഞാത ജഡം

ഇന്നലെയോളമെന്തന്നറിഞ്ഞീലാ
ഇനി നാളെയുമെന്തെന്നറിഞ്ഞീലാ
ഇന്നിക്കണ്ട തടിക്കു വിനാശവു-
മിന്നനേരമെന്നേതു മറിഞ്ഞീല

-പൂന്താനം

കീഴേറ്റും പാടത്ത് ഒരു അജ്ഞാത ജഡം കിടക്കുന്നുവെന്ന് സുധാകരേട്ടനാണ് പറഞ്ഞത്. ഒടിയപ്പാടത്തു നിന്ന് കീഴേറ്റും പാടത്തേക്ക് തിരിയുന്ന ഭാഗത്താണ് ജഡം കിടക്കുന്നതെന്നും സുധാകരേട്ടൻ പറഞ്ഞ നിമിഷം വായനശാലയിലുള്ളവരെല്ലാം അങ്ങോട്ടു തിരിച്ചു. എന്താ പ്രശ്നമെന്നും ചോദിച്ച് വർഗീസും ആൾക്കൂട്ടത്തിന് പിന്നാലെ തിരിച്ചു. വർഗീസിന്റെ കൈയ്യിലിരുന്ന ടോർച്ച് ഇരുട്ടിനെ വെളിച്ചമാക്കി മാറ്റിക്കൊണ്ടിരുന്നു. ഇരുട്ടിൽ നീന്തുന്നതു പോലെ ഇവർ കീഴേറ്റുംപാടം ലക്ഷ്യമാക്കി നടന്നു.പടിഞ്ഞാറ് ഇരുട്ട് അതിന്റെ ശക്തി അറിയിക്കുമാറ് കൂടുതൽ കറുത്തതായി ശിവന് തോന്നി. ഈ ദിവസവും ഞങ്ങൾ കടന്നു പോകുമെന്ന് ശിവനെപ്പോലെ മറ്റുള്ളവർക്കും തോന്നിയിട്ടുണ്ടാകുമോ?

ഒടിയപ്പാടത്തെ സ്ട്രീറ്റ് ലൈറ്റുകൾ പലതും കത്തുന്നില്ല. പലരും പരാതിപ്പെട്ടിട്ടും അതു നന്നാക്കുവാൻ താനും തന്റെ പാർട്ടിയും ഇതുവരേയും ശ്രമിച്ചിട്ടില്ലല്ലോ എന്നോർത്ത് ഈ നിമിഷം ശിവന് കുറ്റബോധം തോന്നി. അവിടെ അധികം വീടില്ലാത്തതും ചുറ്റുപാടും പാടമായിരുന്നതുമൊക്കെ കാരണങ്ങളാകാം.കൂടാതെ അവിടെ താമസിക്കുന്നവരിൽ പലരും പാർട്ടിയിൽ ഇല്ലാത്തവരുമായിരിക്കാം.

ശിവന്റെ ചിന്തകളെ മുറിച്ചു കൊണ്ട് ശ്രീജിത്താണ് ആ സംശയമുന്നയിച്ചത്.

"ശിവൻ ചേട്ടാ, അമൽ... അവൻ മറ്റോയാണെങ്കിലോ? നാരായണേട്ടൻ... പുള്ളിയെ ആര് വിവരമറിയിക്കും"

“ഒന്ന് സംശയിക്കാതിരി ശ്രീജിത്തേ, കാണണേക്കു മുമ്പ് ഓരോന്നും പറയല്ലേ”

ഞാൻ ദേഷ്യത്താൽ അവനോട് പറഞ്ഞു

കിഴക്കുംപാടത്തേക്ക് നടക്കുമ്പോൾ ശിവൻ ആലോചിച്ചു.നാരായണേട്ടനും മോഹനേട്ടനും താനുമൊക്കെ അയിരൂർ, ഊഴം കവലയ്ക്കടുത്തെ സിനിമാ തിയറ്ററിലേക്ക് ഇതുവഴി മുമ്പേ പോയത്. എത്രയെത്ര സിനിമകളാണ് തങ്ങൾ കണ്ടുതീർത്തത്

വായനശാലയിലെ സ്ഥിരം സന്ദർശകനായിരുന്നു അമൽ. അവനുമായി തർക്കിക്കുന്നത് സ്ഥിരമായിരുന്നു.പാർട്ടി പ്രവർത്തനത്തിനൊന്നും കൂടാറില്ലെങ്കിലും വായനശാലയുടെ പരിപാടികളിൽ സജീവമായിരുന്നു.അമലിനെക്കുറിച്ചോർക്കുമ്പോൾ വല്ലാത്തൊരു വേദന ശ്രീജിത്തിന് അനുഭവപ്പെട്ടു.

കിഴക്കും പാടത്തെ കലുങ്കിനടുത്തായി ആളുകൾ കൂടിയിട്ടുണ്ടെന്ന് വർഗീസിന്റെ ടോർച്ച് കാണിച്ചു തന്നു. ടോർച്ചിന്റെ പ്രകാശത്തിന്റെ വട്ടത്തിൽ ജനങ്ങൾ കൂടി വന്നു.

തന്റെ സ്വത്വത്തെ ജനങ്ങൾക്കു മുമ്പിൽ തുറന്നുകാണിച്ച് വിനയൻ കൺ തുറുപ്പിച്ചു കിടക്കുന്നു.

വിനയൻ... വിനയൻ

ഒരു ഞെട്ടലോടെ ശിവൻ നിന്നു.

തെല്ലാശ്വാസത്തോടെ ശ്രീജിത്തും. അമൽ രക്ഷപ്പെട്ടല്ലോ എന്ന ആശ്വാസമാണോ അവന്റെ മുഖത്ത് ?

ആരൊക്കൊയോ ഇങ്ങനെയൊക്കെ പറയണ കേട്ടു .

“കഴിഞ്ഞ ദിവസം വരെ ഇവിടെണ്ടായിരുന്നല്ലോ. ഞാൻ സംസാരിച്ചിരുന്നതാണേ.കഷ്ടം, നല്ല പയ്യനായിരുന്നു.”

“അവന് രാത്രിയിലല്ലേ സഞ്ചാരം. ആരെക്കൊയോ വീട്ടിൽ വന്നു, പോണു.ആർക്കറിയാം എന്താ പറ്റിയെന്ന്? എതായാലും നല്ല നടപ്പായിരുന്നില്ലല്ലോ?”

”പല രാത്രികളിലും ഇവിടെ ഒരു പെണ്ണ് കറങ്ങാറുണ്ടായിരുന്നത്രേ. ഇവന് എന്തിന്റെ അസുഖാലേ. അമ്മ ചത്തുപോയില്ലേ.പിന്നെ എന്തും ആവാലേ. ആരു ചോദിക്കാൻ”

“എന്തൊരു സ്നേഹമായിരുന്നു ആ കുഞ്ഞിന്. കാണുമ്പോഴൊക്കെ,അമ്മാവാ ഭക്ഷണം കഴിച്ചോ, ചായ കുടിച്ചോ എന്നിങ്ങനെ ചോദിച്ചോണ്ടിരിക്കും.”

വായനശാലയിൽ പുസ്തകങ്ങൾ തെരഞ്ഞുകൊണ്ടിരിക്കുന്ന വി

നയന്റെ രൂപമാണ് ശിവന്റെ ഓർമ്മയിലൂടെയപ്പോൾ പോയ്ക്കൊണ്ടിരുന്നത്.

വിനയന്റെ ഓരോ ചോദ്യങ്ങളും ഉള്ളിൽ മുഴങ്ങിക്കൊണ്ടിരിക്കുന്നു. അതിനൊന്നും തനിക്ക് ഉത്തരങ്ങളില്ലായിരുന്നു. അല്ലെങ്കിലും ഉത്തരങ്ങളില്ലാത്ത ചോദ്യങ്ങളാണല്ലോ നല്ല ചോദ്യങ്ങൾ.അവർ നടന്നു നടന്നു ആലപ്പടിയിലെത്തി.

വർഗ്ഗീസിന്റെ ടോർച്ചിന്റെ പ്രകാശം വായനശാലയിലെ ആളുകളെ ദൃശ്യപ്പെടുത്തി.

വായനശാലയുടെ അടുത്തെത്തിയപ്പോൾ ശ്രീജിത്തിനോട് രാഹുൽ പറഞ്ഞു. 'ചേട്ടാ, ഉണ്ണി പാടത്ത് ബ്ലാക്ക്മാനെ കണ്ടെന്നോ മറ്റോ... ആളുകള് അതുമിതും പറയണ്ട. നമുക്കൊന്നും പോയാലോ. എന്താ സംഭവമെന്ന് അറിയാലോ"

ശിവന് അത് കേട്ടപ്പോൾ കലി വന്നു.

"നിങ്ങക്കൊക്കെ ഒരു പണീല്ലേടേ മക്കളെ. ബ്ലാക്ക്മാൻ, റിപ്പറ്, മണ്ണാങ്കട്ടാ..

ഇതൊക്കെ ഓരോ കാലത്തും ഉണ്ടാവും. അതൊക്കെ വിശ്വാസിച്ചു നടക്കുന്നവര് കുറച്ചു പേര് എല്ലാ നാട്ടിലുമൊക്കെയുണ്ടാകും. കഷ്ടം"

പകൽ വെട്ടത്താൽ കറുത്തവർ തന്നെയല്ലേ രാത്രിയിലും ബ്ലാക്ക് മാൻ ആകുന്നത്? മോഷണത്തിനോ അസാന്മാർഗിക പ്രവർത്തനങ്ങൾക്കോ ശ്രമിക്കുന്നവരുടെ കറുത്ത മുഖങ്ങൾ തന്നെയല്ലേ ബ്ലാക്ക്മാൻ ആകുന്നത്?

മോഷണം ഒരു കലയല്ലേ? ബ്ലാക്ക്മാൻ ആളുകളുടെ ധൈര്യത്തെയും മാനസികനിലകളെയും മോഷ്ടിക്കുന്നു; മതം അന്ധവിശ്വാസങ്ങളിലൂടെയും ആചാരങ്ങളിലൂടെയും ഭക്തരുടെ യുക്തിയെ മോഷ്ടിക്കുന്നു. ഭരണകൂടം വിശ്വാസങ്ങളിലൂടെ ജനതയുടെ ജനാധിപത്യത്തെയും. മോഷണം ഭരണകൂടത്തിന്റെ ഒരു തന്ത്രമാണ്. അധികാരം നിലനിർത്തുവാനുള്ള, ജനങ്ങളെ മെരുക്കുവാനുള്ള ഒരു തന്ത്രം. അങ്ങനെ വരുമ്പോൾ നമ്മുടെ സ്വപ്നങ്ങളെപ്പോലും മോഷ്ടിക്കുവാൻ ഭരണകൂടത്തിന് കഴിയുമോ?

29
സ്വപ്നത്തെ മോഷ്ടിക്കുന്ന ഭരണകൂടം

അനന്തമജ്ഞാതമവർണനീയ-
മീലോകഗോളം തിരിയുന്ന മാർഗം
അതിലെങ്ങാണ്ടൊരിടത്തിരുന്നു
നോക്കുന്ന മർത്ത്യൻ കഥയെന്തു കണ്ടു
-നാലപ്പാട്ട് നാരായണമേനോൻ

“ജനങ്ങളുടെ സ്വപ്നത്തെപ്പോലും മോഷ്ടിക്കാനും നിയന്ത്രിക്കാനും സാധിക്കുന്ന ഒരു ഭരണകൂടം വന്നാലെന്തായിരിക്കും. അങ്ങനെയൊക്കെ സാധിക്കുമോയെന്ന ശാസ്ത്രീയ ചിന്തകൾ ലോകത്ത് നടക്കുന്നുണ്ട്. ’

പ്രകാശിന്റെ ഈ സംഭാഷണത്തിന് ചെറിയോർത്ത് രാഹുലും വർഗീസും അവിടെയിരിപ്പുണ്ട്. വായനശാലയുടെ ചർച്ചയ്ക്ക് വീണ്ടും ഉഷാറ് കൂടുന്നു.പുതിയ തലമുറയിൽ വളരെ പ്രതീക്ഷയുണ്ടെന്ന് ശിവന് അപ്പോൾ തോന്നി. ചിന്തകൾ പോലുമില്ലാത്ത ഒരു തലമുറ അടിമത്തത്തിന് തുല്യമാണ്.

“ആളുകൾ ഉറങ്ങുമ്പോൾ അവരുടെ സ്വപ്നങ്ങളിൽ നിന്ന് ചിന്തകളും ആഗ്രഹങ്ങളുമൊക്കെ മോഷ്ടിച്ചെടുത്ത് ഭരണകൂടത്തിന് നമ്മെ നിയന്ത്രിക്കാനായാൽ, ഒന്നാലോചിച്ചു നോക്കൂ. എന്തായിരിക്കും അത്തൊരമൊരു അവസ്ഥ?” പ്രകാശിന്റെ ചിന്തകൾ അവിടെയാകെ പ്രകമ്പനം സൃഷ്ടിച്ചു.

അതുപോലെ തന്നെ ഒരാളുടെ മനസ്സിനെ നിയന്ത്രിക്കാനായാൽ, അയാളുടെ ചിന്തകളിലേക്കും സ്വപ്നങ്ങളിലേക്കും കടന്നു ചെന്ന് വരുതിയിലാക്കാൻ പറ്റില്ലേ? നമ്മൾ എങ്ങനെ ചിന്തിക്കണം, ഏത് സ്വപ്നം കാണണമെന്നൊക്കെ തീരുമാനിക്കാൻ പറ്റില്ലേ?എന്തൊരു അവസ്ഥയായിരിക്കുമത്.

ഒരാളുടെ സ്വപ്നത്തിനുള്ളിൽ മറ്റൊരു സ്വപ്നം ഇൻസ്റ്റാൾ ചെയ്

ത് അയാളുടെ ചിന്തയെ നമുക്കു അനുകൂലമാക്കാൻ പറ്റിയാൽ ... ആ ലോചിച്ചു നോക്കൂ. ഈ വിചിത്രമായ ചിന്ത സാധ്യമായാൽ കോർപ്പറേറ്റുകളും ഭരണകൂടവുമെല്ലാം എന്തായിരിക്കും ചെയ്യുന്നത്? സ്വപ്നങ്ങളെ ഇൻസ്റ്റാൾ ചെയ്യുകയും ഡൗൺലോഡ് ചെയ്യുന്നതുമായ ഒരു സ്ഥാപനം നിലവിൽ വന്നാൽ?പടിപടിയായി സമ്പന്നനായി മാറിക്കൊണ്ടിരിക്കുന്ന ഒരു വ്യവസായിയുടെ സ്വപ്നത്തിൽ ചെന്ന് അയാളുടെ സ്വപ്നത്തെ റിമേക്ക് ചെയ്ത് ,അയാളെ ദരിദ്രനാക്കിയാലോ? ഇങ്ങനെയൊക്കെ സംഭവിക്കുമോ? ശിവന്റെ ചിന്തകൾ ഇങ്ങനെയൊക്കെ കടന്നു പോയി.

പ്രകാശ് ഒരു കഥ പറഞ്ഞു. ബാറ്റിൽ ഓഫ് മെമ്മറീസ് എന്ന ചൈനീസ് സിനിമയുടെ കഥ.

“സയൻസ് ഫിക്ഷൻ ക്രൈം ത്രില്ലർ രീതിയിൽ ചിത്രീകരിക്കപ്പെട്ട സിനിമയുടെ കഥ നടക്കുന്നത് 2025 ലാണ്. മനുഷ്യൻ പുതിയ ഒരു ടെക്നോളജി കണ്ടു പിടിച്ചിരിക്കുന്നു. ഒരു മെഷീൻ, എന്താണതിന്റെ പ്രത്യേകത ? തങ്ങളുടെ വികാരങ്ങളെ തലച്ചോറിൽ നിന്നും നീക്കം ചെയ്തു സെക്വറായി സൂക്ഷിച്ചു വയ്ക്കാനുംവേണ്ടി വന്നാൽ അത് തിരിച്ചു റീസ്റ്റോർ ചെയ്യാനും കഴിയുന്ന ഒരു മെഷീൻ. കഥാനായകനായ ജിയാങ് ഫെങ്ങ് ഒരു പ്രശസ്ത നോവലിസ്റ്റാണ്. അയാൾ തന്റെ ഭാര്യയുമായി ഡൈവോഴ്സ് ചെയ്യുന്നതു മൂലം അവളുമായുള്ള ഓർമകൾ നീക്കം ചെയ്യാനായി പോകുന്നു. പിന്നീട് തിരിച്ചുവന്ന ഫെങ്ങിന്റെ അസാധാരണമായ പെരുമാറ്റം കണ്ടു ഡൈവോഴ്സ് പേപ്പറിൽ ഒപ്പിടണമെങ്കിൽ ആ ഓർമ്മകൾ റീസ്റ്റോർ ചെയ്തേ മതിയാവൂവെന്ന് അയാളുടെ ഭാര്യ ആവശ്യപ്പെടുന്നു.”

പണ്ട് ഇതുപോലെ വേറൊരു സിനിമ പുറത്തു വന്നിട്ടുണ്ടെന്ന് ശിവൻ ഓർത്തു

നാഗിഷഒഷിമയുടെ ‘ഡെത്ത് ബൈ ഹാഗിംങ്ങ്’ എന്ന സിനിമയിൽ രണ്ടു സ്ത്രീകളെ റേപ്പ് ചെയ്തു കൊന്ന കൊറിയൻ യുവാവിനെ ജപ്പാനീസ് സർക്കാർ തൂക്കിക്കൊല്ലാൻ തുടങ്ങുന്ന രംഗമാണ് മനസ്സിലുള്ളത്. അയാളെ തൂക്കിക്കൊല്ലാൻ ശ്രമിക്കുന്നു, പക്ഷേ അയാൾ മരിക്കുന്നില്ല. അയാളുടെ ഓർമ്മയും പോയിരിക്കുന്നു. രണ്ടാമത് തവണ തൂക്കുവാൻ അയാളുടെ ഓർമ്മയെ വീണ്ടെടുക്കേണ്ടതുണ്ട്.തെറ്റ് ചെയ്ത ആളാണെന്ന അയാളുടെ ഓർമ്മയെ വീണ്ടെടുക്കുവാൻ പഴയ സംഭവങ്ങൾ അവിടെ കൂടിയിരുന്നവരെല്ലാം പുനരവതരിപ്പിക്കുന്നു. ഓർമ വലിയൊരു സംഭവം തന്നെയല്ലേ. ഒരാളുടെ ഓർമ്മ നശിച്ചാൽ

പിന്നെ അയാളില്ലാല്ലോ.

പ്രകാശിന്റെ കഥ തുടരുകയാണ്.

"ഓർമ്മകൾ റീസ്റ്റോർ ചെയ്തു വന്ന ഫെങ്ങ് വളരെ വ്യത്യസ്തമായ അനുഭവങ്ങൾ തനിക്കുണ്ടെന്ന് മനസ്സിലാക്കുന്നു. തന്റെ ഓർമ്മകളിൽ പുതിയൊരു സംഭവം കടന്നു വരുന്നു. അതെന്താണെന്ന് ഫെങ്ങിന് മനസ്സിലാകുന്നില്ല. ഈ സംഭവവുമായി ബന്ധപ്പെട്ട് നായകൻ പോലീസ് സ്റ്റേഷനിലെത്തി, അതായത് ഭാര്യ പ്രശ്നങ്ങളുണ്ടാക്കിയപ്പോൾ നായകൻ ജയിലിലായി. സ്റ്റേഷനിൽ വെച്ച് കണ്ട തെളിയാത്ത ഒരു കൊലപാതക കേസിലെ ഒരു പെൺകുട്ടിയുടെ ഫോട്ടോ ഇയാളിൽ ഒടക്കി. താൻ സ്വപ്നത്തിൽ കാണുന്ന പെൺകുട്ടി ഇത് തന്നെയല്ലേ. പിന്നീട് ഈ കേസ് തെളിയിക്കാൻ നായകൻ പോലീസുകാരുടെയൊപ്പം ചേരുന്നതാണ് കഥയുടെ ത്രില്ലർ"

ഓർമകളെ മുൻനിർത്തിയുള്ള ഒരന്വേഷണമാണല്ലോ ഈ സിനിമ.

വിനയന്റെ ഓർമ്മകളിലേക്ക് പോലീസ് നടത്തുന്ന അന്വേഷണങ്ങൾ എന്തൊക്കെ കാര്യങ്ങളായിരിക്കും പുറത്തു കൊണ്ടുവരിക? വിനയന് ജീവിക്കാൻ പറ്റിയ സാഹചര്യങ്ങളായിരുന്നുവോ ഇവിടെയുണ്ടായിരുന്നത്?

അവന്റെ സ്വപ്നങ്ങളെ ആരെങ്കിലും കണ്ടിരുന്നോ? അതോ ആ സ്വപ്നങ്ങളെ തല്ലിക്കൊഴിച്ചുവോ ?

30
രാഷ്ട്രത്തിൽ കലാപം നടക്കുന്നു

അകലെച്ചെമ്മാനച്ചക്രവാളത്തി-
ലരിവാളമ്പിളി വെൺകതിർ വീശി
-പി.ഭാസ്കരൻ

ദിനേശനും കൂട്ടുകാരും കോളനിയ്ക്കടുത്തുള്ള അടഞ്ഞ പെട്ടിക്കടയുടെ മുമ്പിൽ ഇരിക്കുകയാണ്. വേലായുധേട്ടന്റെ പെട്ടിക്കടയാണ്. മുറുക്കാനും സിഗരറ്റും ബീഡിയും സോഡയും മിഠായിയുമൊക്കെയാണ് അവിടെ വില്ക്കുന്നത്. ഒരു കാലിനും കൈയ്ക്കും ജന്മനാസ്വാധീനമില്ലാത്ത വേലായുധന് നാട്ടുകാരും പഞ്ചായത്തുമൊക്കെ സഹായിച്ചാണ് ഈ പെട്ടിക്കട ഇട്ടു കൊടുത്തത്.നാലഞ്ചു പേർക്ക് പെട്ടിക്കടയുടെ ഒരു വശത്ത് ഇരിക്കാനുള്ള സെറ്റപ്പും അവിടെയുണ്ട്.

"ഭരണകൂടം ഇന്ത്യയിലെങ്ങും മാധ്യമ നിരോധനവും സഞ്ചാരസ്വാതന്ത്ര്യവു നിഷേധിച്ചതിന്റെ പേരിൽ പല രാഷ്ട്രീയക്കാരും മനുഷ്യാവകാശ പ്രവർത്തകരും നഗരങ്ങളിലും ഗ്രാമങ്ങളിലും പ്രതിഷേധത്തിലാണ്.ഗുജറാത്തിലെ ദലിത് എം.എൽ.എ സുസ്മഷ് മേവാനി, ജെ.എൻ.യുവിലെ വിദ്യാർത്ഥി നേതാവ് അബ്ദുൾ ഖാലിദ്, ആദിവാസി ആക്ടിവിസ്റ്റ് ബോണി ബാംസുരി ,ബോംബെ ഹൈകോടതി ജഡ്ജിയായിരുന്ന മാധവ് പാട്ടിൽ എന്നിവരെയൊക്കെ പോലീസ് അറസ്റ്റു ചെയ്തിരിക്കുകയാണ്. അവരുടെ കുടുംബാംഗങ്ങളെ വീട്ടുതടങ്കലിലാക്കിയിരിക്കുന്നുവെന്നും വാട്ട്സ്ആപ്പിൽ കാണുന്നു. ഇതൊക്കെ ഉച്ചയ്ക്കു മുമ്പേ വന്ന വാർത്തകളാണ്.ഇപ്പോൾ എന്തൊക്കെയാണാവോ അവിടെ നടക്കുന്നത്?"

മനോജ് തന്റെ സംശയം ഉന്നയിച്ചു.

" ദലിതുകൾക്കും മുസ്ലിംകൾക്കു നേരെയുള്ള ആൾക്കൂട്ട ആക്രമണങ്ങളും അവിടെയിപ്പോൾ നടക്കുന്നുണ്ടെന്നായിരുന്നു വാർത്തകളിൽ വന്നിരുന്നത്. ദലിതുകളെ സവർണ്ണ ഹിന്ദുത്വവാദികൾക്ക് കൂടെ കൂട്ടാൻ

സാധിക്കാത്തതിന്റെ രോഷവും അവർ ഈ സന്ദർഭത്തിൽ പ്രകടിപ്പി ക്കുന്നുണ്ട്. കോളനികളിലെ വീടുകളെല്ലാം തല്ലിതകർക്കുന്നതിന്റെ ദൃ ശ്യങ്ങൾ നിങ്ങൾ കണ്ടില്ലേ?എന്തൊരു അന്യായമാണവിടെ നടക്കുന്ന ത്.ഭരണകൂടവും അക്രമികളും തമ്മിലുള്ള കൂട്ടുക്കെട്ടാണവിടെ നടക്കു ന്നത്. പലരെയും മാവോവാദികളെന്നു പറഞ്ഞാണ് അറസ്റ്റു ചെയ്യുന്ന ത്.ഇന്ത്യയിലെ ഈ അസാധാരണ ദിവസത്തിൽ ജനാധിപത്യപരമായ ഒരവകാശവും ജനങ്ങൾക്ക് ഭരണകൂടം നൽകുന്നില്ലായെന്നതാണ് ഇ വിടെ നമ്മൾ ഓർക്കേണ്ടത്."

ദിനേശൻ പറഞ്ഞു.

"ദിനേശൻ ചേട്ടാ, അവിടെയൊക്കെ അറസ്റ്റിലായ മറ്റുള്ളവരുടെ ബയോഡാറ്റ ഞാനെടുത്തു നോക്കിയിരുന്നു. അറിവും നല്ല ജോലി യുമൊക്കെയുള്ളവർ.

ഒരാള് തെലുങ്കിലെ വലിയൊരു കവി ജഗദീഷ് റാവു. അദ്ധ്യാപക നും സാമൂഹ്യ പ്രവർത്തകനുമായ ജഗദീഷ് 21-മത്തെ വയസിൽ അ റിയപ്പെടുന്ന കവിയായി മാറിയിരുന്നു. തെലുങ്കു സാഹിത്യത്തിലെ എംഎ ബിരുദത്തിനു ശേഷം കോളേജ് അധ്യാപകനായി മാറിയ അ ദ്ദേഹം ഭരണകൂടത്തിന്റെ കടുത്ത വിമർശകനുമായിരുന്നു. സാധാര ണക്കാരുടെ കൂടെ എപ്പോഴും നിന്നിരുന്ന അദ്ദേഹം അടിയന്തിരാവ സ്ഥ കാലത്ത് ജയിലിൽ കിടന്നിട്ടുണ്ട്. ഇന്ന് അദ്ദേഹത്തെ അറസ്റ്റ് ചെയ്തതായി റിപ്പോർട്ടുണ്ട്.

ഉത്തം ഖാലിദ് എന്ന രാജ്യാന്തര പത്രപ്രവർത്തകനെയും രാജ്യ സുരക്ഷയുമായി ബന്ധപ്പെട്ട് മുൻകൂറായി വീട്ടുതടങ്കലിലാക്കിയെന്ന റിപ്പോർട്ടും കാശ്മീരിൽ നിന്ന് വന്നിട്ടുണ്ട്. ഡൽഹി ആസ്ഥാനമായു ള്ള ഡമോക്രാറ്റിക് സെക്കുലർ പാർട്ടിയുടെ നേതാവായ ഉത്തം ഖാ ലിദ് കാശ്മീരിലെ മനുഷ്യാവകാശ പ്രവർത്തനങ്ങൾക്കു വേണ്ടി മു ന്നിട്ടിറങ്ങുന്ന ആളാണ്. കാശ്മീരിലെ അദ്ദേഹത്തിന്റെ വീട്ടിലാണ് പ ട്ടാളം വളഞ്ഞിരിക്കുന്നത്.ഇന്ത്യൻ സ്വാതന്ത്ര്യ സമരത്തിൽ പങ്കെടുത്ത പാരമ്പര്യമുള്ള വീടാണ് അദ്ദേഹത്തിന്റേത്. സ്വാതന്ത്ര്യ സമരത്തിൽ പ ങ്കെടുത്ത മുത്തച്ഛൻ ഇപ്പോൾ അങ്ങ് പരലോകത്തു നിന്ന് തന്റെ മക ന്റെ മകന്റെ അവസ്ഥയെ എങ്ങനെയായിരിക്കും നോക്കി കാണുക?

കൂടാതെ ഛത്തീസ്ഗഡിലെ അറിയപ്പെടുന്ന മനുഷ്യാവകാശ പ്ര വർത്തകയായ മധുമിത ഭരദ്വാജിനെയും പോലീസ് അറസ്റ്റു ചെയ്തി ട്ടുണ്ട്. അഭിഭാഷകയായ അവർ ആദിവാസികളുടേയും ദലിതരുടേയും ഭൂ അവകാശം, തൊഴിൽ വേതനം, വിദ്യാഭ്യാസം എന്നീ വിഷയങ്ങ

ളിൽ സജീവമായി ഇടപ്പെട്ടുകൊണ്ട് പല സമരങ്ങളും നടത്തിയിട്ടുണ്ട്. ആദിവാസി മേഖലകളിൽ പട്ടാളം ഇന്നു നടത്തിയ ആക്രമണങ്ങളിൽ അവരുടെ കുടിലുകൾ കത്തിനശിച്ചിട്ടിട്ടുണ്ട്.നാലഞ്ചു പേരെ കാണാതായിട്ടുണ്ട്. കാണാതായവർ കൊല്ലപ്പെട്ടിരിക്കാനാണ് സാധ്യത. ഭരണകൂടത്തിന് പട്ടാളത്തിനെ ഉപയോഗിച്ച് ഇവരെ അവിടെ നിന്ന് കുടിയൊഴിപ്പിക്കാനുള്ള നല്ലൊരു അവസരമായിട്ടാണ് ഈ ദിവസത്തെ ഉപയോഗിക്കുന്നത്. മധുമിതയുടെ പ്രതിഷേധപ്രകടനത്തെ പട്ടാളം അടിച്ചോടിച്ചതിന്റെ ദൃശ്യങ്ങൾ ചില ഓൺലൈൻ ചാനലുകളിൽ കാണിച്ചിരുന്നുവെന്നു പറയുന്നു. ഏതായാലും ഇനി ആ ദൃശ്യങ്ങളൊന്നും ആരും കാണുകയില്ല. ഇന്ത്യ എന്തൊരു അവസ്ഥയിലേക്കാണ് പോയിക്കൊണ്ടിരിക്കുന്നത്? മനുഷ്യർക്കു വേണ്ടി സംസാരിക്കുന്നവരെ നക്സലൈറ്റാക്കി, ദേശവിരുദ്ധരാക്കി അറസ്റ്റ് ചെയ്യുക.

എന്തെങ്കിലും ചെയ്യണം

നമ്മൾ ഇതിനെതിരെ പ്രതിഷേധിക്കണം

മനോജിന്റെ രോഷ പ്രകടനത്തിന്റെ ഊർജ്ജം മറ്റുള്ളവര് ലേക്കും എത്തി.

“അതെ, നമുക്ക് പ്രതിഷേധിക്കണം. ഇവരെ കൂടാതെ നാഗ്പൂരിലെ ഇന്ദോര ചേരിയിൽ ജനിച്ച ഗജേന്ദ്ര സിംങ്ങിനെ മാവോവാദി ബന്ധം ആരോപിച്ച് അറസ്റ്റു ചെയ്തിട്ടുണ്ട്. ദലിത് ആക്ടിവിസ്റ്റും അഭിഭാഷകനുമായ അദ്ദേഹം ചെയ്ത തെറ്റ് എന്താണ്? പൈസയൊന്നും വാങ്ങാതെ ദലിതരുടെ അവകാശങ്ങൾക്കു വേണ്ടി നിലകൊണ്ടതോ? യു.എ.പി.എ, വനാവകാശം, പട്ടികജാതി, പട്ടികവർഗ അതിക്രമ പ്രതിരോധ നിയമം എന്നിവയിൽ വിദഗ്ധനായ ഗജേന്ദ്രനെ ഭരണകൂടത്തിനും അവിടെത്തെ കോർപ്പറേറ്റുകൾക്കും എന്നും ഭയമായിരുന്നു. ഇന്നവർ അവസരം പാത്തിരുന്ന് അദ്ദേഹത്തെ അറസ്റ്റു ചെയ്തു.

എന്തിന്?

എന്തിന്?

നീതി നിഷേധിക്കപ്പെടുന്നവർക്കൊപ്പം നിൽക്കുന്നത് തെറ്റാണോ?

നമ്മുടെ രാഷ്ട്രപിതാവല്ലേ നമുക്ക് വഴികാട്ടി?.

അംബേദ്കറല്ലേ നമ്മുടെ വെളിച്ചം?

നമുക്ക് പ്രതിഷേധിക്കണം”

ദിനേശൻ ഉച്ചത്തിൽ പറഞ്ഞു

നമുക്ക് പ്രതിഷേധിക്കണം

അവർ ഉച്ചത്തിൽ പറഞ്ഞു.

അന്ധകാരത്തെ തുടച്ചു മാറ്റുവാൻ ആവശ്യമായ ഊർജ്ജം അപ്പോൾ അവരിൽ നിന്ന് അവിടെ പരക്കുന്നുണ്ടായിരുന്നു.

അവർക്ക് വഴികാട്ടിയായി ആകാശത്ത് അപ്പോൾ നീല നക്ഷത്രം കാണപ്പെട്ടു. അന്ധാകാരം കൊണ്ട് അവരാരും അത് കണ്ടില്ല

31
ആലപ്പടിയിലെ പ്രതിഷേധം

കൊടിയദുഷ്പ്രഭുത്വത്തിൻ തിരുമുമ്പിൽ
തലകുനിക്കാത്ത ശീലമെൻ യൗവനം
വഴിമുടക്കുന്ന മാമൂൽത്തലകളെ
പിഴുതെടുക്കുന്ന ശീലമെൻ യൗവനം
–സുബ്രഹ്മണ്യൻ തിരുമുമ്പ്

വായനശാലയുടെ മുമ്പിലെ സ്ട്രീറ്റ് ലൈറ്റ് കെട്ടുപോയത് അവരിൽ ഭയം പടർത്തി.

വർഗ്ഗീസ് തന്റെ ടോർച്ച് തെളിച്ച് കിഴക്കോട്ട് നോക്കി. കൂരാകൂരിരുട്ടിൽ തന്റെ ടോർച്ചിന്റെ വെളിച്ചം അകലെത്തെ ദൂരമളന്നു.

എല്ലാ വഴിവിളക്കുകളും കെട്ടിരിക്കുന്നു. ടി വി ചാനലുകൾ, ലാൻഡ് ഫോൺ, ഇന്റർനെറ്റ് എന്നിവയെല്ലാം നിലച്ചിരിക്കുന്നു.

അകലെ നിന്ന് റേഡിയോയുടെ ശബ്ദം കേൾക്കുന്നുണ്ട്.

സമയം ഏഴു മണിയോടടുക്കുന്നു.

എല്ലാവരും ചർച്ച അവസാനിച്ചെന്ന മട്ടിൽ ഇരിക്കുന്നു.

വായനശാലയ്ക്കു മുമ്പിലെ ആ വഴിവിളക്കും കെട്ടപ്പോൾ അവരിലെ പ്രതീക്ഷയും അണഞ്ഞുവോ? നിശബ്ദത അവിടെ വികസിച്ചു വരുകയായിരുന്നു.

ആ നിശബ്ദതയിൽ അങ്ങകലെ നിന്നുള്ള റേഡിയോ വാർത്ത അവർ ശ്രദ്ധിച്ചു.

രാഷ്ട്രമെങ്ങും കലാപം പൊട്ടിപ്പുറപ്പെട്ടിരിക്കുന്നുവെന്ന്.എങ്ങും വെട്ടും കുത്തും കത്തിക്കലുമെല്ലാമെന്ന്. പട്ടാളം രാജ്യത്തിന്റെ പല സ്ഥലങ്ങളിലും റോന്തുചുറ്റുന്നുവെന്ന്. പ്രതിപക്ഷ നേതാക്കളിൽ ചിലരെ വീട്ടുതടങ്കലിലാക്കിയിരിക്കുന്നുവെന്ന്.രാജ്യത്ത് അടിയന്തിരാവസ്ഥയാണ് ഭരണകൂടം പ്രഖ്യാപിച്ചിരിക്കുന്നതെന്ന പ്രതിപക്ഷ നേതാക്കളുടെ പ്രസ്താവനയാണ് അവരെ തടങ്കലിലാക്കാൻ കാരണമെന്നും വാർ

ത്തയിൽ പറയുന്നു. വാർത്തയുടെ ഇടയ്ക്ക് വെച്ച് അതും കെട്ടുപോയ തരത്തിലുള്ള ബിപ്പ് ബിപ്പ് ശബ്ദം കേൾക്കുന്നു. പിന്നെ കുറച്ചു നേരത്തേക്ക് ഇരമ്പൽ കേട്ടു.ഇരമ്പൽ പോലും സശ്രദ്ധയോടെ ആ വായനശാല കേട്ടു നിന്നു.ആലപ്പടിയിൽ പണ്ടുണ്ടായിരുന്ന ആലയിലെ ശബ്ദത്തെ ശിവൻ അപ്പോൾ ഓർത്തു. കൂരിരുട്ട് സൃഷ്ടിച്ച നിശബ്ദതയിൽ റേഡിയോവിലൂടെ പുറത്തു വന്നു കൊണ്ടിരുന്ന ഒരു ഇരമ്പൽ പോലും അവരിൽ ചിലരിൽ ഒരു ഭീതി ഉണ്ടാക്കിയിരുന്നു. ഇപ്പോൾ ആ ഇരമ്പലും നിലച്ചിരിക്കുന്നു. അഗാധമായ നിശബ്ദത. കൂരിരുട്ടിനെ വെല്ലുന്ന നിശബ്ദത. പടിഞ്ഞാറ് ഇരുട്ട് കൂടി കൂടി വരുന്നു. അടുത്തെങ്ങും ലോകം ഉണരില്ലെന്ന പ്രഖ്യാപനം പോലെ.

ആരോ വായനശാലയിലെ മേശവലിപ്പിൽ നിന്നൊരു കുഞ്ഞു മെഴുകുതിരിയെടുത്തു കത്തിച്ചു. പെട്ടെന്ന് എല്ലാവരുടേും മുഖം പ്രകാശിച്ചു.ഒരു മെഴുകുതിരി നാളത്തിന് ഇത്രയധികം ആളുകളിൽ വെളിച്ചം വിതറാൻ സാധിക്കുമെന്ന് അതു പോലും വിചാരിച്ചിട്ടുണ്ടാവില്ലായെന്ന് ശിവൻ ഓർത്തു.

എത്ര ചരിത്ര ഘട്ടങ്ങളിലൂടെ കടന്നുപോയിരിക്കുന്ന വായനശാലയാണിത്. സ്വാതന്ത്ര്യ സമരം, സവർണ്ണ ജന്മിമാരുടെ ആക്രമണം, അടിയന്തിരാവസ്ഥ, എന്നിങ്ങനെ എത്രയെത്ര പ്രശ്നങ്ങളെയാണ് ജ്ഞാനദീപം വായനശാല നേരിട്ടത്. ജന്മിമാർ വായനശാല കത്തിച്ചെട്ടും ഒരു ഫീനിക്സ് പക്ഷിയെപ്പോലെ വീണ്ടും ഉയർത്തെഴുന്നേറ്റില്ലേ? അടിയന്തരാവസ്ഥയിൽ വായനശാല തല്ലിതകർത്തിട്ടും പുസ്തകങ്ങൾ കൂട്ടിയിട്ട് കത്തിച്ചിട്ടും വായനശാല വീണ്ടും പൂർവ്വാധികം ശക്തിയോടെ തിരിച്ചുവന്നില്ലേ? ആലപ്പടി ആലയിൽ കുരുത്തതാണ്. ഇപ്പോഴും ഇവിടെ തീ അണയാതെ ഇരിക്കുന്നുണ്ട്. ഇന്ത്യയിലെങ്ങും പ്രതിഷേധക്കാരെ അറസ്റ്റു ചെയ്തു കൊണ്ടിരിക്കുന്നു. ജയിലിലിലടയ്ക്കുന്നു .വീട്ടുതടങ്കലിലാക്കുന്നു. വീടുകൾ കത്തിക്കുന്നു, കൊള്ളയടിക്കുന്നു. പട്ടാളം പലയിടത്തും അധികാര വാഴ്ച നടത്തുന്നു. എന്താണ് സംഭവിച്ചുകൊണ്ടിരിക്കുന്നത്? ഈ അസാധാരണ ദിവസം ഇനിയും തുടരുമോ? ശിവന്റെ ഓർമ്മകൾ ഇങ്ങനെ സഞ്ചരിക്കുമ്പോഴാണ് അകലെ നിന്ന് ഒരു വെളിച്ചവും ശബ്ദവും കേട്ടത്.

ദിനേശനും കൂട്ടരും പന്തംകൊളുത്തി പ്രകടനജാഥ നടത്തിക്കൊണ്ടു വരുന്നു. അഞ്ചോ ആറോ പേരുണ്ടെന്നു തോന്നുന്നു. അതെ, ആറ് പേരുണ്ട്. അവർ ഉച്ചത്തിൽ വിളിച്ചു പറയുന്നുണ്ട്.

"ആവിഷ്ക്കാര സ്വാതന്ത്ര്യം സിന്ദാബാദ്

ഫാസിസ്റ്റ് ഭരണകൂടം മൂർദ്ദാബാദ് '

അവരുടെ മുദ്രാവാക്യം നിശബ്ദത മുറിച്ചു കൊണ്ട് ആകാശത്തിൽ അലയടിച്ചുക്കൊണ്ടിരുന്നു.

ദിനേശന്റെ മുദ്രാവാക്യം എല്ലാ അതിരുകളേയും തകർക്കുന്നതായിരുന്നു. ആ ശബ്ദത്തിന് അഞ്ചു പേരേ മാത്രമല്ലാ അതിലധികം പേരെയും ആകർഷിക്കുവാനുള്ള ശക്തിയുണ്ട്. അവൻ മുന്നോട്ടു വയ്ക്കുന്ന ആശയത്തെ മുഴുവൻ ഉൾക്കൊള്ളാനുള്ള ശക്തി ആ ശബ്ദത്തിൽ കേൾക്കുന്നുണ്ട്. ഇരുട്ട് ഒരു നിമിഷം അപ്രത്യക്ഷമായപ്പോലെ തോന്നി.

ഇരുട്ടിനെ വെളിച്ചമാക്കുന്ന, നിശബ്ദതയെ ശബ്ദായമാക്കുന്ന ഈ രാസപ്രക്രിയയെ ഏവരും അത്ഭുതത്തോടെ നോക്കി.

വായനശാലയിലെ മെഴുകുതിരി നാളം വലുപ്പം പൂണ്ടു.

വെളിച്ചം പന്തത്തോടു ലയിച്ചു.

അവരുടെ പ്രതിഷേധത്തെ തടങ്കലിലിടാനെന്നോണം രണ്ടു പട്ടാള വാഹനങ്ങൾ അവിടേക്ക് ഇരമ്പിയെത്തി. ഒരു ഞൊടിയിടെ ആറു പേരെയും പെറുക്കിയെടുത്ത് ആ വാഹനം അപ്രത്യക്ഷമായി. ഒരു സ്വപ്നമെന്നോണം ഞങ്ങൾ തരിച്ചുനിന്നു.

32
ജ്ഞാനദീപം വായനശാല

ഒരു വേള പഴക്കമേറിയാ-
ലിരുളും മെല്ലെ വെളിച്ചമായ് വരാം
-കുമാരനാശാൻ

വായനശാലയിലെ മെഴുകുതിരി വെട്ടത്തിൽ ഞാനും ശ്രീജിത്തും വർഗീസും ഇരിക്കുമ്പോഴാണ് മോഹനേട്ടനും സുധാകരനും കൂടി അങ്ങോട്ടു വരുന്നത്. അവർ വന്ന് വായനശാലയിലെ ബഞ്ചിലിരുന്നു. എന്താണ് സംസാരിക്കേണ്ടത്, ആരാണ് തുടങ്ങേണ്ടത് എന്നറിയാതെ ഞങ്ങൾ കുറച്ചു നേരം എങ്ങോട്ടോ നോക്കിയിരുന്നു.

"ഒരു ജാഥ പോലും നടത്താനാവാത്ത സ്ഥിതിയിലായല്ലോ മോഹനേട്ടാ കാര്യങ്ങൾ"

ശിവൻ പറഞ്ഞു.

"പ്രതിഷേധിക്കാനുള്ള അവകാശം പോലും നമുക്കു നഷ്ടപ്പെട്ടോ?"

ശിവന്റെ ചോദ്യത്തിനുത്തരമൊന്നും അവിടെയുണ്ടായില്ല

പക്ഷേ, എല്ലാവരിലും പ്രതിഷേധത്തിന്റെ കനലെരിയുന്നുണ്ടായിരുന്നു.

"പട്ടാളമാണ് ഇറങ്ങിയിരിക്കുന്നത്. സംസ്ഥാനത്തിന്റെ അധികാരം പോയിക്കൊണ്ടിരിക്കുന്നുവെന്നാണ് അതിനർത്ഥം."

സുധാകരേട്ടന്റെ സംഭാഷണത്തിന് ശ്രീജിത്താണ് മറുപടി പറഞ്ഞത്.

"എന്തായാലും ദിനേശനെ കൊണ്ടുപോയത് നന്നായി. അവന്റെ തൊല്ലയങ്ങ്ട് ഒഴിവായല്ലോ. നാശം."

ശിവന് അവന്റെ മറുപടി അത്ര രസിച്ചില്ല.

"നിനക്ക് അവനെ ശത്രുവായി മാത്രം കാണാനേ പറ്റുന്നുള്ളോ?"

അവനും കൂട്ടരുമൊക്കെ ഉണ്ടാക്കിയ ആ പ്രതിഷേധം പോലും നിനക്കുണ്ടാക്കുവാൻ പറ്റിയോ? എനിക്കുണ്ടാക്കുവാൻ പറ്റിയോ? നമ്മൾക്കോ?

എന്നിട്ടാണോ നമ്മൾ അവനെ കുറ്റപ്പെടുത്തുന്നത്

അവനെ കൊണ്ടുവരണം. നാളെ തന്നെ.

"ശിവാ, അവനെയും പിള്ളേരേയും പോലീസല്ലാ, പട്ടാളമാണ് പിടിച്ചുകൊണ്ടു പോയേക്കണത്. എവിടെ ചെന്ന് എറക്കുമെന്നാ നീ വിചാരിക്കുന്നത്?"

സുധാകരേട്ടൻ പറഞ്ഞു.

"എന്തായാലും നമ്മൾ എറക്കണം. എന്തെങ്കിലും നമുക്കും ചെയ്യേണ്ടേ? മനുഷ്യരല്ലേ നമ്മളും"

ശിവന്റെ ചോദ്യത്തിന് ഉത്തരമില്ലായിരുന്നു.

ആകാശം കറുത്തിരുണ്ടിരിക്കുകയാണ്. ഒന്നോ രണ്ടോ നക്ഷത്രങ്ങൾ എവിടെയെങ്കിലും കാണുമോയെന്ന് തോന്നും മട്ടിൽ മോഹനേട്ടൻ ആകാശത്തേക്ക് കണ്ണും നട്ടിരിക്കുന്നുണ്ട്.

"അമൽ അവനെവിടെയാണ്. എവിടെയാണവനെ ഒളിപ്പിച്ചിരിക്കുന്നത്?

എവിടെപ്പോയിട്ടാണവനെ ഇനി അന്വേഷിക്കേണ്ടത്?"

ശിവന്റെ ചിന്തകൾ വഴിയറിയാതെ വലഞ്ഞു.

"ഷബ്നയെ അന്വേഷിക്കേണ്ടാ ശിവാ. ഞാൻ എങ്ങനെയാണ് നിന്നോട് ഇത് പറയണേന്ന് ആലോചിക്കുവായിരുന്നു. പോലീസൊന്നും അവളുടെ ഒരു തുമ്പു പോലും കണ്ടെത്തുകില്ലാ. അലീക്കുട്ടീടടുത്ത് എന്താ നമ്മള് പറയാ."

ശിവന് സങ്കടം സഹിക്കാനായില്ല. ഒരു തേങ്ങലോടെ അയാൾ ഷബ്നയുടെ മുഖം ഓർത്തു.

"ഷബ്നയെ അന്വേഷിച്ചു കൊണ്ടിരിക്കുവാണെന്ന് പറയാം. അവര് എപ്പൊ ചോദിച്ചോലും എന്ന് ചോദിച്ചാലും ഇത് തന്നെ നമ്മൾ പറയണം. കേട്ടോടാ"

അത് ശ്രീജിത്തിനോടാണെന്ന് അവനറിയാം. അവൻ തലയാട്ടി. അവൻ തേങ്ങുന്നുണ്ടായിരുന്നു.

സമയം ഏഴു മണിയായിരിക്കുന്നു.

സുധാകരനും മോഹനേട്ടനും വീട്ടിലേക്ക് പോകാണെന്ന് പറഞ്ഞു. വർഗ്ഗീസ് തന്റെ ടോർച്ച് തെളിയിച്ചു. നാളെ കാണാമെന്ന മട്ടിൽ ശിവൻ ചിരിച്ചു. വർഗ്ഗീസ് ടോർച്ചിന്റെ വെളിച്ചത്തിനൊപ്പം സഞ്ചരിച്ചു. ഭൂമിയിൽ ഒരു നേർവര പോലെ പ്രകാശം നീണ്ടു കിടന്നു. കടൽ രണ്ടായി പകുത്തു മാറ്റിയതു പോലെ വർഗ്ഗീസിന്റെ പ്രകാശം ഇരുട്ടിനെ വഴിയാക്കി തെളിച്ചെടുത്തു.

ശ്രീജിത്തിനോട് വീട്ടിലേക്ക് പോയ്ക്കൊള്ളാൻ പറഞ്ഞിട്ട് ശിവൻ പുസ്തകക്കൂട്ടങ്ങളിൽ തൊട്ടു. പുതിയതായി വന്ന നിരവധി പുസ്തകങ്ങൾ ഇനിയും ലിസ്റ്റിൽ കയറ്റാനുണ്ട്. കാൾ മാർക്സിന്റെ 'മൂലധന'ത്തിന്റെയും അംബേദ്കറിന്റെ സമ്പൂർണ്ണകൃതികളുടെയും പുതിയ

പതിപ്പുകൾ ഇതിലുണ്ട്. അതെഴുതി വയ്ക്കാനായി ശിവൻ രജിസ്ട്രർ ബുക്ക് എടുത്തു പണി തുടങ്ങി. കുറച്ചുനേരം കൂടി ശ്രീജിത്ത് അവിടെയിരുന്നു. ഇനിയും ഇരുന്നാൽ ശിവൻ ചേട്ടൻ ചീത്ത പറയുമെന്ന് കരുതി ശ്രീജിത്ത് അവിടെ നിന്നു എണീറ്റു. ശ്രീജിത്ത് ഇരുട്ടിൽ ലയിക്കുന്നത് ശിവൻ കണ്ടു. പുതിയ പുസ്തകങ്ങൾ മറച്ചു നോക്കി. പിന്നെ ചിലതെല്ലാം കുറച്ചു വായിച്ചു ശിവൻ അവിടെയിരുന്നു.

സമയം പത്തു മണിയായിരിക്കും. ആലപ്പടി ജംഗ്ഷനിൽ അവസാനമായി അടയ്ക്കുന്ന കട മോഹനൻ ചേട്ടന്റെതാണെന്ന് ശിവൻ ഓർത്തു.

ശിവൻ ഇരുണ്ട വീഥിയിലേക്കു നോക്കി.

അനന്തമായ അന്ധകാരം.

ആകാശത്തേക്കു കണ്ണു പായിച്ചു.

അന്ധകാരത്തിൽ നിന്ന് ചെറിയൊരു പ്രകാശം കാണുന്നു.

കിഴക്കേ ആകാശത്തിൽ രണ്ടു ചെറിയ നക്ഷത്രങ്ങൾ പ്രകാശിക്കുന്നു. ശിവന് സന്തോഷം തോന്നി.

പ്രകാശത്തിന് നീലയും ചുവപ്പും.

നീലയും ചുവപ്പും കലർന്ന ആകാശത്തിന് എന്തൊരു സൗന്ദര്യമാണ്.

ശിവൻ വീട്ടിലേക്ക് കയറി ചെന്നപ്പോൾ തന്നെ മീനാക്ഷി കലഹിച്ചു തുടങ്ങി.

"നേരോം കാലത്തിനുമൊന്നും ഭക്ഷണം കഴിക്കാണ്ടിങ്ങനെ നടന്നോ. ഞാനെത്രയായി പറയുന്നു സമയത്ത് ഭക്ഷണം കഴിക്കണോന്ന്. ഷുഗറിന്റെ മരുന്നും കഴിക്കണോണ്ടാവോ. ആർക്കറിയാം"

മീനാക്ഷി ഭക്ഷണം കൊണ്ടുവന്ന് മേശപ്പുറത്തു വച്ചു. ഞാൻ കൈ കഴുകി ചെന്ന് കസേരയിലിരുന്നു. ഭക്ഷണമെടുത്ത് കഴിക്കാൻ തുടങ്ങി.

അവൾ ഗുളികയും ഒരു ഗ്ലാസ് വെള്ളവും എടുത്ത് മേശമേൽ വെച്ച് വീണ്ടും അടുക്കളയിലേക്ക് പോയി.

അടുക്കളയിൽ നിന്നുള്ള പാത്രത്തിന്റെ ശബ്ദം കുറഞ്ഞു കുറഞ്ഞു വരുന്നു. എവിടെ നിന്നോ ഒരു തണുത്ത കാറ്റ് കടന്നു വരുന്നുണ്ട്. അയാൾ ഉറങ്ങാനായി കണ്ണടച്ചു.

നാളെ സ്വാതന്ത്ര്യ ദിനമാണ്

രാവിലെ എണീക്കണം

ഒരുപാട് കാര്യങ്ങൾ ചെയ്യാനുണ്ട്.

ooo

www.ingramcontent.com/pod-product-compliance
Lightning Source LLC
LaVergne TN
LVHW040746051026
849519LV00007BA/2454